한국어 – 베트남어 번역능력향상 워크북
LUYỆN TẬP NÂNG CAO NĂNG LỰC DỊCH HÀN - VIỆT VIỆT - HÀN

문예림

한국어 - 베트남어 번역능력향상 워크북

초판 1쇄 인쇄 2015년 10월 14일
초판 1쇄 발행 2015년 10월 20일
개정판 1쇄 발행 2021년 11월 1일

지은이 Nghiêm Thị Thu Hương, 이계선
감수 이평래
펴낸이 서덕일
펴낸곳 도서출판 문예림

출판등록 1962.7.12 (제406-1962-1호)
주소 경기도 파주시 회동길 366 3층 (10881)
전화 (02)499-1281~2 **팩스** (02)499-1283
대표전자우편 info@moonyelim.com **통합홈페이지** www.moonyelim.com
카카오톡 ("도서출판 문예림" 검색 후 추가)

디지털노마드의 시대, 문예림은 Remote work(원격근무)를 시행하고 있습니다.
우리는 세계 곳곳에 있는 집필진과 원하는 장소와 시간에 자유롭게 일합니다.
문의 사항은 카카오톡 또는 이메일로 말씀해주시면 답변드리겠습니다.

ISBN 978-89-7482-850-9 (13730)

잘못된 책이나 파본은 교환해 드립니다.
본 책은 저작권법에 의해 보호를 받는 저작물이므로 무단 전재와 복제를 금합니다.

머리말

역사적으로 한국과 베트남 교류는 11세기에 시작되었다고 하지만 많은 교류가 있었던 것은 아니었다. 그 후 베트남 전쟁으로 단절되었던 양국관계는 1992년 공식적인 수교를 계기로 재계되었다. 그로부터 20년이 지난 현재 한국과 베트남은 양적으로 또 질적으로 괄목할만할 발전을 이루어 한국에 거주하는 베트남인이 무려 12만명에 이르고 베트남에 거주하는 한국인도 9만명에 이른다. 무역 교류도 1992년 5억불에서 2012년 245억 불로 약 49배가 증가하여 한국은 대 베트남 외국인 투자국가 1-2위를 다투고 있으며 현지 근로자 60만명을 고용하고 있는 전략적 파트너관계로 발전하였다.

이처럼 발전하고 있는 양국간의 문화·사회·무역교류에 절대적으로 요구되는 것은 양국의 언어능력 소유자일 것이다. 그들의 역할 또한 점차 확대되어 단지 일상회화 수준이 아니라, 전문자료 번역 및 문서작성 능력을 갖춘 언어습득자가 필요한 단계에 이르렀다.

최근 한국과 베트남에는 한국어-베트남어 학습자를 위한 초급, 중급, 문법 교재가 다양하게 출판되어 있어 학습자는 자신의 수준에 맞는 교재를 쉽게 선택할 수 있으나 아직 번역관련 서적이 없어 학습자들의 능력향상에 많은 애로사항이 있다. 한국어-베트남어 초급·중급을 습득한 학습자가 실무에서 문서 작성과 업무관련 자료를 이해하는 데 반드시 필요한 것이 번역능력이다. 또한 석사·박사 과정의 연구자들에게는 더욱 필요한 것이 번역능력이다. 그러나 올바른 '한국어-베트남어 번역교재'가 없어 학습자 스스로 신문과 인터넷 등의 매체를 통하여 학습하게 됨으로 인해 많은 오류를 범하게 된다. 더구나 각 대학에서도 자체 제작한 교재로 강의함으로써 그 수준이 각기 상이한 실정이다.

따라서 이 책은 이러한 현실과 필요성을 감안하여 베트남 하노이 대학교 한국어과의 Nghiêm Thị Thu Hương 교수와 LEE KYESUN 교수에 의해 집필되었다. 책의 구성은 1부는 베-한 번역, 2부는 한-베 번역으로 되었으며, 각 주제는 학습자가 번역 능력을 학습하며 동시에 양국의 정보를 습득할 수 있도록 양국의 문화, 지리, 경제, 사회 등 다방면에 걸쳐 선정하였다. 주제별로는 새 단어, 예문, 연습문제, 번역 Tip 등으로 구성하였으며 새 단어에서는 한 단어가 내포하고 있는 여러 의미를 예문을 들어 설명하였고, 연습문제를 통해 학습자의 번역능력을 향상시킬 수 있도록 구성하였다. 번역 TIP에서는 본문의 문장 중 외국어 습득자가 특히 오류를 범할 수 있는 부분을 예를 들어 설명하였고, 양국언어에서 가장 큰 차이점인 문장의 구성에 따른 번역기법을 설명함으로써 번역능력을 향상할 수 있도록 하였다.

또한 본 교재는 초급과 중급과정을 이수한 학습자가 그 다음 단계인 번역능력 향상을 위한 책이므로 수요자의 수준과 요구에 부합되는 내용을 선정하고 구성하는 데 최선을 다하였다.

끝으로 본 교재가 한국어 – 베트남어 학습자에게 유용한 책이 되어 좋은 결과를 이룰 수 있기를 기대하는 바이다.

2015년 9월
베트남 하노이 대학교 한국어학과
Nghiêm Thị Thu Hương
이 계 선

MỤC LỤC

• 머리말 3

PHẦN I : VIỆT - HÀN

Địa lý lịch sử (지리, 역사)

1. Địa lý Việt Nam 10
   베트남의 지리
2. Dân tộc - ngôn ngữ Việt Nam 18
   베트남 민족과 언어
3. Áo dài Việt Nam 26
   베트남 아오자이
4. Giới thiệu văn hoá phong tục Việt 34
   베트남 문화풍속 소개

Văn hoá du lịch (문화, 관광)

5. Đám cưới Việt Nam ngày nay 39
   현대 베트남 결혼식
6. Thành phố Hà Nội 45
   하노이시
7. Các điểm du lịch Việt Nam 52
   베트남의 관광지
8. Khai mạc Đại lễ 1000 năm Thăng Long - Hà Nội 60
   탕롱하노이 1000년행사 개막식
9. Cố đô Huế 68
   고도 훼
10. Phở 74
    쌀국수

Kinh tế xã hội (경제, 사회)

11. Phát triển kinh tế Việt Nam — 81
    베트남 경제 발전
12. Ùn tắc giao thông ở TP.HCM là vấn đề của cả nước — 90
    호치민의 교통정체는 전국의 문제
13. WB tăng cường chiến lược tài trợ cho giáo dục — 99
    월드뱅크는 교육 원조 전략 강화
14. Anh ta có tất cả, trừ… — 106
    그는 모든 것을 갖고 있다…
15. Chúng ta phải làm gì để ngăn chặn ô nhiễm môi trường — 112
    환경오염방지를 위해 우리가 할 일

PHẦN II : HÀN - VIỆT

지리, 역사 (Địa lý lịch sử)

1. 한국의 지리와 기후 — 120
   Địa lý và khí hậu Hàn Quốc
2. 세종대왕과 한글의 우수성 — 126
   Vua Se Jong và sự ưu tú của bảng chữ cái Hangul
3. 한국인의 예절 — 134
   Lễ giáo Hàn Quốc
4. 한복의 아름다움 — 141
   Nét đẹp của Hanbok

문화, 관광 (Văn hoá du lịch)

5. 대한민국의 대중문화 '한류' — 148
   Hallyu - Văn hóa đại chúng nước Đại Hàn dân quốc
6. 대한민국의 수도이며 역사 문화의 보고 서울 — 155
   Thủ đô của Đại Hàn dân quốc - Bảo khố văn hoá Seoul
7. 한국의 관광 — 162
   Du lịch Hàn Quốc
8. 발효 음식 김치의 효능 — 169
   Công dụng của Kim chi - Thực phẩm lên men

9. 인삼의 효능 176
   Công dụng của Nhân sâm

경제, 사회 (Kinh tế xã hội)

10. 최빈국서 세계 15위 경제 대국으로 183
    Quốc gia kinh tế lớn thứ 15 trên thế giới
11. 한국미래의 힘은 경쟁을 즐기는 힘 191
    Khả năng cạnh tranh, điểm mạnh của thế hệ trẻ Hàn Quốc
12. 저출산과 고령화 사회의 위기 199
    Nguy cơ của xã hội có tỉ lệ sinh thấp - dân số lão hóa
13. 붉은 티셔츠의 기적 207
    Kỳ tích áo phông đỏ
14. '행복한 옆집 누나'를 꿈꾸며 215
    Giấc mơ về người chị hàng xóm hạnh phúc
15. 정보화 사회 221
    Xã hội thông tin hoá

PHẦN ĐÁP ÁN

1. VIỆT – HÀN 228
2. HÀN – VIỆT 255

PHẦN I : VIỆT - HÀN
1부 : 베트남어 – 한국어

BÀI 1

Địa lý Việt Nam
(베트남의 지리)

  Nước Cộng hoà xã hội chủ nghĩa Việt Nam bao gồm phần đất liền với diện tích 330.991 km2, phần diện tích biển rộng gấp nhiều lần phần đất liền với hàng nghìn hòn đảo lớn nhỏ.

  Về vị trí địa lý, phía Bắc Việt Nam giáp Trung Quốc, phía Tây giáp Lào và Cam-pu-chia, phía Đông và phía Nam giáp biển Đông. Trên bản đồ thế giới, Việt Nam nằm từ 8 độ 35 phút đến 23 độ 24 phút vĩ Bắc và từ 102 đến 109 độ kinh Đông. Với vị trí đó, Việt Nam giống như một chiếc cầu nối phần lục địa Đông Nam Á với các đảo và quần đảo bao quanh biển Đông, vừa nằm trong vành đai khí hậu nhiệt đới, vừa nằm trong khu vực gió mùa của Đông Nam Á.

  Lãnh thổ phần đất liền của Việt Nam có hình dạng khá đặc biệt. Bờ biển từ Bắc xuống Nam có hình chữ S kéo dài hơn 15 vĩ độ, nhưng bề ngang lại rất hẹp. Nơi rộng nhất (ở Bắc bộ) khoảng 600km, còn nơi hẹp nhất (ở Quảng Bình) chỉ có 50km.

  Dưới đây là một số đặc điểm chính của địa lý Việt Nam.

  Tính chất bán đảo : Biển có vai trò rất lớn đối với tự nhiên Việt Nam và với cuộc sống của người Việt Nam. Địa hình Việt Nam hầu hết là đồi núi, chiếm khoảng gần 80% diện tích lãnh thổ nhưng chủ yếu là đồi núi thấp. Núi cao trên 2000m chỉ chiếm khoảng 1%, cao nhất là đỉnh Phan-xí-păng cao 3143m. Vùng đồi núi là nơi có nhiều tài nguyên thiên nhiên quan trọng đối với nền kinh tế Việt Nam.

  Việt Nam có hai Đồng bằng lớn là đồng bằng sông Hồng ở Miền Bắc rộng 15.000km2 và đồng bằng sông Cửu Long ở miền Nam rộng 40.000km2. Đây là hai vùng trồng lúa lớn nhất trong cả nước.

  Những sông chính : Tổng chiều dài các con sông là 41.000 km với tổng lưu lượng gần 300 tỷ m3 nước và 3.100 km kênh rạch. Sông Hồng dài 1.149 km trong đó 510 km chảy trên lãnh thổ Việt Nam. Sông Mê kông (còn gọi là sông Cửu Long) dài 4.220 km trong đó 220 km chảy trên lãnh thổ Việt Nam.

  Việt Nam có khí hậu nhiệt đới, nóng, ẩm, mưa nhiều. Độ ẩm không khí luôn luôn cao hơn 80% trong khi độ ẩm trung bình ở các nước ôn đới chỉ khoảng trên 50%.

  Nhiệt độ cao, độ ẩm lớn là điều kiện tốt cho nông nghiệp, cây cối quanh năm xanh tốt. Nhưng sự phức tạp của gió mùa đã gây ra nhiều thiên tai như bão lụt, hạn hán, sương muối và mưa đá. Thiên tai đã gây ra nhiều khó khăn cho cuộc sống của nhân dân Việt Nam.

TỪ MỚI

1. Địa lý : 지리
- điều kiện địa lý : 지리적 조건
- địa lý học : 지리학
- Môn địa lý kinh tế học gần đây đã được đưa vào giảng dạy thử nghiệm ở trường đại học kinh tế.
  최근 경제지리학과목이 경제대학교에서 시범강의를 하게 되었다.

2. Đất liền : 대륙, 본토, 영토, 육지
- Đoàn thuyền đánh cá trở về đất liền sau một ngày đêm lênh đênh trên biển.
  어선들은 하루동안 바다에서 표류한 후 육지로 돌아왔다.
- Xa xa, dải đất liền hình chữ S hiện lên bao nỗi thân thương.
  멀고 길은 S자 형태의 영토는 많은 친숙함으로 나타난다.

3. Lãnh thổ : 영토
- Vùng lãnh thổ 영토
- Địa phận lãnh thổ Việt nam : 베트남 영토
- Biên giới giữa hai lãnh thổ : 국경 (양국 영토 간의 국경)
- Bản đồ Việt Nam thời Nguyễn vẽ khoảng năm 1838, đã vẽ "Hoàng Sa", "Vạn lý Trường Sa" thuộc lãnh thổ Việt Nam.
  1838년경 응웬시대의 베트남 지도에는 Hoàng Sa, Vạn lý Trường Sa가 베트남 영토로 그려졌다.

4. Lục địa : 대륙, 육지
- Lục địa chiếm tổng diện tích khoảng hơn 148,647 triệu km^2 hay khoảng 29% diện tích bề mặt Trái Đất.
  대륙은 전체 면적이 약 1,486억 4700만 km^2 이상으로 지구표면 면적의 약 29%이다.
- Thềm lục địa là vành đai mở rộng ở mỗi lục địa, ở thời kỳ bang hà đó là các vùng đất liền, còn hiện nay là các biển tương đối nông hoặc là các vịnh.
  대륙붕은 각 대륙의 둘레에 넓게 퍼져있는 지대이며, 빙하시대에는 대륙이었으나 지금은 상대적으로 얕은 해안 또는 만이다.

5. Khu vực gió mùa : 계절풍지역, 계절풍대, 계절풍지대
- Ở mọi khu vực gió mùa, gió thịnh hành chuyển hướng ngược chiều từ đông sang hè và từ hè sang đông.
  모든 계절풍 지역에서(일반적인) 바람은 겨울에서 여름으로, 여름에서 겨울이 될 때 반대방향으로 바람이 분다.

6. Bờ biển : 해변
- Đầu năm 2011 Trung Quốc khánh thành chiếc cầu nối hai bờ biển dài nhất thế giới với tổng chiều dài 42.58km.
  2011년 초 중국은 두 해안을 연결하는 총길이 42.58 km로 세계에서 가장 긴 다리를 개통했다.

7. Vĩ độ : 위도
- 23 độ 24 phút Vì Bắc: 북위 23도 24분

8. Kinh đông : 동경

9. Bề ngang : 넓이, 폭, 가로

10. Cây cối : 나무, 수목
- Nơi đây cây cối bốn mùa xanh tốt.
  이곳 나무는 사계절 싱싱하고 푸르다.
- Khu phố này có nhiều cây cối, những ngày nắng to người đi qua đường càng cảm nhận được giá trị của nó.
  이거리에는 나무가 많아, 햇살이 내리쬐는 날 지나가는 사람들이 그 가치를 더 많이 느낄 수 있다.

11. Quần đảo : 군도
- Thơ Sóng Hồng miêu tả cảnh tàu rẽ gió, băng băng cười sóng và người thuỷ thủ đứng xa trông quần đảo dưới ánh nắng vàng phai thật diệu kỳ.
  송홍시인의 시에는 바람을 가르며 파도에 실려 가는 배, 그리고 노란 햇살 아래 멀리 있는 섬을 바라보는 선원을 아주 조화롭게 묘사했다.

12. Giáp : 접하다
- vùng đất giáp biển : 해안접경지역
- giáp biên giới : 국경에 접하다
- giáp lá cà, giáp chiến : 백병전을 하다 (대면해 싸우다)

13. Quanh năm : 1년 내내
- Quanh năm việc nhà nông chẳng có lúc nào nhàn.
  1년내내 농부는 한가한 시간이 전혀 없다.
- Quanh năm bận bịu với mưu sinh, chỉ có cái Tết là lúc để người ta được thư thái một phần.
  일년내내 사람들은 살기에 바빠 명절에만 잠시의 여유를 가질 수 있다.

14. Tính chất : 특성, 특질
- Tính chất bán đảo : 반도의 특성
- Tính chất hóa học : 화학의 특성

15. Vai trò : 역할, 임무
- đóng vai trò : 역할(임무)을 하다, 도움을 주다
- Vai trò đầu tiên của thống kê trong kinh tế, chính trị, xã hội học là cung cấp các thông tin thống kê trung thực, khách quan, chính xác, đầy đủ và kịp thời.
경제, 정치, 사회학에서 통계의 첫번째 역할은 적시(적합한시기)에 충분하고 정확하며 객관적이고 성실한 통계정보를 제공하는 것이다.

16. Gây ra : 만들다, 초래하다, 야기하다, 일으키다
- Nguyên nhân nào gây ra động đất và sóng thần?
지진과 해일을 초래하는 원인은 무엇입니까?
- Những câu trả lời không minh bạch của doanh nghiệp gây ra sự hoang mang cho nhà đầu tư.
기업의 명백하지 않은 답변들은 투자자들을 당황하게 만들었다.

17. Vùng : 지역, 지대
- Vùng đồi núi : 산간지대
- Vùng ngập mặn : 홍수림지대
- Vùng khô cạn : 황폐한 지역 (수목이 없고 바싹 마른 지역)
- Vùng kinh tế : 경제 지역

PHÂN TÍCH VÀ LUYỆN TẬP

I. Hãy tìm hiểu ý nghĩa các cách diễn đạt sau và tìm phương án dịch phù hợp

① ..... bao gồm ~

1.1 Hạ tầng xã hội của Khu công nghiệp được chú trọng phát triển đồng bộ, **bao gồm đầy đủ các hạng mục**: Nhà ở cho cán bộ, khu chung cư, khu dịch vụ, trường học, bệnh viện, khu vui chơi giải trí, siêu thị, tổ hợp thể thao…

....

....

Tương tự

1.2 Quy hoạch chi tiết Khu du lịch Rừng thông Bản Áng **bao gồm** các hạng mục xây dựng: Khu trung tâm: phục vụ các nhu cầu vui chơi giải trí, văn hóa, Khu làng văn hóa dân tộc là khu tái hiện lại các đặc trưng văn hóa dân tộc của các dân tộc thiểu số, và Làng du lịch sinh thái v.v.

1.3   Gói sản phẩm Tax24-CA3 đã **bao gồm** các hạng mục: 36 tháng sử dụng dịch vụ chữ ký số, 01 thiết bị chữ ký số CA-Token.

② ..... giống như ~

2.1   Một nghiên cứu cho thấy khi con người ngắm những kiệt tác hội hoạ, hoạt động trong vùng não tăng lên **giống như** khi chúng ta yêu ai đó.

Tương tự

2.2   Mọi thứ xảy ra **giống như** thời chiến. Người dân xứ Phù Tang đang cố gắng hết sức mình để khắc phục hậu quả thiên tai kinh hoàng nhất trong lịch sử này.

③ ..... vừa ~ vừa ~

3.1 Với vị trí đó, Việt Nam giống như một chiếc cầu nối phần lục địa Đông Nam Á với các đảo và quần đảo bao quanh biển Đông, **vừa nằm trong** vành đai khí hậu nhiệt đới, **vừa nằm trong** khu vực gió mùa của Đông Nam Á.

....
....
....

Tương tự

3.2 Gia đình không có tiền cho tôi ôn thi, bởi vậy tôi thường lẻn vào trung tâm luyện thi đại học để **vừa** bán bánh mỳ **vừa** nghe bài giảng của thầy.

....
....
....

④ ..... gây ra ~ như ~

4.1 Sự phức tạp của gió mùa **đã gây ra** nhiều thiên tai **như** bão lụt, hạn hán, sương muối và mưa đá.

....
....

Tương tự

4.2 Kết quả của buổi họp đó là **gây ra** nhiều mâu thuẫn **như** mâu thuẫn về quyền lợi, mâu thuẫn về chính trị và mâu thuẫn về sắc tộc.

....
....
....

II. TIP

<u>Vùng đồi núi</u>   <u>là</u>   <u>★</u>
　주어　　동사　보어

★   <u>nơi có</u> <u>nhiều tài nguyên thiên nhiên quan trọng</u> ***đối với*** <u>kinh tế Việt Nam</u>.
　　　③　　　　　　　　②　　　　　　　　　　　　　　①

이 문장의 구조는 주어+ 동사 + 보어절로 되어 있고 절은 일반적으로 명사로 만들어야 한다. 따라서 ★은 '베트남 경제에 (대해) 중요한 천연자원이 많은 곳'으로 해석한다.
(해석) 산간지역은 베트남 경제에 (대해) 중요한 천연자원이 많은 곳이다.

BÀI THỰC HÀNH DỊCH

BÀI 2

DÂN TỘC - NGÔN NGỮ VIỆT NAM
(베트남 민족과 언어)

Với hơn 97,8 triệu người, Việt Nam là nước đông dân thứ 15 trên thế giới, trong đó 28% sinh sống tại thành thị và 72% sinh sống ở nông thôn; tỷ lệ tăng dân số hàng năm là 1,14%.

Các thành phố đông dân nhất Việt Nam là thành phố Hồ Chí Minh (với 8,9 triệu dân), thủ đô Hà Nội (với 8 triệu dân). Hầu hết các thành phố trên cả nước đang trong xu hướng đô thị hóa, do đó, dân số tại khu vực này sẽ ngày một tăng nhanh. Việt Nam có cơ cấu dân số trẻ với 55 triệu người trong độ tuổi lao động. Năm 2020, tuổi thọ trung bình của người Việt Nam là 75.

Việt Nam là một quốc gia của 54 dân tộc cùng chung sống hòa thuận, trong đó dân tộc Kinh chiếm 86% dân số; 53 dân tộc còn lại có số lượng dao động trên dưới một triệu người như Tày, Nùng, Thái, Mường, Khmer cho đến vài trăm người như dân tộc Ơ Đu và Brâu.

Dân tộc Kinh sống rải rác ở trên khắp lãnh thổ, nhưng tập trung nhiều nhất ở các đồng bằng và châu thổ các con sông. Đa số các dân tộc còn lại sinh sống ở miền núi và trung du, trải dài từ Bắc vào Nam; hầu hết trong số họ sống xen kẽ nhau, điển hình là cộng đồng dân tộc thiểu số ở phía Bắc và Bắc Trung Bộ.

54 dân tộc sinh sống trên đất nước Việt Nam có ngôn ngữ riêng và nền văn hóa truyền thống đặc sắc của mình. 24 dân tộc có chữ viết riêng như tiếng Thái, Mông, Tày, Nùng, Khmer, Gia Rai, Ê đê, Hoa, Chăm… Một số chữ viết này đang được sử dụng trong các trường học. Trong quá trình phát triển, tiếng Việt được chọn là ngôn ngữ chung cho các dân tộc.

Trong hệ thống giáo dục từ mẫu giáo đến bậc đại học, tiếng Việt là ngôn ngữ phổ thông, là công cụ để truyền thụ kiến thức; đồng thời cũng là công cụ giao tiếp, quản lý Nhà nước của các dân tộc trên lãnh thổ Việt Nam. Chữ viết tiếng Việt ngày nay có xuất xứ từ thế kỷ XVII khi một nhóm các nhà truyền giáo châu Âu mà đại diện là giáo sỹ Alexandre de Rhodes đã giới thiệu mẫu chữ dựa trên mẫu tự La tinh.

Sau đó chữ viết tiếng Việt ngày càng được phát triển và hoàn thiện đã trở thành chữ viết chính thức của Việt Nam từ đầu thế kỷ XX. Sau khi giành độc lập, Nhà nước Việt Nam đã sử dụng tiếng Việt và chữ viết (hiện nay) trong tất cả các lĩnh vực của đời sống xã hội Việt Nam.

TỪ MỚI

1. Tỷ lệ : 비율, 율
- tỷ lệ tăng dân số : 인구증가율
- tỷ lệ dự trữ bắt buộc trong các ngân hang : 은행의 의무 비축율, 지급준비율

2. Độ tuổi lao động : 노동연령층
- Dân số Việt nam đang ở giai đoạn dân số vàng bởi trên 66% dân số đang ở độ tuổi lao động.
  베트남 인구는 66%의 이상이 노동연령으로 황금인구 단계입니다.
- Dự luật Lao động đang dự kiến đưa ra vấn đề kéo dài độ tuổi lao động của nam giới.
  노동법률안에는 남성의 노동연령 연장을 위한 문제가 제기될 것으로 예상하고 있습니다.

3. Xu hướng : 경향, 추세
- xu hướng đô thị hóa : 도시화 추세
- Nắm bắt kịp thời xu hướng thời trang thế giới khiến cho thị trường may mặc của Việt Nam dần dần có vị thế trên trường quốc tế.
  세계 유행 트랜드를 따라잡음으로써 베트남의 봉제시장은 국제시장에서 입지가 점점 튼튼해졌다.
- Xu hướng sống thử trước hôn nhân đang là một trào lưu ẩn chứa nhiều vấn đề xã hội.
  결혼전 동거추세는 아직 사회 문제로 부각되지 않은 흐름이다.

4. Ngày một : 나날이
- Ngày một trẻ ra : 나날이 젊어진다.
- Sức khoẻ ngày một tốt lên : 나날이 건강해진다.
- Giá cả ngày một tăng cao : 가격이 나날이 비싸진다.

5. Tuổi thọ trung bình : 평균수명
- Tuổi thọ trung bình của người dân ở địa phương này là 80.
  이 지방 사람들의 평균수명은 80세이다.

6. Sống hòa thuận : 어울려 살다
- Rất nhiều gia đình đa thế hệ ông bà, con cháu sống hoà thuận với nhau trong cùng một mái nhà.
  할머니 할아버지, 아들 손자 다세대 가족들이 한집에서 서로 같이 어울려 화목하게 살고 있다.
- "Bí quyết sống hoà thuận với mẹ chồng" là chủ đề được đọc nhiều nhất trong tuần.
  "시어머니와의 화목하게 사는 비결"이 이번주 가장 많이 읽힌 주제입니다.

7. Trên khắp lãnh thổ : 전국 도처에, 전국에서
- Ngày 13 tháng 12 quân đội Hàn Quốc tập trận bắn đạn thật trên khắp lãnh thổ.

12월 13일 한국군대는 전국에서 실탄사격훈련을 했다.
- Trước cuộc tổng tuyển cử, bạo động diễn ra trên khắp lãnh thổ Afganistan.
  총선거전에 아프가니스탄 전국에서 폭동이 일어났다.

8. Châu thổ các con sông : 강의 삼각주 (델타지역)
- Theo những nghiên cứu mới đây của các nhà khoa học hàng đầu thế giới, các vùng châu thổ nhiều con sông trên thế giới đang bị chìm dần do hậu quả của biến đổi khí hậu Trái đất.
  세계 석학들의 새로운 연구에 의하면 세계의 많은 강의 삼각주 지역이 지구기후 변화의 결과로 점점 가라앉고 있다고 했다.

9. Miền núi và trung du : 산악과 고원지대

10. Dân tộc thiểu số : 소수민족
- cộng đồng dân tộc thiểu số : 소수민족공동체, 소수민족사회

11. Rải rác : 흩어져있다
- dân cư sống rải rác : 주민들이 흩어져 살고 있다.

12. Điển hình : 상징적, 특징적, 전형적
- điển hình hóa : 상징적 , 상징화

13. Ngôn ngữ riêng : 고유언어
- ngôn ngữ chung : 공용어

14. Công cụ : 수단, 도구
- công cụ để truyền thụ kiến thức : 지식을 전달하기 위한 수단

15. Giao tiếp : 교제하다, 교류하다, 소통하다
- Cũng như con người, động vật phải thông qua giao tiếp để hiểu nhau và để sinh tồn.
  사람과 마찬가지로 동물도 생존과 이해를 위해 소통해야만 한다.
- Theo kết quả nghiên cứu của các nhà sinh vật học, tất cả các loài động vật trên thế giới đều có ngôn ngữ giao tiếp của riêng chúng.
  생물학자의 연구결과에 의하면, 세계 모두 종류의 동물은 모두 무리만의 의사소통의 고유 언어가 있습니다.

16. Nhà truyền giáo : 선교사

17. Mẫu tự La tinh : 라틴 알파벳, 로마자
- Trong kỹ thuật chúng ta thường gặp các ký hiệu bằng mẫu tự la tinh nhưng chúng thật khó nhớ và khó đọc.
  기술분야에서 우리는 라틴 알파벳 기호를 자주 접하는데 그것들은 사실 읽고 기억하기가 어렵다.
- Chữ quốc ngữ là một lối chữ viết theo chữ cái La-tinh để phiên âm tiếng nước Nam Việt.

베트남 문자(국문)은 Nam Viet 말을 표기하기 위해 로마자로 쓴 문자이다.

18. Chữ viết chính thức : 공식문자

PHÂN TÍCH VÀ LUYỆN TẬP

I. Hãy dịch các cụm từ in đậm được gạch chân dưới đây sang tiếng Hàn

① ~ hầu hết trong số họ **sống xen kẽ nhau,** điển hình là cộng đồng dân tộc thiểu số ở phía Bắc và Bắc Trung Bộ

1.1   sống xen kẽ : _____

1.2   nằm xen kẽ : _____

② ~ chữ viết tiếng Việt **ngày càng được phát triển và hoàn thiện** đã trở thành chữ viết chính thức của Việt Nam từ đầu thế kỷ XX.

2.1   ngày càng được phát triển và hoàn thiện : _____

2.2   ngày càng được mở rộng và phát triển : _____

2.3   ngày càng được quan tâm và đầu tư nhiều : _____

II. Hãy tìm hiểu ý nghĩa các cách diễn đạt sau và tìm phương án dịch phù hợp

① ..... trong đó ~

1.1   Tất cả bữa tiệc Quốc tế đó khoảng 120 sinh viên, **trong đó** có gần một nửa là sinh viên người Việt Nam, còn lại là sinh viên Trung Quốc, Hàn Quốc và một số nước khác.

1.2   Tổng diện tích sử dụng là 3000m², **trong đó** có 400m² đất ở còn lại là đất sử dụng lâu dài.

② ..... **đồng thời cũng là** ~

2.1   tiếng Việt là ngôn ngữ phổ thông, **là** công cụ để truyền thụ kiến thức; **đồng thời cũng là** công cụ giao tiếp.

Tương tự

2.2   Ông **là** một thầy giáo **đồng thời cũng là** một nhà văn lớn.

2.3   Beyoncé Knowles đã chia tay người quản lý **đồng thời cũng là** cha đẻ của mình.

2.4   Chủ doanh nghiệp tư nhân không thể **đồng thời là** chủ hộ kinh doanh cá thể, xong chủ doanh nghiệp tư nhân vẫn có quyền góp vốn thành lập Công ty CP hoặc Công ty TNHH.

2.5 Các vườn quốc gia này **là** nơi cho các nhà sinh học Việt Nam và thế giới nghiên cứu khoa học, **đồng thời là** những nơi du lịch sinh thái hấp dẫn.

_____

_____

_____

III. TIP

① ~ ***trong đó*** …, (주어) ***còn lại có*** … : ~ 그 중에(는) …..이다

Việt Nam là một quốc gia của 54 dân tộc, ***trong đó*** dân tộc Kinh chiếm 86% dân số;
　　　　①　　　　　　　　　② 그 중에　　　③ (…하며)

53 dân tộc còn ***lại*** có　số lượng dao động trên dưới một triệu người ***như*** Tày, Nùng,
　　④ (그외)　　　　　　　　　　　　　⑤

　　　　　　　　　　cho đến vài trăm người ***như*** dân tộc Ơ Đu và Brâu.
　　　　　　　　　　　　　　　　　⑥

(해석) 베트남은 54개 민족의 국가이며, 그 중에 Kinh 족은 86%를 차지하며, 그 외 53개 민족에는 Tày, Nùng과 같이 백만 명 정도로 많은 인구도 있고 Ơ Đu, Brâu 민족과 같이 몇 백명인 민족도 있습니다.

② Chữ viết tiếng Việt ngày nay có xuất xứ ***từ*** thế kỷ XVII ***khi***
　　　　　①　　　　　　　　　　　　　⑤

　　　　　　　các nhà truyền giáo châu Âu ***mà***
　　　　　　　　　　　　②

　　　　đại diện là giáo sỹ Alexandre de Rhodes ***đã giới thiệu*** mẫu chữ dựa trên mẫu tự La tinh.
　　　　　　　　　③　　　　　　　　　　　　　　④

(해석) 현재의 베트남어 문자는 유럽의 선교사들 중 알렉산더 드 로드 선교사가 대표로 라틴 알파벳에 따른(의거한) 글자를 소개했던 17세기부터 생겼습니다.

BÀI THỰC HÀNH DỊCH

BÀI 3

ÁO DÀI VIỆT NAM
(베트남 아오자이)

Cho đến nay, chưa ai rõ nguồn gốc đích thực của chiếc áo dài, chỉ biết rằng thủy tổ của nó, vốn làm bằng da thú và lông chim, xuất hiện trước thời Hai Bà Trưng qua các hình khắc trên mặt trống đồng Ngọc Lũ. Hơn 1000 năm dưới sự đô hộ của Trung Hoa, chiếc áo dài, áo tứ thân cũng nổi trôi theo mệnh nước nhưng không bao giờ bị xóa bỏ.

Áo Dài – trang phục truyền thống của phụ nữ Việt Nam ôm sát cơ thể, có cổ cao và dài khoảng ngang gối. Nó được xẻ ra ở hông. Áo Dài vừa quyến rũ lại vừa gợi cảm, vừa kín đáo nhưng vẫn biểu lộ đường nét của một người thiếu nữ. Mầu vàng chỉ dành cho những ông vua và họ được mặc áo, mầu trắng là mầu tang còn mầu xanh dành cho các vị quan trong những dịp trang trọng.

Thế kỷ 17 vua Lê Huyền Tông, đã sắc lệnh nhắc nhở: "… áo đàn bà con gái không có thắt lưng, quần không có hai ống…" Vậy có thể nói rằng bộ áo ngũ thân xuất hiện vào khoảng đời vua Gia Long. Vào năm 1744, viên quan Vũ Vương cai trị phía Bắc miền Trung Việt Nam của triều Nguyễn yêu cầu thay đổi trang phục Việt Nam trên cơ sở kiểu cáo Trung Hoa.

Vua Minh Mạng, vị vua thứ hai của triều Nguyễn đã ban hành sắc lệnh cấm phụ nữ mặc váy. Năm Minh Mạng thứ 9 (1828), triều đình Huế ra chiếu chỉ cấm đàn bà mặc váy và bắt phải mặc quần hai ống.

Áo Dài được phát hiện từ thời Pháp thuộc khi một phụ nữ Việt Nam tên Tường thay đổi chiếc áo tứ thân thành chiếc áo hai tà đầu tiên. Người Pháp gọi chiếc áo dài đó là Le Mur có nghĩa là "the wall" trong Anh ngữ.

Năm 1947, trong bối cảnh Việt Nam mới tuyên bố độc lập, các phong trào "diệt giặc đói, giặc dốt" được phát động. Ngày 20 tháng 3 năm 1947, Hồ Chí Minh đã viết một cách vắn tắt rõ ràng và dễ hiểu bài "Đời sống mới", trong đó vận động người dân bỏ thói quen mặc áo dài để thay bằng áo vắn vì: mặc áo dài đi đứng, làm việc bất tiện, lượt thượt, luộm thuộm. Áo dài không hợp với phụ nữ Việt Nam đời sống mới. Cuộc vận động này dần đã được người dân hưởng ứng và áo dài không còn là trang phục thông dụng của phụ nữ Việt Nam trong một thời gian dài.

Áo dài nam phục Việt Nam lại không có số phận may mắn như áo dài nữ phục. Ngày nay ta ít có dịp bắt gặp hình ảnh một thanh niên, thậm chí một ông cụ già Việt Nam vận chiếc áo dài nam phục truyền thống.

Áo dài nam phục chỉ còn xuất hiện tại những lễ hội mang đậm nét truyền thống Việt Nam. Đặc biệt tại tuần lễ cấp cao APEC 2006 được tổ chức tại Việt Nam, trong lễ công bố Tuyên bố chung, các nhà lãnh đạo các nền kinh tế APEC đều mặc trang phục truyền thống của nước chủ nhà.

Ngày nay, áo dài xuất hiện khắp nơi trên thế giới. Những phụ nữ Việt Kiều biểu lộ tình cảm với quê hương qua chiếc áo dài. Nhiều du khách nước ngoài đã có những ấn tượng rất tốt về tà áo Dài Việt Nam. Họ cảm thấy được tiếp rất nồng hậu khi những tà áo dài bay bay trước gió ở phi trường.

Tà áo dài xứng đáng với mệnh danh "Nét duyên dáng Việt.

TỪ MỚI

1. Da thú : 동물가죽
- da lông thú : 동물(털)가죽, 모피
- Chiến dịch quảng cáo chống lại việc diện thời trang da lông thú.
  모피패션 착용 반대 광고 캠페인.

2. Thủy tổ : 시조, 선조 (최초의 조상)
- Thủy tổ của loài chim này là đâu không ai biết, nhưng cứ đến mùa nước nổi, chúng lại về đây tránh bão.
  이 조류(새들)의 시조가 무엇인지 아는 사람은 없지만 물이 찰 때 그들은 태풍을 피하기 위해 이곳으로 돌아오곤 한다.

3. Dưới sự đô hộ : 지배아래, 통치하에
- Dưới ách đô hộ thực dân, ở khắp mọi miền đất nước nhà tù nhiều hơn trường học.
  악랄한 식민통치하에 전국 각지에는 학교보다 수용소가 많았다.
- Người dân sống khốn khổ dưới sự đô hộ của quân xâm lược.
  침략군의 통치하에 국민들은 참으로 어렵게 살았다.

4. Không bao giờ : 결코 ~하지 않다

5. Quyến rũ : 매력적이다, 유혹하다.
- Sự quyến rũ của màu sắc trong bức tranh khiến người ta như lạc vào một thế giới khác đời.
  그림의 독특한 매력은 사람들을 마치 다른세상에 빠져든 것처럼 만들었다.
- Vừa mong manh, vừa mạnh mẽ, đó là nét quyến rũ của bông Mugunghwa.

밋밋하기도 하고 강인한 것 같기도 한 것이 무궁화의 매력이다.

6. Gợi cảm : 감정을 일으키는, 공감, 섹시함
- Xu hướng thời trang mùa hè năm nay hướng đến sự gợi cảm tự nhiên.
올해 여름 패션경향은 자연스러운 섹시함이다.
- Nét gợi cảm, xuân thì trong bức tranh thiếu nữ của họa sỹ được đánh giá là rất nghệ thuật.
화가의 소녀 그림속의 정감과 봄의 표현은 매우 예술적이라는 평가를 받았다.

7. Kín đáo : 비밀스러운, 숨기다, 신중한.
- tính kín đáo : 비밀스러운 성격, 신중한 성격
- Anh ấy rất kín đáo về gia đình của mình. : 그 사람은 자기가족에 대해 숨기고 있다.
- Cô ấy luôn kín đáo che dấu xuất thân. : 그녀는 종종 출신에 대해 비밀로 한다.
- Họ kín đáo trao cho nhau dòng thư viết vội. : 그들은 황급히 주고받은 편지를 숨겼다.

8. Biểu lộ : 나타내다
- biểu lộ tình cảm : 감정을 나타내다
- tình cảm được biểu lộ một cách kín đáo : 감정은 비밀스럽게 나타난다.

9. Đường nét : 선

10. Mầu tang : 장례식의 색, 상복의 색깔

11. Sắc lệnh : 칙령 (왕이나 대통령의 명령)
- ban hành sắc lệnh : 칙령을 반포하다
- cai trị : 통치하는

12. Ra chiếu chỉ, ban hành sắc lệnh : 지시하다, 명령하다

13. Bắt phải : 반드시 ~ 해야한다

14. Thời Pháp thuộc : 프랑스 통치(식민)시대

15. Tuyên bố độc lập : 독립선언

16. Lượt thượt : 질 질 끄는

17. Luộm thuộm : 무질서하게, 단정하지 않게
- Tôi ghét nhất là người ăn ở luộm thuộm. 내가 제일 싫어하는 것은 단정치 않은 사람이다.
- Trông cô ta lúc nào cũng lôi thôi, luộm thuộm, kể cả lúc trang nghiêm cũng không được chỉnh tề.
나는 지저분한(단정치못한) 사람을 가장 싫어한다.

18. Bắt gặp : 우연히 만나다

19. Tuần lễ cấp cao APEC 2006 : 2006 APEC 정상회의 주간

20. Nước chủ nhà : 개최국, 주최국
- Các đại biểu cùng nhau diện những bộ trang phục dân tộc do nước chủ nhà cung cấp.
  대표들은 주최국에서 제공한 전통의상을 입었다.
- Thủ tướng tổ chức tiệc chiêu đãi với vai trò là đại diện cao nhất của nước chủ nhà.
  수상은 주최국의 최상위 대표의 역할로 환영행사(리셉션)를 개최했다.

21. Lễ công bố Tuyên bố chung : 공동선언발표 행사, 의식
- Hội nghị bế mạc bằng lễ công bố tuyên bố chung.
  회의는 공동선언문 발표식으로 폐막되었다.
- Lễ công bố tuyên bố chung được ấn định vào thời gian trước khi diễn ra bữa tiệc bế mạc.
  공동선언문 발표식은 폐막식이 개최되기 전 (시간)으로 확정되었다.

22. Tà áo : 옷깃
- Hình ảnh tà áo dài Việt nam luôn nằm sâu trong ký ức của những người con xa quê hương.
  아오자이 (옷깃)의 이미지는 언제나 고향에서 멀리 떨어져 있는 사람들의 기억 깊숙이 자리하고 있다.

PHÂN TÍCH VÀ LUYỆN TẬP

I. Hãy dịch các cụm từ in đậm được gạch chân dưới đây sang tiếng Hàn

①

1.1 Áo dài nam phục chỉ còn xuất hiện tại những lễ hội mang ***đậm nét truyền thống*** Việt Nam.

Tương tự

1.2 Trang phục dân tộc cách tân vẫn giữ được ***đậm nét truyền thống*** trên đó.

1.3   Cách uống trà của người dân thành phố này vẫn ***đậm nét truyền thống***.

②

2.1   ***Trên cơ sở*** các báo cáo gửi về, người làm thống kê có trách nhiệm tập hợp và thống kê lại.

Tương tự

2.2   ***Trên cơ sở*** là các luận cứ khoa học, tôi có thể kết luận là phương án này hoàn toàn không phù hợp với điều kiện hiện có.

2.3   ***Trên cơ sở*** đó, chúng ta cùng nhau nghiên cứu tiếp 3 vấn đề sau đây.

II. Hãy tìm hiểu ý nghĩa các cách diễn đạt sau và tìm phương án dịch phù hợp

① Chưa ai ~

1.1   **Chưa ai rõ** nguồn gốc đích thực của chiếc áo dài.

Tương tự

1.2   **Chưa ai rõ** câu chuyện bắt nguồn từ đâu nhưng ai cũng biết câu chuyện này.

1.3   **Chưa ai hiểu** thực hư thế nào thì người đàn bà đó đã lăn đùng ra đất và bắt đầu gào khóc.

② **chỉ biết rằng**

2.1 Sự thực ai đúng ai sai thế nào chưa biết, **chỉ biết rằng** đã xảy ra đánh nhau to ở đầu làng.

2.2 Nghe nhiều càng không hiểu, tôi **chỉ biết rằng** lần trước anh đã nói không đúng sự thực.

③ ..... **nổi trôi theo**....

3.1 Hơn 1000 năm dưới sự đô hộ của Trung Hoa, chiếc áo dài, áo tứ thân cũng **nổi trôi theo** mệnh nước nhưng không bao giờ bị xóa bỏ.

Tương tự

3.2 Những cánh hoa **nổi trôi theo** dòng nước.

3.3 Sóng bập bềnh đánh vào bờ, theo đó những vỏ ốc vỏ sò cũng **nổi trôi theo**.

3.4 Những chiếc phao bơi **nổi trôi theo** nhịp dập dềnh của sóng.

④ ..... **dần đã được** ~

4.1 Cuộc vận động này **dần đã được** người dân hưởng ứng.

Tương tự

4.2 Các hoạt động tình nguyện mùa hè xanh như thế này của sinh viên khoa tiếng Hàn **dần đã được** chuẩn hóa, chuyển từ hoạt động tự phát sang hoạt động có tổ chức.

4.3 Một số hoạt động chuẩn bị cho sự ra đời sản phẩm kỹ thuật số này trước nay vẫn bị dấu kín, **dần đã được** hé lộ.

BÀI THỰC HÀNH DỊCH

BÀI 4

Giới thiệu văn hoá phong tục Việt
(베트남 문화풍속 소개)

Nói về văn hoá phong tục Việt, đầu tiên phải nói đến những dịp lễ tết.

Tết Nguyên đán là lễ quan trọng nhất trong văn hóa của người Việt Nam và là dịp lễ lớn nhất ở khắp các vùng miền trên cả nước Việt Nam. Người dân Việt quanh năm làm ăn vất vả và không ngừng nghỉ, chỉ có ngày Tết là dịp nghỉ ngơi, chơi xuân. Trước Tết, nhà nào cũng mua gạo nếp, mua đậu xanh để gói bánh chưng, bánh tét. Bên cạnh đó, họ dọn dẹp nhà cửa sạch sẽ, đi chợ sắm sửa những vật dùng và vật trang hoàng nhà cửa cho ngày Tết. Từ nhà ra đến ngoài đường, đâu đâu ai cũng háo hức đón Tết. Mọi người gặp nhau trao cho nhau những cầu chúc tốt đẹp.

Thứ hai phải kể đến là Tết Đoan ngọ mùng 5 tháng 5 âm lịch. Dịp Tết này có câu "Học trò tết Thầy, con rể tết bố mẹ vợ…". Tết Đoan Ngọ còn có nơi gọi là Tết Đoan Dương. Có nhiều tập tục lưu truyền đến nay : Sáng sơm cho trẻ ăn hoa quả, rượu nếp, trứng luộc, bôi hồng hoàng vào thóp đầu, ngực, vào rốn để giết sâu bọ. Người lớn thì giết sâu bọ bằng cách uống rượu hoặc ăn rượu nếp. Trẻ em giết sâu bọ xong khi còn ngồi trên giường, rồi rửa mặt mũi, chân tay xong bắt đầu nhuộm móng tay móng chân, đeo chỉ ngũ sắc.

Tục hái thuốc mùng 5 cũng bắt đầu từ giờ ngọ, đó là giờ có dương khí tốt nhất trong cả năm, là cây cỏ thu hái được trong giờ đó có tác dụng chữa bệnh tốt, nhất là các chứng ngoại cảm. Người ta hái bất kỳ loại lá gì có sẵn trong vườn, trong vùng, miễn sao đủ trăm loại, nhiều ít không kể.

Một dịp Tết nữa cũng rất được mong đợi đó là Tết Trung thu. Phải nói rằng phong tục ăn Tết Trung thu vào ngày rằm tháng Tám âm lịch đầu tiên là của người Trung Quốc nhưng theo phong tục người Việt, vào dịp Tết Trung Thu, cha mẹ bày cỗ cho các con để mừng trung thu, mua và làm đủ thứ lồng đèn thắp bằng nến để treo trong nhà và để các con rước đèn.

Đây là dịp để cha mẹ tùy theo khả năng kinh tế gia đình thể hiện tình thương yêu con cái một cách cụ thể. Vì thế, tình yêu gia đình lại càng khắng khít thêm. Cũng trong dịp này người ta mua bánh trung thu, trà, rượu để cúng tổ tiên, biếu ông bà, cha mẹ, thầy cô, bạn bè, họ hàng và các ân nhân khác.

Con Lân tượng trưng cho sự may mắn, thịnh vượng và là điềm lành cho mọi nhà…

Ngoài ý nghĩa vui chơi cho trẻ em và người lớn, Tết Trung Thu còn là dịp để người ta ngắm trăng tiên đoán mùa màng và vận mệnh quốc gia. Nếu trăng thu màu vàng thì năm đó sẽ trúng mùa tằm tơ, nếu trăng thu màu xanh hay lục thì năm đó sẽ có thiên tai, và nếu trăng thu màu cam trong sáng thì đất nước sẽ giàu mạnh, hoà bình.

TỪ MỚI

1. Tết Nguyên đán : 설, 구정

2. Làm ăn : 돈을 벌다, 생계를 꾸리다
 – Những kẻ làm ăn bất chính sử dụng nhiều chiêu bài lừa gạt nhằm mục đích kiếm lời.
    그 사람들은 이익을 얻기 위해 속임수를 써서 부정하게 돈을 벌고 있다.

3. Sắm sửa : 준비하다, 제공하다

4. Háo hức : 기대하다. 열광하다
 – Bọn trẻ háo hức chờ đến giờ đốt đèn trong đêm Trung thu.
    아이들은 중추절 밤 연등에 불을 붙일 시간을 기대하고 있다.
 – Mấy cô con gái mới lớn háo hức đợi xem đoàn rước dâu đi qua.
    어린 소녀들은 신부행렬이 지나는 것을 간절히 기다리고 있다.

5. Tranh tết : 설그림, 설날에 집을 장식하기 위한 그림을 말함

6. Ngày rằm tháng Tám âm lịch : 음력 8월 보름

7. Bày cỗ : 잔치를 베풀다

8. Rước đèn : 연등행렬

PHÂN TÍCH VÀ LUYỆN TẬP

I. Hãy dịch các cụm từ in đậm được gạch chân dưới đây sang tiếng Hàn

① Người dân Việt *quanh năm làm ăn vất vả* không ngừng nghỉ.

1.1 quanh năm làm ăn vất vả : _____

1.2 quanh năm dãi dầu mưa nắng : _____

1.3 Chạy ăn quanh năm : _____

② ~ mua và làm **đủ thứ** lồng đèn thắp bằng nến để treo trong nhà và để các con rước đèn.

2.1   mua và làm đủ thứ lồng đèn : _____

2.2   nói đủ thứ chuyện : _____

2.3   ăn đủ thứ bổ béo : _____

II. Hãy tìm hiểu ý nghĩa các cách diễn đạt sau và tìm phương án dịch phù hợp

① ..... đâu đâu ai cũng ~

1.1   Từ nhà ra đến ngoài đường, **đâu đâu ai cũng** háo hức đón Tết.

_____

Tương tự

1.2   Nghe tin chiến thắng người dân cả nước **đâu đâu ai cũng** vui mừng.

_____

1.3   Có tin đoàn văn công về biểu diễn, trong thôn **đâu đâu ai cũng** ngóng chờ.

_____

② ..... tuỳ theo ~

2.1   Đây là dịp để cha mẹ tùy **theo khả năng kinh tế gia đình** thể hiện tình thương yêu con cái một cách cụ thể.

_____

_____

Tương tự

2.2   **Tùy điều kiện kinh tế gia đình** mà phụ huynh học sinh có thể chọn các chương trình giải trí mùa hè cho các cháu.

_____

III. TIP

① **nếu ~ thì ~ : 만일 ~한다면 ~할 것이다**

　(1) Nếu trăng thu màu xanh hay lục *thì* năm đó sẽ có thiên tai,

　(2) nếu trăng thu màu cam thì đất nước sẽ giàu mạnh, hoà bình.

　(해석) 만일 가을달이 파란색이면 그 해에는 천재지변이 일어날 것이고, ('만일 가을달이'는 생략) 주황색이면 평화롭고 풍요로울 것입니다.

　(여기에서 중복되는 말은 생략한다.)

BÀI THỰC HÀNH DỊCH

BÀI 5

Đám cưới Việt Nam ngày nay
(현대 베트남 결혼식)

Mùa thu là mùa cưới ở Việt Nam. Trước ngày cưới khoảng một tháng, gia đình nhà trai và nhà gái tổ chức lễ ăn hỏi. Sau đó hai gia đình chuẩn bị những thủ tục cần thiết cho ngày cưới, chẳng hạn như đăng ký kết hôn trước chính quyền, mua sắm đồ vật, in và đưa thiếp mời…

Khách được mời dự lễ cưới là họ hàng, bạn bè, đồng nghiệp của gia đình cô dâu và gia đình chú rể. Trừ những người theo đạo Thiên chúa, lễ cưới của người Việt Nam nói chung không tổ chức tại nhà thờ. Nơi diễn ra lễ cưới thường là nhà riêng, các khách sạn hoặc hội trường lớn.

Khi đến dự đám cưới, khách mời thường mang theo quà cưới mừng cô dâu, chú rể, cùng những lời chúc hạnh phúc. Món quà có thể là những vật dụng trong gia đình, hoặc đó là một món tiền.

Lễ cưới được diễn ra trong một ngày. Buổi sáng hay buổi trưa, nhà trai và nhà gái mời khách đến dự một bữa cơm thân mật tại nhà. Buổi chiều, nhà trai đến nhà gái xin dâu vào một giờ tốt đã được lựa chọn cẩn thận từ trước, rồi cô dâu chú rể lễ tổ tiên. Tiếp đó tất cả mọi người đến hội trường nơi tổ chức bữa tiệc ngọt, hoặc đến một hiệu ăn lớn để ăn tiệc mặn.

Tuy nhiên hiện nay, nhà nước Việt Nam chủ trương tổ chức đám cưới đơn giản, tiết kiệm, nên xu hướng mới của các đám cưới là chỉ tổ chức tiệc ngọt. Khi bữa tiệc kết thúc, hai vợ chồng trẻ trở về gia đình nhà trai hoặc về nhà riêng. Phòng ngủ được trang trí rất đẹp, thể hiện sự quan tâm, tôn trọng đối với cô dâu. Hai vợ chồng bắt đầu cuộc sống mới với tuần trăng mật đầy hạnh phúc.

(nguồn: Thực hành Tiếng Việt trình độ A, NXB ĐHQG Hà Nội)

TỪ MỚI

1. Công ty tổ chức sự kiện : 회사에서 행사를 개최했다, 이벤트회사
   - Tổ chức hôn lễ : 혼례를 거행하다, 결혼식
   - Tổ chức lại các phòng trong cơ quan : 조직 부서 개편
   - Tổ chức lại đội ngũ cán bộ : 임직원 조직 개편

2. Lễ ăn hỏi : 약혼식

3. Đăng ký kết hôn : 혼인신고

4. Hội trường lớn : 대연회장

5. Quà cưới mừng : 결혼 축하선물 (결혼 선물)
   - Ở một số quốc gia, gia súc vật nuôi có thể trở thành quà mừng cưới.
     몇몇 나라에서는 가축을 결혼 축하 선물로 하기도 한다.
   - Khi con gái đi lấy chồng, mẹ thường tặng cho chiếc nhẫn vàng để làm quà mừng cưới, cũng như là làm vốn ra ở riêng.
     딸이 결혼할 때 어머니는 결혼 축하선물이자 비상금으로 보통 금반지를 선물한다.

6. Chủ trương : 방침, 주장
   - nhà nước chủ trương xóa đói giảm nghèo : 빈곤해소 국가방침 (배고픔을 없애고 가난을 줄이는 국가 방침)
   - Cho đến thời điểm này nhà nước vẫn chưa có chủ trương điều chỉnh giá xăng dầu.
     지금까지 정부는 기름값 조정에 대한 방침이 아직 없다.
   - Ngân hàng nhà nước chưa công bố chủ trương tăng tỷ lệ dự trữ bắt buộc của các ngân hàng.
     중앙은행(국가은행)은 은행들의 지급준비율 방침을 아직 발표하지 않았다.

7. Tiệc ngọt : 다과회
   - tiệc mặn : 만찬

8. Tuần trăng mật : 신혼기, 신혼여행

PHÂN TÍCH VÀ LUYỆN TẬP

I. Hãy dịch các cụm từ in đậm được gạch chân dưới đây sang tiếng Hàn

① ~ chuẩn bị những thủ ***tục cần thiết*** cho ngày cưới, chẳng hạn như đăng ký kết hôn ~

1.1 thủ tục cần thiết : _____

1.2 vật dụng cần thiết : _____

1.3 Giấy tờ cần thiết : _____

② ~ mời khách đến dự một ***bữa cơm thân mật*** tại nhà.

2.1 bữa cơm thân mật : _____

2.2 cuộc nói chuyện thân mật : _____

2.3 buổi gặp mặt thân mật : _____

II. Hãy tìm hiểu ý nghĩa các cách diễn đạt sau và tìm phương án dịch phù hợp

① ..... chẳng hạn như

1.1 ~ chuẩn bị những thủ tục cần thiết cho ngày cưới, **chẳng hạn như** đăng ký kết hôn trước chính quyền, mua sắm đồ vật, in và đưa thiếp mời.

_____

_____

Tương tự

1.2 Cô ấy có nhiều ưu điểm, **chẳng hạn như** cần cù, giản dị.

_____

1.3 Bạn có thể tự trải nghiệm những điều thú vị về **chẳng hạn như** đi bơi thuyền ở Hồ Ba Bể, đi leo núi ở Phan Si Păng hoặc là đi ngắm tuyết ở SaPa.

② ..... thường là ~

2.1 Nơi diễn ra lễ cưới **thường là** nhà riêng, các khách sạn hoặc hội trường lớn.

Tương tự

2.2 Người dẫn đầu đám rước dâu **thường là** người có vai vế và có uy tín trong gia đình chú rể.

2.3 Thời điểm tổ chức nghi lễ **thường là** thời điểm mà các bô lão trong làng họp bàn và thống nhất.

③ ~ được ~ là ~

3.1. Khách được mời dự lễ cưới là họ hàng, bạn bè.

Tương tự

3.2 **Người được giới thiệu** là giám đốc công ty lương thực thực phẩm thành phố.

3.3 **Những bông hoa to được cắm trong lọ kia** là hoa tuy-lip nhập khẩu từ Hà Lan.

II. TIP

① Nhà trai đến nhà gái xin dâu vào một giờ tốt đã được lựa chọn cẩn thận từ trước

① ⑤ ④ ③ ②

남자집안은 전에 신중히 선택된 좋은 시간에 신부를 청하러 여자집에 갑니다.

BÀI THỰC HÀNH DỊCH

BÀI 6

Thành phố Hà Nội (하노이시)

Hà Nội trở thành thủ đô của nước Việt Nam trong khoảng từ năm 1010 đến năm 1788, dưới triều vua Lý Thái Tổ. Từ năm 1902 đến 1945, Hà Nội là thủ đô của Đông Dương (thuộc Pháp).

Trong thời gian này, người Pháp đã qui hoạch thành phố theo kiểu châu Âu, với những công trình kiến trúc nổi tiếng như Nhà Thờ lớn và Nhà Hát lớn. Sau 1945, Hà Nội là thủ đô của nước Việt Nam Dân chủ Cộng hoà, và từ năm 1976 đến nay là thủ đô của nước Cộng hoà Xã hội chủ nghĩa Việt Nam.

Hà Nội có nhiều hồ như hồ Hoàn Kiếm, hồ Tây, hồ Trúc Bạch v.v… Hồ Hoàn Kiếm là khu vực trung tâm của thành phố. Ở giữa hồ có tháp Rùa và dưới hồ có rất nhiều "Cụ Rùa". Người Hà Nội tin rằng đó là "Rùa Thần" và không gọi là "con Rùa" mà gọi là "Cụ Rùa".

Xung quanh hồ Hoàn Kiếm là những phố nhỏ, sạch và đẹp, với nhiều cửa hàng bán sản phẩm thủ công mỹ nghệ truyền thống. Đây là những phố cổ, nổi tiếng với tên gọi "36 phố phường"

Hà Nội 36 phố phường không còn là cái tên xa lạ với người Việt Nam nữa mà gần như nó đã trở thành biểu tượng cho Hà Nội. Tên gọi "36 phố phường" bắt nguồn từ 36 tổ chức đơn vị hành chính cơ bản điển hình thời nhà Lê. Vua Lê Thái Tổ đã cho sửa sang lại kinh thành Thăng Long, đặt ra Phủ Trung Đô gồm hai huyện Quảng Đức và Vĩnh Xương. Mỗi huyện chia làm 18 phường, tổng số là 36 phường.

Những người làm cùng một nghề thường tập trung ở trên cùng một dãy phố nên phường ở đây gần như mang tính chất là phường hội.

Chúng ta có thể miêu tả theo một số phố như sau: Phố Hàng Bồ bán bồ, Phố Hàng Bạc bán vàng bạc, Phố Hàng Giấy bán giấy, Phố Hàng Mắm buôn các hàng khô và nước mắm, Phố Hàng Đào bán vải và lụa, cũng kiêm luôn việc nhuộm nhưng chủ yếu là nhuộm màu đỏ. Vì thế mà đặt tên phố là Đào với ý nghĩa là màu đỏ. Còn nếu muốn nhuộm màu đen thì phải ra phố Hàng Vải.

Đó là nơi buôn bán nên nhà cửa ở khu vực này khá chật chội. Các ngôi nhà được xây dựng chen chúc nhau, hầu hết đều làm bằng rơm rạ. Chủ yếu là nhà một tầng hoặc hai tầng nhưng khá thấp vì không được phép làm nhà cao hơn kiệu quan đi qua.

Đi dạo quanh khu phố cổ bằng xích lô và ngắm người, xe mới thật là thú vị. Đang đi, ta có thể xuống xe và mua một vài món đồ lưu niệm đáng yêu nào đó hoặc trực tiếp xem họ làm những mặt hàng thủ công tinh xảo ngay tại cửa hàng.

Lúc ấy, ta có cảm giác như đang đến một làng nghề thủ công chứ không phải đang ở giữa phố phường đông đúc nữa. Nếu có cơ hội đến khu phố cổ, bạn sẽ thấy rất thú vị và cảm nhận được ngay nét riêng của Hà Nội.

Hồ Tây là hồ lớn nhất ở Hà Nội. Gần hồ Tây có những công trình kiến trúc đẹp và những di tích lịch sử nổi tiếng như Lăng Hồ Chí Minh, Bảo tàng Hồ Chí Minh, chùa Một Cột. Bên cạnh hồ Tây là hồ Trúc Bạch, tuy nhỏ nhưng rất thơ mộng. Ở đây, món "Bánh tôm" rất nổi tiếng.

Hà Nội ngày càng hiện đại hơn, nhưng cái hấp dẫn du khách của Hà Nội chính là truyền thống lịch sử và chiều sâu văn hoá của nó.

TỪ MỚI

1. Công trình kiến trúc : 건축구조, 건축물
– Những công trình kiến trúc từ thời xa xưa đang được xã hội quan tâm bảo tồn và lưu giữ.
  옛시대의 건축물들의 보존과 유지가 사회의 관심을 얻고 있다.
– Thiết kế của công trình kiến trúc thủ đô đang được người dân quan tâm.
  수도의 건축설계는 사람들의 관심을 얻고 있다.

2. Sản phẩm thủ công mỹ nghệ truyền thống : 전통수공예품
– Xuất khẩu sản phẩm thủ công mỹ nghệ truyền thống của làng đang là hướng làm kinh tế đúng.
  마을의 전통수공예품 수출은 올바른 경제 방향이다.
– Tại các gian hàng, sản phẩm thủ công mỹ nghệ truyền thống được trưng bày rất bắt mắt.
  각 매장에는 전통수공예품이 눈에 띄게 잘 진열되어 있다.

3. Đơn vị hành chính : 행정조직 단위
– đơn vị hành chính cơ bản : 기본 행정조직 단위
– Ngân hàng nhà nước được hiểu là một đơn vị hành chính nhà nước và có chức năng thực hiện các nghiệp vụ ngân hàng.
  중앙은행(국가은행)은 국가 행정조직 단위의 하나이고 각 은행 업무를 실시하는 기능을 가지고 있다.

4. Phường : 마을, 구, 구역

5. Sửa sang : 아름답게 꾸미다, 고치다
– Chúng tôi cũng mong sớm dành đủ tiền để sửa sang cái mái nhà cho đỡ dột trước khi mùa

mưa sang.
우리는 장마철이 오기전에 비가 덜 세도록 지붕을 고칠 수 있는 충분한 돈을 일찍 마련하기를 (준비하기를) 바란다.

6. Bên cạnh : ~의 옆에, 곁에, 이웃
- Các nước bên cạnh : 이웃나라
- Nó đứng bên cạnh tôi : 그는 내옆에 서 있다.

7. Phường hội : 지역모임, 지역조합, 동업조합

8. Mang tính chất ~ : ~ 목적의, ~적, ~ 성격의, 형태
- mang tính chất kinh doanh : 영리목적의

9. Rơm rạ : 짚

10. Miêu tả : 묘사하다, 표현하다
- Bài báo cáo của ông đúng miêu tả tình hình thị trường quốc tế.
  그의 보고서는 국제시장현황을 정확하게 묘사했다.
- Tình hình kinh tế xã hội 6 tháng đầu năm này đã được miêu tả chi tiết trên trang nhất báo nhân dân hôm nay.
  올해 전반기 경제사회 실태가 금일 인민 신문 첫페이지에 구체적으로 묘사되었다.

11. Chen chúc : 무질서하게 모여들다, 빽빽하게 모여들다
- Nhiều người chen chúc nhau trong một căn buồng nhỏ.
  많은 사람들이 작은 방에 빽빽하게 모여들었습니다.
- Từ sáng sớm nhiều ông bố bà mẹ đã chen chúc đứng xếp hàng để chờ lấy số thứ tự.
  아침 일찍부터 어르신들이 빽빽히 모여들어 번호표를 받기 위해 줄을 섰다.

12. Chật chội : 좁다 (tt), 좁은 (định từ)

13. Tinh xảo : 정교한, 훌륭한
- Những đường trên lụa thật tinh xảo : 실크에 수놓은 선들이 매우 정교하다
- Những nét đục trạm trên bức hoành phi thật tinh xảo : 병풍의 새김이 정말 정교하다

14. Nét : 선, 모양, 특색, 특징

15. Thơ mộng : 로맨틱한, 작지만 예쁜, 꿈 같은, 아름다운
- Dòng sông thơ mộng êm trôi : 아름답고 낭만적인 강이 잔잔하게 흐른다
- Hình ảnh áo dài, nón trắng và hàng cây dưới nắng luôn là những nét thơ mộng nhất trong tâm trí tôi mỗi khi nhớ về trường cũ.
  아오자이와 하얀 논, 그리고 햇빛 아래 줄지어 서 있는 나무들의 모습은 옛 학교를 생각할 때마다 내 마음 속의 가장 아름다운 이미지입니다.

PHÂN TÍCH VÀ LUYỆN TẬP

I. Hãy dịch các cụm từ in đậm được gạch chân dưới đây sang tiếng Hàn

① ~ Các ngôi nhà được xây dựng ***chen chúc nhau***, hầu hết đều làm bằng rơm rạ.

1.1 xây dựng chen chúc nhau : _____

1.2 đừng chen chúc nhau : _____

1.3 xếp chen chúc nhau : _____

1.4 Chen chúc nhau chờ mở cửa : _____

II. Hãy tìm hiểu ý nghĩa các cách diễn đạt sau và tìm phương án dịch phù hợp

① **không còn là ~**

1.1 Hà Nội 36 phố phường ***không còn là*** cái tên xa lạ với người Việt Nam nữa ***mà*** gần như nó đã trở thành biểu tượng cho Hà Nội.

_____

_____

Tương tự

1.2 Trải qua những thăng trầm của cuộc sống, anh ***không còn là*** chàng thư sinh trắng trẻo ***mà*** đã trở thành người đàn ông rắn rỏi vững vàng.

_____

_____

1.3 Cô ấy ***không còn là*** cô gái luôn mộng mơ thủa trước ***mà*** đã là một nữ doanh nhân đầy năng lực và kinh nghiệm.

_____

1.4 Ở thời điểm hiện tại, marketting online **không còn là** xu hướng **mà** đó là sự sống còn.

1.5 Theo ông Nguyễn Ngọc Cảnh, Vụ trưởng Vụ Hợp tác Quốc tế, Ủy ban Chứng khoán Nhà nước, việc ký kết MOU **không còn là** sự tự lựa chọn tham gia hay không tham gia nữa **mà** là một yêu cầu tất yếu và bắt buộc.

② cái ..... chính là ~

2.1 Nhưng **cái hấp dẫn du khách** của Hà Nội **chính là** truyền thống lịch sử và chiều sâu văn hoá của nó.

Tương tự

2.2 **Cái hấp dẫn** người xem trong bộ phim này **chính là** yếu tố trẻ trung, vui nhộn, hài hước.

2.3 Ở sản phẩm này, **điều hấp dẫn** người mua hơn cả **chính là** chế độ trả góp không lãi xuất và chế độ hậu mãi kéo dài tới 3 năm.

③ bắt nguồn từ ~

3.1 Tên gọi "36 phố phường" **bắt nguồn từ** 36 tổ chức đơn vị hành chính cơ bản điển hình thời nhà Lê.

Tương tự

3.2 Nhiều người cho rằng màu đỏ và trắng đặc trưng trên vẻ ngoài của ông già Noel ***bắt nguồn từ*** một chiến dịch quảng cáo của hãng nước ngọt CocaCola.

3.3 Hiện tượng thời gian gần đây một số ngân hàng "bị" sáp nhập ***bắt nguồn từ*** đâu?

BÀI THỰC HÀNH DỊCH

BÀI 7

Các điểm du lịch Việt Nam (베트남의 관광지)

1. Thành phố Hồ Chí Minh

Việt Nam nằm ở phía đông bán đảo Đông Nam Châu Á có bờ biển dài hơn 3000km.

Biển Nam Bộ là một phần nối liền của biển Việt Nam kéo dài từ Bà Rịa Vũng Tàu đến mũi Cà Mau, nối với vùng biển Kiên Giang thuộc vịnh Thái Lan với chiều dài trên 730km.

Biển Nam Bộ được ví như người mẹ hiền ôm lấy vùng đồng bằng Nam Bộ trù phú với khá nhiều bãi tắm đẹp và nhiều khoáng sản quý thuận lợi cho phát triển kinh tế, văn hóa, xã hội ở Việt Nam.

Thành phố Hồ Chí Minh là trung tâm kinh tế, văn hóa của các tỉnh phía Nam và cả nước. Cách đây hơn 300 năm, Nguyễn Hữu Cảnh đã đến đây mở đất khai khẩn đất hoang, tạo nên thành phố Hồ Chí Minh.

Ngày nay, cùng với hệ thống công viên, nhà hàng, khách sạn và những công sở hiện đại; một khu rừng sinh thái vẫn được bảo tồn. Rừng ngập mặn Cần Giờ có diện tích gần 20 ha được coi như lá phổi xanh điều hòa không khí, chống lại sự xâm thực của biển. Rừng còn là nơi bảo tồn nhiều loại chim thú quý, và là điểm du lịch sinh thái lý tưởng của du khách trong nước và quốc tế.

Trong xu thế hội nhập và phát triển, một khu quy hoạch mới dành cho khách du lịch nước ngoài đã được hình thành nằm trên đường Phạm Ngũ Lão, thuộc quận 1 của thành phố.

2. Vịnh Hạ Long

Việt Nam đã giữ gìn và bảo tồn một số vườn quốc gia đa dạng sinh học quý hiếm như Vườn quốc gia Cát Bà, vườn quốc gia Cúc Phương, vườn quốc gia Phong Nha-Kẻ Bàng,…

Các vườn quốc gia này là nơi cho các nhà sinh học Việt Nam và thế giới nghiên cứu khoa học, đồng thời là những nơi du lịch sinh thái hấp dẫn.

Từ trên cao nhìn xuống, Vịnh Hạ Long như một bức tranh thuỷ mặc khổng lồ sống động. Vịnh Hạ Long nằm ở vùng Đông Bắc Việt Nam, thành phố Hạ Long với tổng diện tích 1553 km^2 **gồm** 1969 hòn đảo lớn nhỏ, trong đó 989 đảo có tên và 980 đảo chưa có tên.

Đảo ở Hạ Long có hai dạng là đảo đá vôi và đảo phiến thạch. Hạ Long cũng là nơi tập trung đa dạng sinh học cao với những hệ sinh thái điển hình như hệ sinh thái rừng ngập mặn, hệ sinh thái rạn san hô…. Với những giá trị đặc biệt như vậy, ngày 17/12/1994, trong phiên họp lần thứ 18 của Hội đồng Di sản Thế giới thuộc UNESCO tổ chức tại Thái Lan, vịnh Hạ Long chính thức được công nhận là Di sản Thiên nhiên thế giới.

3. SaPa

Nằm ở phía tây bắc của Việt Nam, SaPa là một huyện vùng cao của tỉnh Lào Cai. Phong cảnh thiên nhiên của Sa Pa được kết hợp với sức sáng tạo của con người cùng với địa hình của núi đồi, màu xanh của rừng.

Sa Pa có đỉnh Phan Si Păng cao 3.143m trên dãy Hoàng Liên Sơn. SaPa có núi Hàm Rồng ở sát ngay thị trấn, bất kỳ du khách nào cũng có thể lên đó để ngắm toàn cảnh thị trấn, thung lũng Mường Hoa ẩn hiện trong sương khói.

Sa Pa với 6 tộc người cũng cư trú, mỗi tộc người có một vốn văn hoá riêng. Các lễ hội như lễ hội "Sải Sán" của người Mông, tất cả đều diễn ra vào tháng tết hàng năm. Chợ phiên của Sa Pa họp vào ngày chủ nhật tại thị trấn Sa Pa. Người dân ở vùng xa phải đi từ ngày thứ bảy.

TỪ MỚI

1. Bờ biển : 바닷가, 해변
- Em nhớ những buổi chiều cùng anh đi dạo trên bờ biển.
  나는 그와 함께 바닷가를 산책한 오후가 그립다.

2. Trù phú : 풍부한, 인구가 많고 비옥한
- mảnh đất trù phú : 비옥한 땅, 기름지고 좋은 땅
- Sản vật trù phú khiến cho con người nơi đây như có sẵn sự phong lưu trong mình.
  풍부한 생산물은 이곳 사람들에게 풍류를 갖추게 했다.
- Xuân Lộc giờ đây đã trở thành vùng đất trù phú với nhiều tỷ phú, triệu phú ngành nông nghiệp.
  쑤언록은 지금 농업분야의 백만장자, 억만장자들로 풍요로운 지역이 되었다.

3. Mẹ hiền : 인자한 어머니

4. Mũi Cà Mau : 까마우 곶 (cape)

5. Khai khẩn đất hoang : 황무지를 개간하다
- Khai khẩn đất hoang xây dựng vùng kinh tế mới là chính sách của nhà nước.
  신 경제구역을 건설하는 황무지 개간은 국가의 정책이다.
- Lớp những người đầu tiên xung phong đi khai khẩn đất hoang giờ đã thành ông, thành bà, có thể vui thú nhìn ngắm thành quả lao động của mình.

황무지 개간을 했던 최초 지원자들은 이제 할아버지 할머니가 되었고 자신들의 노력의 결과를 바라보는 것은 하나의 즐거움이 되었다.

6. Hệ sinh thái rừng ngập mặn : 홍수림 생태계
- Những cảnh báo về việc bảo vệ hệ sinh thái rừng ngập mặn đã trở thành đề tài chính trong tranh luận lần này.
  홍수림 생태계 보호에 대한 경고들은 이번 논쟁의 핵심 주제가 되었다.
- Những giá trị của hệ sinh thái rừng ngập mặn là đặc điểm thiên nhiên ưu đãi đất nước ta.
  홍수림 생태계의 가치들은 우리나라의 유리한 천연조건(특징)이다.

7. Sự xâm thực của biển : 해안침식

8. Khu quy hoạch : 도시계획 구역 (planning area)

9. Điều hòa không khí : 공기를 조절하다
- Phải nói là cái hồ nước này là cái máy điều hòa không khí của khu vực.
  이 호수는 지역의 공기를 조절하는 에어컨이라고 말 할 수 있다.
- cải thiện bầu không khí : 분위기 개선
- Cuộc vận động trồng cây nhằm cải thiện bầu không khí đô thị đã được đông đảo thanh niên ủng hộ.
  도시의 분위기(환경) 개선을 위한 나무 심기운동은 많은 청년들의 지지를 얻었다.

10. Hội nhập : 가입하다, 회원이 되다, 통합
- Trong quá trình hội nhập quốc tế, làm sao để không đánh mất bản sắc riêng của đất nước.
  국제사회 가입(통합) 과정 중에 어떻게 하면 국가의 고유한 특색을 잃어버리지 않을 수 있는지.
- Sự hội nhập về kinh tế với các nước trong khu vực đã cải thiện đáng kể tình hình kinh tế trong nước.
  지역 국가와의 경제 통합은 국내 경제 상황을 괄목할 만큼(가치있게) 개선하였다.
- Nhà nước cần có những sách lược chính đáng để đảm bảo quá trình hội nhập quốc tế đạt được những thành công như mong đợi.
  국가는 국제사회 통합과정에 기대만큼의 성공 달성을 보장할 수 있는 올바른 전략들이 필요하다.

11. Bức tranh thuỷ mặc : 수묵화

12. Khổng lồ : 거대한

13. Km^2 : 제곱킬로미터, 평방킬로미터

14. Đá vôi : 석회암

15. Phiến thạch : 편암

16. Hệ sinh thái rạn san hô : 산호초 생태계

17. Phong cảnh thiên nhiên : 자연경관

18. Sức sáng tạo : 창조성, 창의력
- Ở môi trường này, các sinh viên có thể thỏa sức sáng tạo.
  이러한 환경은 학생들이 창의력을 발휘할 수 있게 한다.
- Sức sáng tạo trong mỗi con người như là viên ngọc quý, sức sáng tạo cần phải được phát huy, cũng như viên ngọc quý cần được mài dũa.
  사람들의 창조성은 귀한 진주(보석)와 같아 보석도 연마가 필요한 것처럼 창조성도 발현시켜야 한다.

19. Ẩn hiện : 살며시 나타나다

20. Dành cho ~ : ~에게 주다, ~에게 할애하다, ~를 위한
- Một khu vực mới dành cho khách du lịch nước ngoài đã được hình thành.
  외국여행객을 위한 새로운 구역이 형성되었다.
- Chương trình học tiếng Việt dành cho người nước ngoài được phát sóng kênh VTV4 vào lúc 7h.
  외국인을 위한 베트남어 학습프로그램이 7시 VTV 4 채널에서 방송되었다.

21. Kết hợp ~ với ~ : ~와 결합되다

22. Kết hợp ~ với ~ : ~와 결합되다, 함께하다
- Tôi hiểu được sự quan trọng và sức mạnh của những nhóm nghiên cứu khoa học, sự kết hợp giữa những nhà khoa học có tên tuổi, có kinh nghiệm với những nghiên cứu sinh hăng say khoa học.
  저는 경험이 많고 유명한 학자들과 학문에 전념하는 연구생들이 함께하는 과학연구 팀의 힘과 중요성을 이해하게 되었습니다.

23. Bất kỳ nào cũng có thể ~ được. : (언제, 누구)든지 ~할 수 있다.
- Bất kỳ lúc nào cũng có thể đi tham quan. 언제든지 참관을 할 수 있다

PHÂN TÍCH VÀ LUYỆN TẬP

I. Hãy dịch các cụm từ in đậm được gạch chân dưới đây sang tiếng Hàn

① **_Trong xu thế hội nhập và phát triển_**, một khu quy hoạch mới dành cho khách du lịch nước ngoài đã được hình thành nằm trên đường Phạm Ngũ Lão, thuộc quận 1 của thành phố.

1.1 Trong xu thế hội nhập và phát triển :

1.2 Trong xu thế ảm đạm và đi xuống :

1.3 Trong thế chuyển đổi :

② **_Với những giá trị đặc biệt như vậy_**, ngày 17/12/1994, trong phiên họp lần thứ 18 của Hội đồng Di sản Thế giới thuộc UNESCO tổ chức tại Thái Lan, vịnh Hạ Long chính thức được công nhận là Di sản Thiên nhiên thế giới.

2.1 Với những giá trị đặc biệt như vậy :

2.2 Với những đặc trưng đó :

2.3 Với những thế mạnh đó :

II. Hãy tìm hiểu ý nghĩa các cách diễn đạt sau và tìm phương án dịch phù hợp

① ..... **được ví như ~**

1.1 Biển Nam Bộ **được ví như** người mẹ hiền ôm lấy vùng đồng bằng Nam bộ trù phú với khá nhiều bãi tắm đẹp và nhiều khoáng sản quý thuận lợi cho phát triển kinh tế, văn hóa, xã hội ở Việt Nam.

Tương tự

1.2 Với thân hình cân đối, làn da trắng, khuôn mặt bầu bĩnh, Seohyun **được ví như** "búp bê đi bộ".

....

....

....

1.3 Lý Sơn là một huyện đảo **được ví như** "viên ngọc quý" của vùng đất Quảng Ngãi. Từ lâu, nơi đây đã được khách du lịch phong cho hàng loạt danh hiệu như đảo Jeju hay Maldive.

....

....

....

② với những ~

2.1 Hạ Long cũng là nơi tập trung đa dạng sinh học cao **với những** hệ sinh thái điển hình như hệ sinh thái rừng ngập mặn, hệ sinh thái rạn san hô….

....

....

....

Tương tự

2.2 **Với những** giá trị đặc biệt như vậy, ngày 17/12/1994, trong phiên họp lần thứ 18 của Hội đồng Di sản Thế giới thuộc UNESCO tổ chức tại Thái Lan, vịnh Hạ Long chính thức được công nhận là Di sản Thiên nhiên thế giới.

....

....

....

③ được coi như là ~

3.1 Rừng ngập mặn Cần Giờ có diện tích gần 20 ha **được coi như** lá phổi xanh điều hòa không khí, chống lại sự xâm thực của biển.

　
　

3.2 **Coi như** anh em một nhà.

　

3.3 Đã 5h chiều, **coi như** là hết ngày.

　

3.4 Sự cố lần này **coi như** của đi thay người, đừng tiếc nữa.

　

BÀI THỰC HÀNH DỊCH

BÀI 8

Khai mạc Đại lễ 1000 năm Thăng Long - Hà Nội
(탕롱하노이 1000년행사 개막식)

Đúng 8h sáng nay ngày 1/10/2010 tại vườn hoa Lý Thái Tổ đã diễn ra ngày lễ trọng đại chào mừng Thăng Long–Hà Nội tròn 1000 năm tuổi.

Tới dự lễ khai mạc Đại lễ có, nguyên Tổng bí thư Đỗ Mười, nguyên Chủ tịch nước Lê Đức Anh, Chủ tịch Quốc hội Nguyễn Phú Trọng, Phó Thủ tướng Nguyễn Thiện Nhân, các vị lãnh đạo Đảng Nhà nước, đại diện các Bộ, Ban nghành Trung ương, thành phố Hà Nội và các đoàn khách mời nước ngoài.

Buổi lễ được bắt đầu với màn biểu diễn với tiếng trống, tiếng cồng và tiếng chiêng thể hiện được sự hội tụ linh thiêng của trời, đất và người trong 1000 năm lịch sử.

Chủ tịch Quốc hội Nguyễn Phú Trọng đã thắp ngọn lửa thiêng mở màn cho 10 ngày Đại lễ. Tiếp đến là nghi lễ dâng hương của các đồng chí lãnh đạo Đảng Nhà nước và thành phố Hà Nội trước tượng đài Lý Thái Tổ, ghi nhận công lao to lớn của vị vua khởi nghiệp.

Phát biểu chào mừng tại buổi lễ khai mạc Đại lễ, Đồng chí Phạm Quang Nghị Uỷ viên Bộ Chính trị đã ôn lại truyền thống lịch sử văn hóa 1000 năm lịch sử dựng nước và giữ nước của Thăng Long–Hà Nội, từ khi vua Lý Thái Tổ chọn đất Thăng Long làm nơi định đô.

Cuộc dời đô lịch sử về châu thổ sông Hồng khẳng định nền độc lập, thống nhất quốc gia, mở ra kỷ nguyên phát triển mới của nước Đại Việt.

Trong giờ phút trang trọng này, những công dân của Thủ đô Hà Nội của Tổ quốc Việt Nam Xã hội chủ nghĩa và kiều bào ta ở nước ngoài, bày tỏ lòng thành kính và biết ơn công lao trời biển của các bậc tiên nhân đã hiến dâng trí tuệ, sức lực và máu xương.

Cũng bởi thế văn hiến anh hùng hòa bình hữu nghị mãi mãi là truyền thống tốt đẹp là những giá trị vô cùng cao quý của Thăng Long Hà Nội cựa dân tộc Việt Nam.

Cũng tại buổi Đại lễ bà Irina Pokova tổng giám đốc Unesco và bà Cathrin Muller Mary trưởng đại diện Unesco tại Việt Nam đã trao bằng Di sản văn hóa thế giới Hoàng thành Thăng Long cho lãnh đạo thành phố Hà Nội.

Bà Irina Pokova đánh giá cao sự phát triển của Việt Nam trở thành một đối tác quan trọng trên trường quốc tế, bà cũng bày tỏ ngưỡng mộ Hà Nội đã gìn giữ tốt di sản thế giới qua nghìn năm lịch sử.

"Tôi tin rằng thần Kim Quy và các cụ Rùa cũng đang lắng nghe chúng ta từ hồ Hoàn Kiếm một biểu tượng quý giá về hòa bình của mọi người dân Việt Nam. Và sự có mặt đông đảo của mọi người dân trong Đại lễ ngày hôm nay là minh chứng cho sự gắn bó của các bạn với quá khứ huy hoàng. Hôm nay tôi vô cùng được vinh hạnh được mặc chiếc áo dài rất đẹp đẽ, truyền thống của người Việt Nam và cùng các bạn kỷ niệm ngày Đại lễ 1000 năm Thăng Long–Hà Nội."

Sau nghi lễ thả chim bồ câu kết thúc phần lễ đã diễn ra phần hội với sự tham gia của 1000 nghệ sỹ biểu diễn các màn múa hát chào mừng Đại lễ 1000 năm Thăng Long–Hà Nội.

Lễ khai mạc kết thúc cũng là lúc bắt đầu phần hội tại 5 sân khấu khu vực chung quanh hồ Gươm và Quảng trường Cách mạng tháng 8 và sẽ kéo dài đến 16h30'. Ngày khai mạc Đại lễ cũng mở màn cho trên 50 hoạt động khác nhau trong 10 ngày Đại lễ.

TỪ MỚI

1. **Diễn ra** : 열리다, 개최하다, 거행하다
   - Hội nghị diễn ra trong 2 ngày đã tập trung trình bày 12 báo cáo khoa học và các thảo luận.
     이틀 동안 개최된 세미나에서는 12편의 연구보고서와 토론이 중점적으로 발표되었다.
   - Chương trình Hội chợ xuân năm nay dự kiến diễn ra 1 tuần trước Tết âm lịch thay vì chỉ có 4 ngày như năm ngoái.
     금년 봄 박람회 계획은 작년과 같은 4일간이 아니라 음력설 1주일전에 열릴 것으로 예상하고 있다.

2. **Màn biểu diễn** : 공연

3. **Hội tụ** : 모으다, 집중하다 **hội tụ linh thiêng** : 신성한 혼을 모으다
   - Anh tài trên khắp các miền thôn quê hội tụ về đây đua tài.
     전국 농촌의 영재들이 이곳에 모여 재능을 겨루었다.
   - Đoàn biểu diễn lần này hội tụ đủ tất cả các gương mặt suất sắc nhất trong lĩnh vực nhã nhạc cung đình.
     이번 공연단에는 궁중아악 분야에서 가장 뛰어난 얼굴(사람)들이 전부 모였다.

4. **Mở màn** : 시작하다, 막을 열다
   - Cầu thủ đội tuyển Sông Lam Nghệ An đã mở màn bằng một cú sút vô cùng đẹp mắt.
     송람응에안 팀 선수의 멋진 슈팅으로 막을 열었다.

– Đoàn biểu diễn xin phép được bắt đầu. Mở màn là tiết mục biểu diễn của nghệ sỹ Nguyễn Văn A.
공연을 시작하겠습니다. 첫순서는 예술가 응웬반아의 공연입니다.

5. Ghi nhận : 인정하다, 기리다
– Mãi về sau tổ chức mới ghi nhận những hy sinh của người này.
아주 오랜 후에 조직은 그 사람의 희생을 비로소 인정했다.
– Những ý kiến đóng góp được ghi nhận và báo cáo lên cấp có thẩm quyền giải quyết.
제시된 의견들은 (해결) 심사권이 있는 상급부서에 보고되고 인정되는 데 기여하였다.

6. Nghi lễ dâng hương : 헌향의식 (향을 올리는 의식)

7. Phát biểu chào mừng : 환영사

8. Dựng nước : 건국하다
– lịch sử dựng nước và giữ nước của dân tộc : 민족의 건국과 보존의 역사
– trong quá trình dựng nước : 건국 과정 중

9. Định đô : 도읍을 정하다

10. Cuộc dời đô : 천도, 나라의 수도를 옮기다

11. Thắp ngọn lửa : 불을 붙이다, 불을 피우다

12. Rất đẹp đẽ : 매우 아름다운

13. Thành kính : 정중한, 공손한, 존경하는
– một lòng thành kính : 존경하는 마음

14. Sức lực và máu xương : 힘과 노력 (피와 뼈)
– hiến dâng sức lực và máu xương : 온 몸을 바친

15. Trời biển : 하늘과 바다, 헤아릴 수 없는
– công lao trời biển : 헤아릴 수 없는 업적
– Kể làm sao hết công lao trời biển mẹ cha đã nuôi ta khôn lớn.
훌륭하게 키워주신 부모님의 크나큰 공을 어떻게 다 말 할 수 있습니까.
– Một chữ cũng là thầy, nửa chữ cũng là thầy. Công thầy là công trời biển.
글자 한자 역시 스승이고 반 획 또한 스승이다. 스승의 공은 하늘과 바다와 같다.

16. Hiến dâng : 바치다, 봉헌하다
– Hiến dâng tuổi thanh xuân cho đất nước : 국가를 위해 청춘을 바쳤다.
– Hiến dâng cuộc đời cho lý tưởng cách mạng : 혁명의 이상을 위해 일생을 (삶을) 바쳤다.

17. Văn hiến : 문명, 문화

18. **Hữu nghị** : 우정, 우호, 친선
   – Tình hữu nghị giữa hai nước càng thêm bền chặt 양국의 우정은 더욱 긴밀해졌다.
   – Thắt chặt tình hữu nghị : 우정을 돈독히 하다

19. **Những giá trị vô cùng cao quý** : 무한히 귀한 가치

20. **Trao bằng** : 증서를 수여하다.
   – trao bằng Di sản văn hóa thế giới : 세계문화유산 증서를 수여하다

21. **Trường chinh** : 장정, 먼길
   – cuộc trường chinh đầy vinh quang : 영광의 장정

22. **Đánh giá cao** : 높이 평가하다
   – Những thành tựu đã đạt được trong thời gian qua được xã hội nhìn nhận và đánh giá cao.
   지난 기간 달성된 성과들은 사회로부터 인정과 높은 평가를 받았다.
   – Chúng tôi đánh giá cao sự nỗ lực của bạn trong thời gian công tác tại đây.
   우리는 당신이 이곳에서 근무하는 동안의 노력을 높이 평가합니다.

23. **Quá khứ huy hoàng** : 찬란한 과거

24. **Góp sức** : 힘을 합치다, 힘을 모으다.
   – Thanh niên góp sức vào công cuộc xây dựng đất nước.
   청년들은 국가건설 사업에 힘을 모았다.
   – Tình nguyện viên góp sức giúp người dân nơi đây khắc phục khó khăn sau cơn bão.
   자원봉사자는 이곳 주민들이 태풍이후 어려움을 극복하는 데 힘을 모았다.

PHÂN TÍCH VÀ LUYỆN TẬP

I. Hãy dịch các cụm từ in đậm được gạch chân dưới đây sang tiếng Hàn

(1) Đồng chí Phạm Quang Nghị Uỷ viên Bộ Chính trị đã **ôn lại truyền thống lịch sử văn hóa** 1000 năm lịch sử dụng nước và giữ nước của Thăng Long–Hà Nội.

1.1 Ôn lại truyền thống lịch sử văn hóa :

1.2 Ôn lại truyền thống vẻ vang :

1.3 Ôn lại truyền thống cách mạng :

② Và _**sự có mặt đông đảo**_ của mọi người dân trong Đại lễ ngày hôm nay là minh chứng cho sự gắn bó của các bạn với quá khứ huy hoàng.

2.1   Sự có mặt đông đảo : _____

2.2   Sự tham gia đông đảo của bà con : _____

2.3   Sự hưởng ứng nhiệt tình của người dân : _____

2.4   Sự khích lệ kịp thời của gia đình : _____

II. Hãy tìm hiểu ý nghĩa các cách diễn đạt sau và tìm phương án dịch phù hợp

① tại ... đã diễn ra ~

1.1   Đúng 8h sáng nay ngày 1/10/2010 _**tại**_ vườn hoa Lý Thái Tổ _**đã diễn ra**_ ngày lễ trọng đại chào mừng Thăng Long–Hà Nội tròn 1000 năm tuổi.

_____

_____

Tương tự

1.2   Ngày 12 tháng 9, _**tại**_ Bushehr _**đã diễn ra**_ lễ khởi động chính thức nhà máy điện hạt nhân, được xây dựng với sự tham gia của Nga.

_____

_____

1.3   Ngày 9/8, _**tại**_ Hà Nội _**đã diễn ra**_ buổi gặp mặt báo chí công bố về Sự kiện Triển lãm và Hội nghị quốc tế về Truyền thông, Internet–IT và các sản phẩm điện tử năm 2011.

_____

_____

② được bắt đầu ~ / được khởi động ~

2.1 Buổi lễ ***được bắt đầu với*** màn biểu diễn với tiếng trống, tiếng cồng và tiếng chiêng, thể hiện được sự hội tụ linh thiêng của trời, đất và người trong 1000 năm lịch sử.

_____

_____

Tương tự

2.2 Chương trình tàu con thoi ***được bắt đầu chính thức*** vào 5 tháng 1, 1972, khi Tổng thống Nixon tuyên bố rằng NASA sẽ tiến hành việc phát triển một hệ thống tàu con thoi có khả năng tái sử dụng.

_____

_____

2.3 Chương trình tàu vũ trụ sử dụng nhiều lần Buran ***được khởi động*** năm 1976 tại TsAGI như một đối trọng với chương trình tàu vũ trụ của Hoa Kỳ.

_____

_____

③ đánh giá cao ~

3.1 Bà Irina Pokova ***đánh giá*** cao sự phát triển của Việt Nam trở thành một đối tác quan trọng trên trường quốc tế ~

_____

_____

Tương tự

3.2 Tại cuộc gặp này, Giáo hoàng Benedict XVI đã ***đánh giá*** cao các biện pháp cải thiện tự do tôn giáo của Cuba.

_____

3.3 Chủ tịch ***cũng đánh*** giá cao những sự giúp đỡ mà quốc gia Bắc Mỹ dành cho Việt Nam, đặc biệt là việc tiếp tục duy trì Việt Nam trong số 20 nước nhận tài trợ ODA.

III. TIP

① Phát biểu chào mừng tại buổi lễ khai mạc Đại lễ, Đồng chí Phạm Quang Nghị Uỷ viên Bộ Chính trị

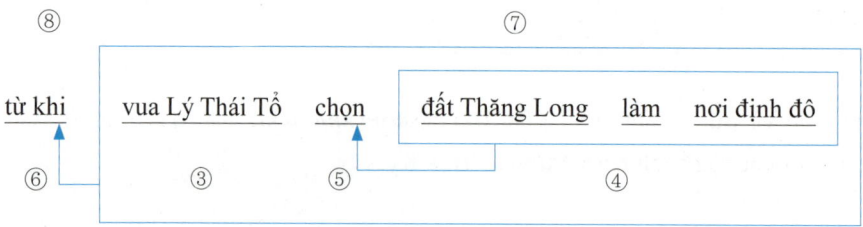

(해석) ① 대행사 개막식의 환영사에서, ② 팜꽝응이 정치부 위원은 ③ 리타이또왕이 ④ 탕롱땅을 도읍으로 ⑤ 정할 ⑥ 때 부터 ⑦ 탕롱 하노이의 건국과 나라를 지켜온 1000년 역사의 문화 역사 전통을 ⑧ 다시 한번 되새겼습니다.

② ① Trong giờ phút trang trọng này, những công dân của Thủ đô Hà Nội của Tổ quốc Việt Nam Xã hội chủ nghĩa và kiều bào ta ở nước ngoài, bày tỏ lòng thành kính và biết ơn ⑤ công lao trời biển của các bậc tiên nhân ④ đã hiến dâng trí tuệ, sức lực và máu xương.
③ ②

(해석) ① 엄숙한 이 시간에, 베트남 사회주의 조국의 수도 하노이 시민들과 해외에 있는 교포들은, ② 지혜와 몸을 ③ 바친 ④ 선조들의 헤아릴 수 없는 업적에 ⑤ 진심어린 존경과 감사하는 마음을 표했습니다.

BÀI THỰC HÀNH DỊCH

BÀI 9

Cố đô Huế (고도 훼) - di sản văn hoá Thế giới độc đáo của Việt Nam

Trong gần 400 năm (1558–1945), Huế đã từng là thủ phủ của 9 đời chúa Nguyễn ở Đàng Trong, là kinh đô của triều đại Tây Sơn, rồi đến kinh đô của quốc gia thống nhất dưới 13 triều vua Nguyễn.

Nói đến Huế, người ta nghĩ ngay đến những thành quách, cung điện vàng son, những đền đài lộng lẫy, những lăng tẩm uy nghiêm, những thắng tích thiên nhiên thợ trời khéo tạc.

Nằm giữa lòng Huế, bên bờ Bắc của con sông Hương chảy xuyên qua từ Tây sang Đông, hệ thống kiến trúc biểu thị cho quyền uy của chế độ trung ương tập quyền Nguyễn vẫn đang sừng sững trước bao biến động của thời gian.

Đó là Kinh thành Huế, Hoàng thành Huế, Tử Cấm thành Huế, ba toà thành lồng vào nhau được bố trí đăng đối trên một trục dọc xuyên suốt từ mặt Nam ra mặt Bắc.

Hệ thống thành quách ở đây là một mẫu mực của sự kết hợp hài hoà nhuần nhuyễn giữa tinh hoa kiến trúc Đông và Tây, được đặt trong một khung cảnh thiên nhiên kỳ thú với nhiều yếu tố biểu tượng sẵn có tự nhiên đến mức người ta mặc nhiên xem đó là những bộ phận của Kinh thành Huế – đó là núi Ngự Bình, dòng Hương Giang, cồn Nghĩa Viễn, cồn Bộc Thanh…

Xa xa về phía Tây của Kinh thành, nằm hai bên bờ sông Hương lăng tẩm của các vua Nguyễn được xem là những thành tựu của nền kiến trúc cảnh vật hóa. Lăng vua đôi khi lại là một cõi thiên đường tạo ra cho chủ nhân hưởng thú tiêu dao lúc còn sống, rồi sau đó mới trở thành cõi vĩnh hằng khi bước vào thế giới bên kia. Hàm nghĩa như vậy nên kiến trúc lăng tẩm ở đây mang một phong thái hoàn toàn riêng biệt của Việt Nam.

Mỗi lăng vua Nguyễn đều phản ánh cuộc đời và tính cách của vị chủ nhân đang yên nghỉ: Lăng Gia Long mộc mạc nhưng hoành tráng giữa núi rừng trùng điệp khiến người xem cảm nhận được hùng khí của một chiến tướng từng trải trăm trận, lăng Minh Mạng uy nghi bình chỉnh đăng đối giữa rừng núi hồ ao được tôn tạo khéo léo, hẳn có thể thấy được hùng tâm đại chí của một chính trị gia có tài và tính cách trang nghiêm của một nhà thơ, lăng Tự Đức thơ mộng trữ tình được tạo nên chủ yếu bằng sự tinh tế của con người, phong cảnh nơi đây gợi cho du khách hình ảnh của một tao nhân mang nặng nỗi niềm trắc ẩn bởi tâm huyết của một nhà vua không thực hiện được qua tính cách yếu ớt của một nhà thơ.

Ngày 11 tháng 12 năm 1993, cả nước hân hoan đón mừng Quần thể di tích Cố đô được

UNESCO công nhận là Di sản Văn hoá thế giới. Ngày 7 tháng 11 năm 2003 vừa qua khi Âm nhạc cung đình Huế: Nhã Nhạc (triều Nguyễn) đã được UNESCO ghi tên vào danh mục Các Kiệt tác Di sản phi vật thể của nhân loại. Với một công cuộc bảo tồn lớn lao theo những tiêu chuẩn cao nhất của Di sản Thế giới, kho tàng văn hoá Huế sẽ còn nở rộ những đoá hoa nghệ thuật khác nữa. 'Huế sẽ mãi mãi được giữ gìn' cho Việt Nam và cho thế giới, mãi mãi là niềm tự hào của chúng ta.

TỪ MỚI

1. **Thủ phủ** : 수도

2. **Danh lam cổ tự** : 고찰 (오래된 절/사찰)

3. **Trầm tư** : 깊은 생각에 잠긴, 묵념

4. **U tịch** : 한적한

5. **Sừng sững** : 당당한, 으리으리한, 어마어마한
   – Vách núi sừng sững : 어마어마한 절벽
   – Người lạ đứng sừng sững trước mặt : 바로 앞을 가로막고 서 있는 낯선사람

6. **Biến động** : 변화
   – Biến động của thời gian : 세월의 변화
   – Biến động của thị trường : 시장의 변화
   – Biến động của giá cả : 가격의 변화

7. **Trục dọc** : 세로축, 수직축
   – Trục ngang : 가로축, 수평

8. **Hoà** : 혼합하다, 섞다, 조화되다, 어우러지다
   – Hoà vào thiên nhiên : 자연과 어우러지다, 조화되다
   – Hoà vào không khí buổi lễ : 행사 분위기에 어울리다
   – Hoà vào bầu không khí tươi mới : 신선한(새로운) 분위기와 어울리다

9. **Thú tiêu dao** : 한가로움을 누리다, 여유를 즐기다

10. **Cõi vĩnh hằng** : 영원한 세계
    – Đi về cõi vĩnh hằng : 영원한 세계로 돌아가다

11. **Mộc mạc** : 간소한, 소박한

12. **Bình chỉnh** : 정연하게

13. **Tôn tạo** : 보수하다
    – Tôn tạo khéo léo : 정교하게(숙련된 솜씨로) 보수하다
    – Tôn tạo lại di tích : 유적을 보수하다

14. **Hùng tâm đại chí** : 웅대한 마음

15. **Trắc ẩn** : 연민의 정, 측은한 마음

16. **Quốc hồn quốc tuý** : 국가정신
    – Tinh thần mang ý nghĩa quốc hồn quốc tuý của dân tộc : 민족 고유의 정신, 민족의 국수적인 혼을 간직한 정신

17. **Kiệt tác** : 걸작, 명작
    – Kiệt tác di sản văn hoá : 문화유산 걸작
    – Kiệt tác để đời : 일생의 걸작

18. **Công cuộc** : 사업
    – Công cuộc bảo tồn : 보존사업
    – Công cuộc xây dựng đất nước : 국가건설 사업
    – Công cuộc khai phá đất hoang : 황무지 개간 사업

PHÂN TÍCH VÀ LUYỆN TẬP

I. Hãy dịch các cụm từ in đậm được gạch chân dưới đây sang tiếng Hàn

① ~ Hệ thống kiến trúc biểu thị cho quyền uy của chế độ **trung ương tập quyền** Nguyễn vẫn đang sừng sững trước bao biến động của thời gian.

1.1   Chế độ trung ương tập quyền : _____

1.2   Chế độ quân chủ lập hiến : _____

1.3   Chế độ dân chủ tư sản : _____

② Hệ thống thành quách ở đây là một mẫu mực của **sự kết hợp hài hoà** nhuần nhuyễn giữa tinh hoa kiến trúc Đông và Tây

2.1   Sự kết hợp hài hoà : _____

2.2   Sự kết hợp nhuần nhuyễn : _____

2.3   Sự kết hợp cân đối : _____

③ Ngày 11 tháng 12 năm 1993, cả nước **hân hoan đón mừng** Quần thể di tích Cố đô được UNESCO công nhận là Di sản Văn hoá thế giới.

3.1   Hân hoan đón mừng : _____

3.2   Tưng bừng chào đón : _____

3.3   Hân hoan chờ đợi : _____

II. Hãy tìm hiểu ý nghĩa các cách diễn đạt sau và tìm phương án dịch phù hợp

① **Nói đến ... người ta nghĩ ngay đến ~**

1.1   Nói đến Huế, người ta nghĩ ngay đến những thành quách, cung điện vàng son, đền đài .

_____

_____

Tương tự

1.2   Nói đến Venezuela là người ta nghĩ ngay đến đây là "cường quốc Hoa hậu".

_____

1.3   Nói đến 2 từ doanh nhân, người ta thường nghĩ ngay đến những con người giàu có và bận rộn với công việc.

1.4 Khi nói đến Nha Trang–Khánh Hòa người ta thường nghĩ đến quê hương của rừng rậm – biển yến, nơi đón nhận những ánh nắng ban mai đầu tiên của đất nước.

② **phản ánh ~**

2.1 Mỗi lăng vua Nguyễn đều phản ánh cuộc đời và tính cách của vị chủ nhân đang yên nghỉ.

<u>Tương tự</u>

2.2 Sức mạnh của nền kinh tế phản ánh giá trị của đồng tiền.

2.3 Festival biển Nha Trang phản ánh giá trị văn hóa truyền thống và đương đại.

2.4 ~ mỗi một phương thức sản xuất có một quy luật kinh tế tuyệt đối, quy luật phản ánh mối quan hệ kinh tế bản chất nhất của phương thức sản xuất đó.

BÀI THỰC HÀNH DỊCH

BÀI 10

Phở (쌀국수)

Người Việt Nam có thể chưa ăn bánh bao, chưa ăn mì vằn thắn nhưng chắc chắn rằng ai cũng đã ăn phở. Dù đi đâu xa người ta cũng không quên được phở − món ăn với đầy đủ hương vị ngọt, thơm…

Hãy thử đi qua một quán phở xem, bạn sẽ thấy những gì? Nào là một bó hành, nào là mấy quả ớt đỏ, nào là những miếng thịt bò tươi, nào là một con gà luộc, nào là nồi nước dùng đang bốc hơi thơm phức. Những ngày trời lạnh, nhìn cảnh ấy người ta luôn cảm thấy ấm áp.

Phở xuất hiện rộng rãi vào đầu thế kỷ XX. Trước đó chưa có phở mà chỉ có một món ăn na ná giống phở. Đó là một loại canh thịt trâu ăn với bún. Sau đó những người bán hàng đã cải tiến, thay thịt trâu bằng thịt bò và thay bún bằng bánh phở. Lẽ ra khi thay đổi nguyên liệu như vậy thì gia vị cũng phải thay đổi, nhưng những người bán hàng đã không làm thế.

Nên thời gian đầu, cũng như món bún thịt trâu, phở chỉ phổ biến ở các bến cảng, nơi có nhiều công nhân làm việc. Nhưng dần dần phở cũng lan vào thành phố.

Từ đó cách ninh xương hoặc thêm bớt gia vị cũng luôn thay đổi. Đó là món ăn bình dân nên các hàng phở bán rong rất nhiều. Những quán phở cũng rất đơn giản, xuềnh xoàng và mang dáng vẻ nghèo nàn, những năm 1918 − 1919 phở mới bắt đầu trở thành món ăn của mọi người. Các hàng phở đua nhau mọc lên và đua nhau cải tiến chất lượng. Đầu tiên ở các quán chỉ có Phở bò chín nhưng sau có thêm Phở bò tái, phở xào, đầu tiên chỉ có phở bò sau đó thêm phở gà.

Những năm gần đây nghệ thuật xào nấu phở đã đạt tới đỉnh cao. Dù ở mỗi địa phương phở có một mùi vị khác nhau nhưng đó luôn là món ăn ngon và hợp túi tiền với tất cả mọi người.

(Nguồn: Thực hành tiếng Việt, NXB ĐHQG Hà Nội, 2001)

TỪ MỚI

1. Hương vị ngọt, thơm : 구수하고 달콤한 냄새

2. Nước dùng : 육수

3. Bốc hơi : 김이 오르다, 증발하다, 연기처럼 사라지다
- Món đồ của tôi để đây, bỗng chốc không tìm thấy, cứ như thể nó đã bốc hơi đi đâu.
내 물건이 여기 있었는 데 갑자기 보이지 않는 데 연기처럼 어디로 사라졌어.
- Không một ai có liên lạc của anh ấy, như thể anh ấy đã bốc hơi khỏi trái đất này.
그 사람과 연락하는 사람이 한명도 없는 걸 보니 그 사람은 이 지구에서 사라졌나 봐.

4. Thơm phức : 좋은 향기가 감돌다

5. Cảm thấy ấm áp : 따뜻함을 느끼다
- Để thấy ấm áp trong mùa đông, bạn phải nắm tay một ai đó.
겨울을 따뜻하게 느끼려면 누군가 옆에 있어야 해.

6. Rộng rãi : 넓은, 여유있는
- Tiếng thơm lan truyền rộng rãi : 좋은 말은 널리 퍼진다.

7. Gia vị : 맛을 내다, 조미를 하다, 양념

8. Bến cảng : 항구, 부두
- Chính phủ đang có kế hoạch đầu tư mở rộng bến cảng Hải Phòng.
정부는 하이퐁항 투자확대 계획을 가지고 있다.

9. Phổ biến : 일반적, 인기, 널리 선전하다(보급하다)
- Phổ biến kiến thức vệ sinh an toàn thực phẩm là một trong số những công việc sẽ thực hiện trong hoạt động tình nguyện mùa hè năm nay.
식품 안전위생의식의 보급은 이번 여름 봉사활동 실천 업무 중 하나이다.

10. Lan vào ~ : ~로 퍼지다
- Cỏ mọc lan cả vào sân : 풀이 뜰 가득히 자랐다.
- Giàn bí lan vào đến tận cửa sổ : 호박 줄기가 창문까지 펴져 있었다.

11. Ninh xương : 뼈를 고다

12. Bán rong : 길에서 팔다, 행상하다
- Tiếng rao mời mua hàng của những người bán hàng rong hàng ngày đi bộ qua những dãy phố thật quen thuộc. : 날마다 거리를 지나며 물건을 파는 행상인의 소리가 익숙하다.

– Với một đòn gánh trên vai, người phụ nữ ấy đã 40 năm nay bán rong và nuôi gia đình.
그여자는 40년간 어깨위에 지게를 지고 행상을 하여 가족을 부양했다.

13. Đơn giản, xuềnh xoàng : 간단하고 평범한, 검소한

– Nhìn cảnh đồ đạc trong nhà xuềnh xoàng là có thể đoán được điều kiện sống của gia chủ không mấy đầy đủ.
간단한 살림살이를 보면 가장의 충분하지 않은 생활여건을 추측할 수 있다.

– Sự đơn giản trong thiết kế nội thất khiến con người có cảm giác rộng rãi hơn.
인테리어의 단순함은 사람으로 하여금 더 넓게 느낄 수 있게 한다.

14. Đua nhau mọc lên : 경쟁하듯이 생겨나다

– Sau cuộc vận động xóa các quảng cáo trên tường thì những biển quảng cáo di động lại đua nhau mọc lên như nấm sau mưa.
벽의 광고없애기 운동 이후 이동 광고판들이 비 온 후 버섯처럼 서로 경쟁하듯이 다시 생겨났다.

– Sau khi con đường được xây dựng xong, các cửa hàng cửa hiệu đua nhau mọc lên, chỉ trong mấy tháng cả con phố đã hoàn toàn thay da đổi thịt.
길이 만들어지고 난 후 가게들이 경쟁하듯이 생겨나서 단 몇 개월만에 거리 전체가 완전히 변했다.

15. Nghệ thuật xào nấu : 요리기술

PHÂN TÍCH VÀ LUYỆN TẬP

I. Hãy dịch các cụm từ in đậm được gạch chân dưới đây sang tiếng Hàn

① Các hàng phở đua nhau mọc lên và *đua nhau* cải tiến chất lượng.

1.1 Đua nhau mọc lên: _____

1.2 Đua nhau cải tiến chất lượng: _____

1.3 Đua nhau làm giàu: _____

II. Hãy tìm hiểu ý nghĩa các cách diễn đạt sau và tìm phương án dịch phù hợp

① nào là .... nào là ....

1.1 ~ **nào là** một bó hành, nào là mấy quả ớt đỏ, **nào là** những miếng thịt bò tươi, **nào là** một con gà luộc, **nào là** nồi nước dùng đang bốc hơi thơm phức.

<u>Tương tự</u>

1.2 **Nào là** tắm, **nào là** giặt, **nào là** đi chợ, bao nhiêu là việc!

1.3 Một buổi sáng, người mẹ trong gia đình **nào là** đánh thức cả nhà, nấu ăn sáng, thu xếp cặp sách và đưa con đến trường, rồi thì đi đến sở làm, thật là bận rộn.

② Lẽ ra.... nhưng ....

2.1 **Lẽ ra** khi thay đổi nguyên liệu như vậy thì gia vị cũng phải thay đổi, **nhưng** những người bán hàng đã không làm thế.

<u>Tương tự</u>

2.2 **Lẽ ra** tôi phải hỏi ý kiến anh **nhưng** tôi đã không làm thế.

2.3 Đời sống **lẽ ra** đơn giản, **nhưng** bị con người làm thành phức tạp.

2.4　**Lẽ ra** anh phải thông cảm cho tôi chứ anh lại đi chỉ trích tôi như vậy à?

2.5　Tổng công ty Xăng dầu Việt Nam (Petrolimex) thừa nhận **lẽ ra** có thể giảm giá bán lẻ trong tháng 6 **nhưng** đơn vị này chưa thể ra quyết định vì còn vướng khoản lỗ do bình ổn giá lên tới 2.000 tỷ đồng trong quý I.

2.6　Có một việc **lẽ ra** Hà Nội đã phải làm từ lâu, **nhưng** giờ mới trở thành hiện thực. Đó là gắn biển mới cho những đường phố mang tên nhân vật lịch sử.

③ ... đạt tới đỉnh cao

3.1　Những năm gần đây nghệ thuật xào nấu phở đã **đạt tới đỉnh cao**.

3.2　Tất cả các thành viên trong võ đường luôn cố gắng từng bước để **đạt tới những đỉnh cao** của võ thuật.

3.3　Mặc dù đang thi đấu vô cùng ấn tượng trong màu áo Real Madrid với 131 bàn thắng sau 132 trận, song tiền vệ Cristiano Ronaldo vẫn cho rằng anh **chưa đạt tới đỉnh cao** của sự nghiệp.

III. Xem cấu trúc câu sau

- **có thể chưa + (V1) nhưng chắc chắn rằng ai cũng đã (V2)**

  아직 (동사)를 하지 않을 수는 있지만 (분명한 것은) 누구라도 ~했을 것이다.

- Người Hà Nội có thể chưa đi vịnh Hạ Long nhưng chắc chắn rằng ai cũng đã đi 36 phố phường.

  하노이 사람이라면 하롱베이를 아직 못 갔을 수는 있지만 36거리는 누구라도 가보았을 것이다.

BÀI THỰC HÀNH DỊCH

BÀI 11

Phát triển kinh tế Việt Nam (베트남 경제 발전)

Những năm gần đây, Việt Nam đạt mức tăng trưởng GDP khoảng 7% do chính sách phát triển kinh tế hiệu quả. Nhiều chuyên gia kinh tế thế giới đánh giá Việt Nam hiện đang là một trong những nước có nền kinh tế năng động, có tốc độ tăng trưởng cao nhất thế giới.

Trước đây 20 năm, Việt Nam nằm trong nhóm quốc gia nghèo nhất, chậm phát triển nhất thế giới. Năm 1986, nhờ chính sách đổi mới, đường lối đối ngoại rộng mở đã đưa đất nước dần thoát khỏi khủng hoảng và ngày càng phát triển. Năm 1987 luật đầu tư được ban hành đã góp phần tích cực vào công cuộc đổi mới đất nước.

Cục trưởng cục đầu tư, Bộ Kế hoạch và đầu tư cho rằng: "20 năm qua với những kết quả đạt được, đã cho thấy đầu tư nước ngoài góp phần hết sức to lớn trong thành tựu chung của đất nước. Đầu tư nước ngoài đã giúp chuyển dịch cơ cấu kinh tế của đất nước theo hướng công nghiệp hóa và hiện đại hóa. Việc chúng ta đã trở thành thành viên của tổ chức thương mại thế giới đã chứng tỏ rằng những thành tích của Việt Nam đã nâng cao hơn vị thế và vai trò của Việt Nam trên trường quốc tế. Và Kinh tế Việt Nam đạt kết quả tích cực trong năm 2019 với tốc độ tăng trưởng GDP ước đạt 7,02%, nhưng trong đó đầu tư nước ngoài trên 20% cho thấy tốc độ phát triển rất cao của đầu tư nước ngoài đã giúp cho tốc độ phát triển chung của nền kinh tế."

Nhờ đường lối đối ngoại rộng mở nên vị thế Việt Nam ngày càng được nâng cao trên trường quốc tế. Với bạn bè trên toàn thế giới, Việt Nam hiện nay là đất nước hòa bình, là điểm đến an toàn, thân thiện, hữu nghị và hợp tác.

Năm 2006, Việt Nam tổ chức thành công hội nghị APEC và chính thức gia nhập WTO. Năm 2007, Việt Nam trở thành thành viên không thường trực của Hội Đồng Bảo An Liên Hợp Quốc.

Tăng trưởng GDP cao và ổn định đã góp phần thu hút ngày càng mạnh nguồn vốn ODA để nâng cấp và xây dựng cơ sở hạ tầng, tăng cường hội nhập quốc tế và thu hút đầu tư nước ngoài. Do việc sử dụng nguồn vốn ODA có hiệu quả nên năm 2019 các nhà tài trợ quốc tế cam kết đầu tư 29 tỷ đô la Mỹ nguồn vốn ODA vào Việt Nam. Đó cũng là con số kỷ lục so với trước đây.

Thông qua đầu tư trực tiếp nước ngoài, Việt Nam đã du nhập những công nghệ hiện đại thuộc nhiều lĩnh phát triển về một số ngành công nghiệp mũi nhọn của đất nước, phát triển nhiều ngành cần nhiều lao động, nguyên liệu trong nước… Thành phố Hà Nội và các tỉnh Vĩnh Phúc, Bắc Ninh, Hà Tây, Hải Phòng, Quảng Ninh là những địa phương thu hút vốn đầu tư nước ngoài lớn nhất miền bắc Việt Nam.

Năm 2019, các nhà đầu tư nước ngoài đã đầu tư vào 19 ngành lĩnh vực, trong đó đầu tư tập trung nhiều nhất vào lĩnh vực công nghiệp chế biến, chế tạo với tổng số vốn đạt 24,56 tỷ USD. Trong đó có những dự án lớn như Khu công nghệ cao Hòa Lạc là một dự án trọng điểm quốc gia và dự án Tổ hợp vui chơi giải trí đa năng – trường đua ngựa (Hàn Quốc), dự án LG Display Hải Phòng (Hàn Quốc) điều chỉnh tăng vốn đầu tư thêm 410 triệu USD.

Tới nay, Việt Nam đã có hàng ngàn công ty nước ngoài với dự án FDI ở Việt Nam, trong đó ngày càng có nhiều tập đoàn, công ty xuyên quốc gia lớn có năng lực về tài chính và công nghệ cao.

TỪ MỚI

1. Chính sách phát triển kinh tế hiệu quả : 효과적인 경제발전 정책

2. Kinh tế năng động : 역동적인 경제, 활발한 경제
- Nền kinh tế việt nam được xếp vào một trong số những nền kinh tế năng động nhất.
  베트남 경제는 가장 역동적인 경제 중 하나가 되었습니다.
- Sáu tháng đầu năm 2003, các tỉnh, thành phố trong vùng kinh tế trọng điểm phía Nam bao gồm Tp.HCM, Đồng Nai, Bà Rịa-Vũng Tàu, và Bình Dương, vẫn duy trì được tốc độ tăng trưởng kinh tế cao,đảm bảo là vùng kinh tế năng động nhất cả nước.
  2003년 전반기, 남부의 호치민, 동나이, 바리아 붕따우와 빈즈엉시를 포함하는 중점 경제지역의 시와 성들은 전국에서 가장 활발한 경제구역을 보장하고 여전히 고속 경제성장을 유지하고 있다.

3. GDP [Gross Domestic Product] : 국내총생산
- GDP là một trong những chỉ số cơ bản để đánh giá sự phát triển kinh tế của một vùng lãnh thổ nào đó.
  GDP는 어느 국가(영토)의 경제발전을 평가하는 기본 지수들 중 하나이다.
- Bộ Kế hoạch và Đầu tư dự báo tốc độ tăng trưởng tổng sản phẩm trong nước (GDP) 6 tháng đầu năm nay có thể thấp hơn mức 6,16% nửa đầu năm ngoái.
  투자계획부는 올해 전반기 국내 총생산(GDP) 성장속도가 작년 전반기의 6,16%보다 낮을 것으로 예상했다.

4. Đường lối đối ngoại : 외교노선
- Thực tiễn 20 năm qua đã khẳng định đường lối đối ngoại độc lập, tự chủ, hòa bình, hợp tác và phát triển của Đảng ta là hoàn toàn đúng đắn.

지난 20년 동안 우리 당의 독자적인 외교노선과 자주, 평화, 협력과 발전 방향(노선)은 전적으로 옳았다고 단언하였다.
- Kế thừa đường lối đối ngoại của 25 năm Đổi mới, đường lối đối ngoại Đại hội XI có những bổ sung, phát triển phù hợp với tình hình mới.
도이모이 25년의 외교노선의 계승을 위해 11차 전당대회에서는 새로운 상황에 부합하는 발전을 위해 외교노선이 보완되었다.

5. **Khủng hoảng**: 위기
    - khủng hoảng kinh tế : 경제위기
    - khủng hoảng hạt nhân : 핵위기
    - khủng hoảng lương thực : 식량위기

6. **Ban hành**: 제정되다, (법을) 공포하다
    - ban hành luật đầu tư : 투자법 공포

7. **Chuyển dịch**: 이전하다, 전환하다
    - chuyển dịch cơ cấu kinh tế : 경제구조의 전환
    - chuyển dịch chính sách đầu tư : 투자정책의 전환

8. **Tổ chức thương mại thế giới** : 세계무역기구 (**WTO**)

9. **Gia nhập** : 가입하다
    - Gia nhập WTO : WTO 가입
    - Gia nhập hội những người thích độc thân : 독신주의자 모임에 가입하다

10. **Thành viên** : 회원, 의원
    - Thành viên chính thức : 정식회원 (공식회원)
    - Thành viên không chính thức : 비공식회원
    - Thành viên hội đồng quản trị : 이사회 의원
    - Thành viên hội đồng thẩm định : 심사위원회 의원
    - Thành viên không thường trực của Hội Đồng Bảo An Liên Hợp Quốc : UN 안보리 비상임이사국 회원

11. **Nâng cấp** : 향상시키다
    - Trung Quốc - Miama nâng cấp quan hệ thành đối tác chiến lược.
    중국과 미얀마는 전략적 파트너 관계로 격상되었다.
    - Trung tâm ABC chuyên cung cấp dịch vụ nâng cấp máy tính.
    ABC 센터는 컴퓨터 향상 서비스를 전문적으로 제공한다.

12. **Xây dựng cơ sở hạ tầng** : 인프라를 건설하다, 인프라를 구축하다

13. **Tăng cường** : 강화하다

- tăng cường hợp tác quốc tế : 국제협력 강화
- tăng cường quan hệ với đối tác : 파트너와의 관계 강화 (파트너쉽 향상)
- tăng cường khả năng cạnh tranh : 경쟁능력의 강화

14. Cơ cấu
- cơ cấu kinh tế : 경제구조
- cơ cấu truyền thống : 전통구조

15. **Thu hút** : 끌어들이다, 유치하다
- thu hút đầu tư nước ngoài : 외국투자를 유치하다
- thu hút sự quan tâm của khách hàng : 고객(손님)의 관심을 끌어들이다
- thu hút sự chú ý của người xem : 관객의 관심을 끌다

16. **Nguồn vốn** : 자금, 자본금
- nguồn vốn ODA : ODA 자금
- nguồn vốn từ trái phiếu chính phủ : 정부채권 자본금
- nguồn vốn vay : 대출자금
- nguồn vốn cố định : 부동자금, 고정자본
- nguồn vốn trên thị trường tài chính : 재정시장의 자본
- nguồn vốn trên sàn giao dịch chứng khoán : 증권시장의 자본금

17. **Cam kết** : 약속하다. 맹세하다, 서약하다
- Phần cam kết chung : 공동서약 (부분)
- Nội dung cam kết : 서약내용
- Cam kết bảo vệ môi trường : 환경 보호 서약
- Hai bên cùng cam kết thực hiện đúng thời hạn ghi trong hợp đồng : 양측은 계약서에 기재된 기간내에 실행할 것을 서약했다.

18. **Con số** : 숫자, 지수, 수치

19. **Dự án lớn** : 대형 프로젝트, 대형사업

20. **Khu công nghệ cao** : 하이테크 공단, 첨단기술 공단

21. **Công ty xuyên quốc gia** : 다국적 기업 (**TNCs : transnational corporations**)
- Một công ty xuyên quốc gia là một doanh nghiệp được cấu thành bởi các thực thể ở ít nhất 2 nước, các thực thể này hoạt động dưới một hệ thống ra quyết định chung và định hướng chiến lược phát triển chung.
초국가적 기업이란 최소한 2개국 이상의 독립체로 조직되어 있고 각 독립체는 공동결정 시스템과 공동발전 전략으로 활동하는 기업이다.
- Công ty xuyên quốc gia bao gồm công ty mẹ ở một nước, và thực hiện các đầu tư FDI ra

nước ngoài để hình thành các công ty con.
다국적기업은 한 국가에 모기업을 두고 자기업을 만들기 위해 외국에 FDI 투자를 한다.

– Dấu vết của các công ty xuyên quốc gia được các nhà lịch sử lần theo từ thế kỉ thứ 17 – kỉ nguyên của các cuộc khám phá ra vùng đất mới và xâm chiếm thuộc địa.
역사학자들에 의하면 다국적기업의 흔적은 신대륙발견과 정복의 시대인 17세기부터 라고 본다.

22. **Dự án** : 사업, 프로젝트
   – dự án đầu tư nước ngoài : 해외투자 프로젝트
   – dự án xây dựng đường xá : 도로건설 프로젝트
   – dự án FDI ở Việt Nam : 베트남 외국인직접투자 프로젝트(사업)

23. **Dự án trọng điểm** : 중점사업, 중점 프로젝트
   – dự án trọng điểm quốc gia : 국가 중점사업
   – rà soát lại danh mục các dự án trọng điểm trên cả nước 전국의 중점사업 항목에 대한 조사

24. **Năng lực về tài chính** : 재정능력 (자본력)

25. **Tập đoàn** : 대기업

PHÂN TÍCH VÀ LUYỆN TẬP

I. Hãy dịch các cụm từ in đậm được gạch chân dưới đây sang tiếng Hàn

①

1.1 Thông qua đầu tư trực tiếp nước ngoài, Việt Nam đã du nhập những công nghệ hiện đại thuộc nhiều lĩnh phát triển về một số ngành **công nghiệp mũi nhọn** của đất nước, phát triển nhiều ngành cần nhiều lao động, nguyên liệu trong nước…

....

....

....

1.2 Trong vòng 5 năm tới, những ngành nào sẽ là các ngành **công nghiệp mũi nhọn** của Việt Nam?

1.3 Việt nam cần phải tiến hành kiểm tra, đánh giá xem ngành nào có khả năng trở thành ngành **công nghiệp mũi nhọn**, qua đó hỗ trợ kịp thời và đúng đắn cho sự phát triển của ngành theo tiêu chí "có lựa chọn và tập trung".

II. Hãy tìm hiểu ý nghĩa các cách diễn đạt sau và tìm phương án dịch phù hợp

① ..... nhờ ~

1.1 Năm 1986, **nhờ** chính sách đổi mới, đường lối đối ngoại rộng mở đã đưa đất nước dần thoát khỏi khủng hoảng và ngày càng phát triển.

Tương tự

1.2 Địa ốc chờ tan băng **nhờ** phao cứu sinh của ngân hàng.

1.3 Thị trường chứng khoán Mỹ tăng mạnh phiên thứ hai **nhờ** triển vọng GDP lạc quan của nền kinh tế Trung Quốc.

② ..... góp phần tích cực vào ~

2.1   Năm 1987 luật đầu tư được ban hành đã **góp phần tích cực vào** công cuộc đổi mới đất nước.

2.2   Việt Nam đã **góp phần** tích **cực vào** sự phát triển của Asian.

2.3   Phòng chống tham nhũng **góp phần** tích cực vào phát triển đất nước.

2.4   Hoạt động khuyến công **góp phần** tích **cực vào** phát triển công nghiệp nông thôn.

2.5   Nghiên cứu khoa học **góp phần** nâng cao trình độ giảng viên đại học để dạy tốt

③ ..... chứng tỏ rằng ~

3.1   Việc chúng ta đã trở thành thành viên của tổ chức thương mại thế giới đã **chứng tỏ rằng** những thành tích của Việt Nam đã nâng cao hơn vị thế và vai trò của Việt Nam trên trường quốc tế."

Tương tự

3.2   Câu chuyện ấy một lần nữa **chứng tỏ rằng** tình yêu không có tuổi.

3.3 Nhà thiết kế đã **chứng minh rằng** vẻ đẹp không có bất kỳ giới hạn hay khuôn mẫu nào.

BÀI THỰC HÀNH DỊCH

BÀI 12

Ùn tắc giao thông ở TP.HCM là vấn đề của cả nước (호치민의 교통정체는 전국의 문제)

Phó Thủ tướng Hoàng Trung Hải nhấn mạnh tình trạng ùn tắc giao thông tại Thành phố Hồ Chí Minh như hiện nay không chỉ là vấn đề của riêng thành phố mà là vấn đề được người dân cả nước quan tâm.

Ngày 28 tháng 12, phát biểu tại buổi làm việc với lãnh đạo Thành phố Hồ Chí Minh về tình hình ùn tắc giao thông tại Hà Nội và Thành phố Hồ Chí Minh, Phó Thủ tướng cũng cho rằng ùn tắc làm ảnh hưởng đến phát triển kinh tế-xã hội của thành phố, ảnh hưởng đến tình hình phát triển chung của cả nước.

Phó Thủ tướng đề nghị Thành phố cần tập trung trước mắt việc đẩy mạnh và làm thường xuyên hơn công tác tuyên truyền nhằm tạo chuyển biến tích cực trong ý thức của người dân tham gia giao thông.

Bên cạnh đó, cũng cần chấn chỉnh trật tự lòng, lề đường, quản lý việc đỗ xe, quản lý taxi; đẩy nhanh các dự án phát triển hạ tầng giao thông, và nâng cấp chất lượng xe buýt.

Thành phố cũng đã thực hiện một số biện pháp nhằm kéo giảm ùn tắc giao thông nhưng tình hình ùn tắc giao thông trên địa bàn thành phố vẫn diễn biến hết sức phức tạp.

Từ đầu năm đến hết tháng 11, trên địa bàn thành phố đã xảy ra 69 vụ ùn tắc giao thông lớn, kéo dài trên 30 phút, tăng 25 vụ so với cùng kỳ 2008, đồng thời các vụ ùn ứ với thời gian ngắn đã xuất hiện nhiều hơn, dày hơn tại nhiều nơi trên địa bàn.

Lãnh đạo Thành phố Hồ Chí Minh nhìn nhận công tác kéo giảm ùn tắc giao thông trên địa bàn thành phố còn nhiều hạn chế.

Nguyên nhân khách quan là dân số đông và phương tiện giao thông tăng quá nhanh. Nguyên nhân chủ quan là cơ sở hạ tầng còn thiếu và yếu kém, chưa phát triển kịp để đáp ứng nhu cầu giao thông đô thị, cũng như việc phát triển đô thị tập trung quá cao ở khu trung tâm thành phố.

TỪ MỚI

1. **Nhấn mạnh** : 강조하다
   - nhấn mạnh về một việc : 어떤 일을 강조하다
   - Trong cuộc họp lần này, vị đại diện phía đối tác đặc biệt nhấn mạnh về những khó khăn trong công tác kiểm tra đánh giá.
   이번 회의에서 특별 합력파트너 대표는 평가조사 업무의 어려움들에 대해 강조했다.
   - Giải quyết vấn đề bạo lực học đường là chủ đề được nhấn mạnh trong hội thảo hôm nay.
   학교 폭력문제 해결이 이번 세미나에서 강조된 주제이다.

2. **Ùn tắc** : 막히다
   - ùn tắc giao thông : 교통이 막히다, 교통정체
   - Ùn tắc giao thông là việc xảy ra hầu như ở tất cả các thành phố lớn.
   교통정체는 대부분의 대도시에서 일어나는 일이다.
   - Người dân ở đây đã quen với hiện tượng ùn tắc giao thông vào các giờ cao điểm.
   이 곳 사람들은 러시아워 시간의 교통체증 현상에 익숙하다.

3. **Phát biểu** : 발표하다
   - phát biểu ý kiến : 의견을 발표하다

4. **Buổi làm việc** : 업무회의
   - Trong buổi làm việc sáng nay, giám đốc đã quyết định cử anh Hòa và anh Bình đi công tác miền Nam một tuần.
   오늘 오전 업무회의에서 사장은 1주일간 미스터 화와 빙을 남부로 출장을 보내기로 결정하였다.
   - Buổi làm việc đã kết thúc tốt đẹp bởi tất cả những thành phần tham gia đều tương đối hài lòng về những điều đã thương thảo.
   참가한 모든 회원들이 협의된 것들에 대해 상당히 만족하였기 때문에 회의는 훌륭히 마무리되었다.

5. **Đề nghị**
   (1) 건의하다
   - đề nghị tăng lương : 봉급을 올릴 것을 건의하다
   (2) 제의하다, 의견을 내다, 의견을 제출하다
   - Tôi đề nghị lên đường sớm : 나는 일찍 출발할 것을 제의했다.
   (3) 요구하다, 당부하다
   - Đề nghị giữ trật tự : 질서를 지킬 것을 요구하다 (질서를 지키세요!)
   - Đề nghị xuất trình giấy tờ : 서류를 보여줄 것을 요구하다 (서류를 보여 주세요!)

6. Người dân tham gia giao thông : 교통참가자
- Phải khẳng định rằng ở đây ý thức chấp hành luật đường bộ của người dân tham gia giao thông là chưa cao.
이곳의 교통참가자의 교통법규준수 의식이 아직 높지 않다는 것을 확인할 수 있다.
- Mỗi người tham gia giao thông phải có trách nhiệm với cá nhân mình và cả với những người tham gia giao thông khác.
모든 교통참가자는 개인인 자신과 다른 사람들(교통참가자)에 대한 책임감을 가져야 한다.

7. Đẩy mạnh : 강력하게 추진하다, 강화하다, 증대하다
- Đẩy mạnh công tác hợp tác quốc tế là nhiệm vụ ưu tiên trong giai đoạn hiện nay.
국제협력 강화는 현단계에서 가장 우선되는 임무이다.
- Đẩy mạnh việc cải thiện chất lượng đào tạo và nghiên cứu khoa học là định hướng của công tác lần này.
연구와 교육의 질적 개선의 강화가 이번 업무의 추진 방향이다.

8. Tuyên truyền : 선전하다, 홍보하다
- công tác tuyên truyền : 홍보활동
- phim tuyên truyền: 홍보영화

9. Chuyển biến : 변화, 바꾸다
- Bệnh tình đã có những chuyển biến tích cực.
병세는 긍정적인 변화가 있었다(병세가 호전되었다).
- Mối quan hệ giữa hai nước đã có những chuyển biến tích cực.
양국간의 관계는 긍정적인 변화가 있었다.
- Mọi người đều mong đợi sự chuyển biến trong thái độ và cách hành xử của anh ta.
모든 사람들은 다 그 사람의 처세와 태도의 변화를 기대한다.

10. Tập trung
(1) 집중하다, 모으다
- tập trung hết sức lực : 있는 힘을 다 모으다.
- Anh ấy tập trung học tập : 그는 한눈 팔지 않고 공부한다. (열심히 공부한다)
(2) 주력하다, 어떤 일을 하는 데 많은 노력을 하다
- Chính phủ đang tập trung giải quyết về ùn tắc giao thông.
정부는 교통정체를 해결하는 데 주력하고 있다.

11. Chấn chỉnh : 재조정하다, 다시 고치다
- chấn chỉnh lại hàng ngũ : 대오를 다시 조정하다.
- chấn chỉnh tổ chức : 재조직하다.

12. Lề đường(lề phố) : (차가 다니는 길 양쪽의) 보도

- lề vở : 노트 가장 자리
- kẻ lề : 가장 자리 줄 긋기

13. Lòng đường : 차도 (양쪽 보도 가운데 차가 다니는 길)

14. Dự án phát triển hạ tầng giao thông : 교통 인프라 프로젝트

15. Diễn biến : 변화하다

16. Hết sức : 전력을 다하다, 한계에 달하다, 최고로, 한없이, 더 할 수 없이
   (1) 최선을 다하다
   - Anh ta làm việc gì cũng làm hết sức mình. : 그는 어떤 일이든 자신의 최선을 다한다.
   (2) 소모하다 / 힘을 다 써버리다
   - Nó đã dùng hết sức rồi : 그는 그의 모든 힘을 소모했다.
   (3) phó từ: 매우
   - Công việc hết sức khó khăn : 매우 어려운 일

17. Nhìn nhận : 인식하다, 인정하다
   - Nhìn nhận sự thật của việc gì : 어떤 일의 사실을 인정하다.
   - Nó nhìn nhận lỗi của nó : 그는 자신의 실수를 인정했다.

18. Nguyên nhân khách quan : 객관적 원인
   - Trong mọi việc cần phải nhìn nhận từ những nguyên nhân khách quan trước, đừng việc gì cũng đổ tại nguyên nhân chủ quan.
   모든 일은 객관적 원인부터 파악해야 하고 어떠한 일의 원인이 주관적 원인에 있다고 전가하지 말아야 한다.
   - Sự cố lần này không hoàn toàn là bởi người ta chủ quan mà bởi một số nguyên nhân và điều kiện khách quan khác nữa.
   이번 사고는 절대로 사람의 주관적인 것 때문이 아니라 몇 가지 원인과 다른 객관적인 조건 때문이다.

PHÂN TÍCH VÀ LUYỆN TẬP

I. Hãy dịch các cụm từ in đậm được gạch chân dưới đây sang tiếng Hàn

① Thành phố cũng đã *<u>thực hiện một số biện pháp</u>* nhằm kéo giảm ùn tắc giao thông nhưng tình hình ùn tắc giao thông trên địa bàn thành phố vẫn diễn biến hết sức phức tạp.

1.1   Thực hiện một số biện pháp : _____

1.2   Thực thi một số chính sách : _____

1.3   Áp dụng một số điều khoản : _____

② ~ giao thông trên địa bàn thành phố vẫn *diễn biến hết sức phức tạp*.

_____

2.1   Tình hình giao thông diễn biến hết sức phức tạp : _____

_____

2.2   Bão số 8 vẫn diễn biến hết sức phức tạp : _____

2.3   Dịch cúm H5N1 vẫn diễn biến hết sức phức tạp : _____

_____

II. Hãy tìm hiểu ý nghĩa các cách diễn đạt sau và tìm phương án dịch phù hợp

① **Không chỉ là ~ mà là ~**

1.1   Phó Thủ tướng Hoàng Trung Hải nhấn mạnh tình trạng ùn tắc giao thông tại Thành phố Hồ Chí Minh như hiện nay **không chỉ là** vấn đề của riêng thành phố **mà là** vấn đề được người dân cả nước quan tâm.

_____

_____

_____

   Tương tự

1.2   Quan hệ giữa tập thể và cá nhân người làm lãnh đạo **không chỉ là** vấn đề riêng có ở Việt Nam **mà là** vấn đề của bất kỳ hệ thống chính trị nào.

1.3 Tình trạng bỏ trống diện tích đất trong các khu công nghiệp **không chỉ là** vấn đề lãng phí đất đai **mà còn** tạo một số hệ lụy xã hội trong tương lai nếu không được quan tâm ngay từ hôm nay.

② làm ảnh hưởng đến ~

2.1 Phó Thủ tướng cũng cho rằng ùn tắc **làm ảnh hưởng đến** phát triển kinh tế−xã hội của thành phố, ảnh hưởng đến tình hình phát triển chung của cả nước.

<u>Tương tự</u>

2.2 Trao đổi với VnExpress.net, Phó giám đốc Sở GD&ĐT Hà Nội Nguyễn Hiệp Thống cho rằng, nên điều chỉnh lại giờ tan học ca chiều bởi hiệu quả giảm ùn tắc không nhiều nhưng **làm ảnh hưởng** quá lớn **đến** sinh hoạt của các em.

2.3 Yếu tố thứ hai **ảnh hưởng đến** quyết định lựa chọn nơi làm việc đó là môi trường làm việc.

2.4 Thị trường BĐS có **ảnh hưởng đáng kể đến** nền kinh tế nhưng hiện nay các doanh nghiệp bất động sản lại không có khả năng đóng góp cho nền kinh tế, không tạo ra được việc làm và đang đứng trước nguy cơ phá sản.

③ Đáp ứng nhu cầu ~

3.1. Nguyên nhân chủ quan là cơ sở hạ tầng còn thiếu và yếu kém, chưa phát triển kịp để **đáp ứng nhu cầu** giao thông đô thị, cũng như việc phát triển đô thị tập trung quá cao ở khu trung tâm thành phố.

Tương tự

3.2 Công ty phát chuyển nhanh DHL vừa đưa vào sử dụng chiếc Boeing B727-200 kết nối tuyến hàng không TP.HCM và Bangkok (Thái Lan) nhằm **đáp ứng nhu cầu** xuất khẩu đang tăng của các doanh nghiệp Việt Nam.

3.3 Khai thác tối đa các giếng dầu là điều cần thiết để giúp **đáp ứng nhu cầu** năng lượng ngày càng tăng.

3.4 Trong phiên chất vấn sáng nay 24.11, Bộ trưởng Bộ GD−ĐT Phạm Vũ Luận cho biết cả nước đang thừa các trường đại học (ĐH) chất lượng thấp và thiếu trường chất lượng cao, cũng như nền giáo dục chưa **đáp ứng được nhu cầu** của đất nước.

BÀI THỰC HÀNH DỊCH

BÀI 13

WB tăng cường chiến lược tài trợ cho giáo dục
(월드뱅크는 교육 원조 전략 강화)

Ngày 29 tháng 3, Ngân hàng Thế giới (WB) đã công bố chiến lược giáo dục thực hiện trong thập kỷ mới (2010−2020), nhằm giúp các nước giảm đói nghèo và làm chủ tri thức và công nghệ mũi nhọn, phát huy tiềm năng tăng trưởng kinh tế xã hội dài hạn.

Theo Giám đốc về giáo dục của WB, các triển vọng thành công trong phát triển của một nước phụ thuộc vào tài năng và sức sáng tạo của công dân và người lao động. Đồng thời, khả năng của các bậc cha mẹ nuôi dạy được những người con khỏe mạnh, được giáo dục tốt và hạnh phúc cũng như mức độ thông minh và tính người của giới lãnh đạo cũng ảnh hưởng đến sự phát triển của nước đó. Vì vậy, đầu tư vào giáo dục là biện pháp tốt nhất để đạt được các thành công trong phát triển.

Chiến lược giáo dục cho thập kỷ mới của WB được xây dựng trên cơ sở những bài học rút ra từ các chiến lược giáo dục quốc gia và quốc tế nhằm thúc đẩy tiến trình thực hiện mục tiêu phát triển Thiên niên kỷ về giáo dục. Tài trợ của WB cho giáo dục từ năm 2000 đến năm 2015 đạt gần 4,4 tỷ USD. Trong đó, 2,1 tỷ USD là các khoản tín dụng không lãi dành cho các nước nghèo nhất ở châu Phi và các khu vực khác. 2,3 tỷ USD còn lại dành cho các nước có thu nhập trung bình trên thế giới.

Ngày 30 tháng 6 năm 2020, Ngân hàng Thế giới đã phê chuẩn khoản tài chính trị giá tổng cộng 422 triệu USD để hỗ trợ thành phố Vĩnh Long tăng khả năng chống chịu với biến đổi khí hậu và nâng cao chất lượng của ba trường đại học quốc gia Việt Nam.

(nguồn: TTXVN/Vienam+ Cập nhật ngày 07 Tháng Tư 2010, World Bank Vietnam 30/06/2020)

TỪ MỚI

1. Chiến lược : 전략
  − chiến lược phát triển kinh tế : 경제 발전 전략
  − chiến lược đúng đắn : 올바른 전략
  − chiến lược ưu tiên : 우선전략

2. Tài trợ : 자금조달, 원조
  − nhà tài trợ : 스폰서, 자금지원자
  − nguồn tài trợ : 자본출처, 자금원
  − đăng ký xin tài trợ : 원조신청, 후원신청
  − hạn mức tài trợ : 재정지원 한도

3. Công nghệ mũi nhọn : 핵심기술, 첨단 기술

4. Chiến lược giáo dục thực hiện : 교육실천 전략

5. Công bố : 공표하다, 발표하다
  − công bố kết quả nghiên cứu : 연구결과를 발표하다
  − công bố thành tích : 성과발표

6. Nuôi dạy : 양육하다
  − nuôi dạy con cái : 자녀를 양육하다
  − các cô nuôi dạy trẻ phải làm đúng chức năng nuôi và dạy trẻ em : 아동 보육교사는 어린이 양육과 교육을 올바르게 해야한다.

7. Tính người, nhân tính : 인성, 본성, 인정, 인심

8. Thiên niên kỷ : 천년

9. Tiến trình: 경과, 과정
  − tiến trình thực hiện : 실천 과정
  − tiến trình cải cách giáo dục giai đoạn đến năm 2015 : 2015년까지의 교육개혁 과정

10. Không lãi: 무이자
  − các khoản tín dụng không lãi : 무이자 신용 지불금
  − cho vay không lãi : 무이자 대출

11. Phê chuẩn : 승인하다

PHÂN TÍCH VÀ LUYỆN TẬP

I. Hãy dịch các cụm từ in đậm được gạch chân dưới đây sang tiếng Hàn

① ~ giúp các nước **giảm đói nghèo** và làm chủ tri thức và công nghệ mũi nhọn, phát huy tiềm năng tăng trưởng kinh tế xã hội dài hạn.

1.1 Giảm đói nghèo : _____

1.2 Xóa đói giảm nghèo : _____

1.3 Giảm lạm phát : _____

② Đầu tư vào giáo dục là **biện pháp tốt nhất** để đạt được các thành công trong phát triển.

2.1 Biện pháp tốt nhất: _____

2.2 Biện pháp tối ưu : _____

2.3 Phương thức tối ưu : _____

II. Hãy tìm hiểu ý nghĩa các cách diễn đạt sau và tìm phương án dịch phù hợp

① **Phụ thuộc vào ~**

1.1 Các triển vọng thành công trong phát triển của một nước **phụ thuộc vào** tài năng và sức sáng tạo của công dân và người lao động.

_____

_____

_____

Tương tự

1.2 Hiệu quả đầu tư **phụ thuộc vào** nghệ thuật điều hành.

1.3   Cô ấy sống quá **phụ thuộc vào** anh ta.

1.4   Theo thống kê của Vietnam Report, gần 80% vốn của nhà đầu tư bất động sản (BĐS) không **phụ thuộc vào** ngân hàng.

② ..... nhằm .....

2.1   Chiến lược giáo dục cho thập kỷ mới của WB được xây dựng trên cơ sở những bài học rút ra từ các chiến lược giáo dục quốc gia và quốc tế **nhằm** thúc đẩy tiến trình thực hiện mục tiêu phát triển Thiên niên kỷ về giáo dục.

Tương tự

2.2   Tất cả các lãnh đạo cấp cao đều được triệu hồi về cuộc họp **nhằm** bàn bạc phương án tháo gỡ khó khăn.

2.3   **Nhằm** thẳng **vào** bia và bắn.

2.4   Nước Anh tăng cường chiến dịch **nhằm vào** Lybia.

2.5 Đánh bom **_nhằm vào_** xe lãnh sự quán Mỹ tại Pakistan, 1 người chết và 3 người khác bị thương.

③ ..... trên cơ sở ~

3.1 Chiến lược giáo dục cho thập kỷ mới của WB được xây dựng **_trên cơ sở_** những bài học rút ra từ các chiến lược giáo dục quốc gia.

Tương tự

3.2 **_Trên cơ sở_** là kết quả điều tra đã thực hiện từ tháng 5 năm 2010 đến tháng 4 năm 2011 chúng tôi có thể kết luận như sau.

3.3 Vì thế việc hoàn thiện hợp đồng **_trên cơ sở_** đàm phán cũng là khâu hết sức quan trọng không thể bỏ qua.

④ ..... cũng như ~

4.1 Khả năng của các bậc cha mẹ nuôi dạy được những người con khỏe mạnh, được giáo dục tốt và hạnh phúc **_cũng như_** mức độ thông minh và tính người của giới lãnh đạo cũng ảnh hưởng đến sự phát triển của nước đó.

Tương tự

4.2   Tôi *cũng như* anh, chúng ta đều quan tâm đến vấn đề này như nhau.

....

4.3   Họ *cũng như* chúng ta, đều mong muốn lợi nhuận.

....

III. Xem cấu trúc câu dưới đây

Khả năng của các bậc cha mẹ nuôi dạy   được những người con khỏe mạnh,
② được giáo dục tốt và hạnh phúc
①

cũng như mức độ thông minh và tính người của giới lãnh đạo
③

cũng ảnh hưởng đến sự phát triển của nước đó.
④

번역>>
① 자녀들을 건강하게 하고, 교육을 잘 하고 행복하게 만드는,
② 부모들의 양육능력은
③ 지도층의 인성과 지적수준뿐만 아니라
④ 그 나라의 발전에도 영향을 끼친다.

BÀI THỰC HÀNH DỊCH

BÀI 14

Anh ta có tất cả, trừ...
(그는 …을 빼고 모든 것을 갖고 있다.)

Sống ở trên đời này ai cũng muốn được hưởng hạnh phúc. Hạnh phúc cũng là một mục tiêu vươn tới của đất nước ta trong thời kỳ mới : Độc lập – Tự do – Hạnh phúc. Nhưng hạnh phúc là gì thì có nhiều cách hiểu khác nhau. Có người nói : có tới 400 định nghĩa về hạnh phúc, mà định nghĩa nào cũng đúng một phần.

Không được độc lập, tự do, không thể có hạnh phúc, nhưng có độc lập, tự do rồi mà vẫn sống nghèo khổ, thiếu tình thương, thiếu sự hòa thuận thì cũng không thể có hạnh phúc.

Xem ra trong thời kỳ mới, nhiều người muốn tìm ra địa vị cao sang và tiền bạc rủng rỉnh để mưu cầu hạnh phúc. Nhưng nhìn lại thì xem ra không phải hoàn toàn như vậy.

Có người có địa vị khá trong xã hội, có xe hơi, nhà lầu nhưng con cái thì hư hỏng, mắc tệ nạn, lười biếng, thì suốt ngày chỉ thấy anh ta đau khổ chứ có sung sướng gì mà bảo hạnh phúc. Cũng có anh đạt được những mục tiêu về địa vị và tiền của, nhưng cuộc sống mờ ám : bạn bè, đồng nghiệp, đồng liêu, nhất là đồng bào khinh bỉ, thì xem ra cũng chẳng sung sướng gì, nói gì đến hạnh phúc.

Đó không chỉ là quan niệm thời nay, mà thời xưa, La Phông Ten từng nói : "không phải vàng bạc, không phải quyền lực đem lại hạnh phúc."

Giáo sư Richard Estin ở đại học California bên Mỹ quan sát, điều tra và phân tích 1500 nhân vật trong vòng 28 năm qua, đã đi tới kết luận : "Sự gia tăng của cải vật chất, danh vọng, thế lực trong xã hội chỉ đem lại cảm giác hạnh phúc trong một thời gian ngắn."

Vậy Hạnh phúc là gì? Phải chăng, chủ yếu là trong các mối quan hệ với lý tưởng, với xã hội, trong các mối quan hệ với gia đình ấm no, với tình bạn, tình đồng chí thủy chung, đằm thắm… Nghĩa là những gì không sờ mó được, mà chỉ cảm thấy. Cho nên một nhân vật của Bermontov, nhà văn Nga, đã nhận xét về một con người : "Anh ta có tất cả, trừ hạnh phúc…"

(nguồn: Ha Jae Hong, bài giảng Đại học Hà Nội)

TỪ MỚI

1. Trừ : 제외하다

2. Hưởng : 향유하다, 누리다, 받다

3. Vươn : 나아가다
- Vươn dài : 길게 나아가다
- Vươn xa : 멀리 나아가다
- Vươn tới tương lai : 미래로 향해 나아가다

4. Rủng rỉnh : 풍족한(돈이 많아서 짤랑짤랑하는 소리)
- Rủng rỉnh tài chính : 경제가 풍족한
- Túi tiền rủng rỉnh : 풍족한 호주머니

5. Mưu cầu : 추구하다
- Mưu cầu tự do : 자유를 추구하다
- Mưu cầu hạnh phúc : 행복을 추구하다
- Mưu cầu lợi ích : 이익을 추구하다

6. Hư hỏng : 타락한, 망가진
- Đứa trẻ hư hỏng : 타락한 어린이
- Tính tình hư hỏng : 망가진/타락한 성격

7. Mắc : 몰두하다. 걸리다
- Mắc vào tệ nạn xã hội : 사회의 악습에 물들다.
- Mắc bệnh : 병에 걸리다.

8. Tệ nạn : 폐해, 악습
- Tệ nạn xã hội : 사회 악습
- Tệ nạn mại dâm : 매춘의 폐해
- Tệ nạn cướp giật : 약탈의 폐해

9. Đạt : 달성하다 , 이룩하다
- Đạt tiêu chuẩn Châu Âu : 유럽표준을 달성하다.
- Đạt học sinh giỏi : 우수학생이 되다.
- Đạt được mục đích : 목적이 달성되다.

10. Thế lực : 세력, 권력, 위력
- Thế lực của đồng tiền : 돈의 위력

- Người có thế lực : 세력이 있는 사람

11. Đằm thắm : 농후한, 짙은
- Tính tình đằm thắm : 열정적인 성격
- Nội dung câu chuyện rất đằm thắm : 매우 깊이있는 이야기

PHÂN TÍCH VÀ LUYỆN TẬP

I. Hãy dịch các cụm từ in đậm được gạch chân dưới đây sang tiếng Hàn

① Xem ra trong thời kỳ mới, nhiều người muốn tìm ra **địa vị cao sang** và **tiền bạc rủng rỉnh** để mưu cầu hạnh phúc.

1.1 Địa vị cao sang : _____

1.2 Tiền bạc rủng rỉnh : _____

② **Sự gia tăng của cải vật chất**, danh vọng, thế lực trong xã hội chỉ đem lại cảm giác hạnh phúc trong một thời gian ngắn.

2.1 Sự gia tăng của cải vật chất : _____

2.2 Sự gia tăng giá trị thặng dư : _____

2.3 Sự gia tăng nguồn vốn : _____

II. Hãy tìm hiểu ý nghĩa các cách diễn đạt sau và tìm phương án dịch phù hợp

① **Xem ra ~**

1.1 **Xem ra** trong thời kỳ mới, nhiều người muốn tìm ra địa vị cao sang và tiền bạc rủng rỉnh để mưu cầu hạnh phúc.

_____

_____

Tương tự

1.2 Dân nghiện phim ở ta **xem ra** quá sướng khi có thể thưởng thức các phim mới nhất của nước ngoài.

_____

_____

1.3 Đã thành quen, nhắc đến thời trang con gái, người ta nghĩ tới quần áo, mỹ phẩm, giày dép. Nhưng thời hiện đại, **xem ra** thời trang của con gái không dừng ở đó.

_____

_____

② Phải chăng ~

2.1 Vậy Hạnh phúc là gì? **Phải chăng**, chủ yếu là trong các mối quan hệ với lý tưởng, với xã hội, trong các mối quan hệ với gia đình ấm no, với tình bạn, tình đồng chí thủy chung, đằm thắm.

_____

_____

_____

Tương tự

2.2 Đã bao giờ bạn tự hỏi thành công là gì mà bao kẻ bỏ cả cuộc đời mình theo đuổi? **Phải chăng** đó là kết quả hoàn hảo trong công việc, sự chính xác đến từng chi tiết.

_____

_____

_____

2.3 Trước tình trạng cung vượt cầu, tiêu thụ khó, hầu hết doanh nghiệp xi măng thua lỗ, câu hỏi đặt ra là **phải chăng** quy hoạch ngành có vấn đề?

_____

1 부 : 베트남어 – 한국어 ● 109

BÀI THỰC HÀNH DỊCH

BÀI 15

Chúng ta phải làm gì để ngăn chặn ô nhiễm môi trường (환경오염방지를 위해 우리가 할 일)

Chúng ta phải làm gì để ngăn chặn ô nhiễm môi trường

El Nino tiếp tục gây hiện tượng thời tiết bất thường.

Vụ Đông Xuân 2009-2010 sẽ có những thay đổi bất thường như: mùa mưa bão kéo dài, miền Bắc ấm nóng liên tục trong mùa đông, toàn quốc đối mặt với tình trạng khô hạn do thiếu mưa.

Đó là nhận định của Trung tâm dự báo khí tượng thủy văn TƯ khi El Nino đang bước vào thời kỳ hoạt động mạnh (từ tháng 11/2009 đến tháng 4/2010).

Theo Phó giám đốc Trung tâm dự báo khí tượng thủy văn Trung ương, mặc dù đã có 10 cơn bão, 2 áp thấp nhiệt đới, nhưng trong thời gian sắp tới, biển Đông còn tiếp tục gánh chịu thêm 1-2 cơn bão nữa, chủ yếu đổ về các tỉnh Trung Bộ.

Cũng do El Nino nền nhiệt cả nước cao hơn trung bình nhiều năm. Dự báo nửa đầu mùa đông Bắc Bộ hầu như không có những đợt rét đậm. Đến nửa cuối mùa đông sẽ có khoảng 2-3 đợt rét ngắn hơn so với mọi năm.

Đặc biệt, vụ Đông Xuân năm nay miền Bắc, Nam Trung Bộ và Tây Nguyên sẽ đối mặt với tình trạng thiếu nước và khô hạn nghiêm trọng do lượng mưa toàn mùa phổ biến ở mức thấp. Do mùa lũ trên các sông Bắc Bộ kết thúc sớm vào giữa tháng 8, nên đến giữa tháng 10, nguồn nước trên các sông khu vực này đã thiếu hụt nhiều so với mọi năm.

Chuyên gia khí tượng cũng dự báo mùa mưa ở Nam Bộ năm nay có khả năng kết thúc sớm.

El Nino là một trong những hiện tượng gây ra bởi biến đổi khí hậu đang diễn ra trên toàn thế giới.

Tại các hội nghị quốc tế liên quan đến biến đổi khí hậu, các chuyên gia đều khẳng định, việc nhiệt độ toàn cầu tăng lên 2-3 độ C sẽ ảnh hưởng đến sức khỏe của hàng tỷ người, và những nước kém phát triển lại là những nước bị ảnh hưởng nhiều nhất.

Sự nóng lên của toàn cầu ảnh hưởng đến sức khỏe theo 2 hướng. Hướng trực tiếp tác động đến tỷ lệ mắc bệnh và tử vong khiến số người mắc bệnh truyền nhiễm. Và các bệnh lây qua côn trùng như sốt rét, sốt xuất huyết ngày càng gia tăng. Chẳng hạn tại Úc bệnh sốt xuất huyết đã gia tăng hơn bao giờ hết.

Hơn thế nữa, việc thay đổi thời tiết kéo theo nhiều hậu quả nghiêm trọng như, hạn hán và bão lớn...

    Tuy nhiên, những hậu quả gián tiếp do biến đổi khí hậu gây ra mới thực sự nghiêm trọng, thời tiết thay đổi sẽ tác động vào việc cung cấp lương thực, nước biển và điều kiện vệ sinh dẫn đến suy dinh dưỡng và tiêu chảy. Điều này sẽ làm hàng triệu người phải di cư, đói nghèo tăng thêm.

    (nguồn: www.yeumoitruong.com ngày 25.9.2010)

TỪ MỚI

1. Ngăn chặn : 제재를 가하다, 저지하다, 막다

2. Ô nhiễm môi trường : 환경오염

3. Hiện tượng thời tiết bất thường : 이상기후 현상

4. Vụ : 계절, 시기, 철, 경우, 사건
- Vụ Đông Xuân 2009-2010 : 2009-2010년 겨울과 봄철
- Vụ tai nạn ô tô : 자동차 사고

5. Mưa bão : 폭풍우

6. Khô hạn, hạn hán : 가뭄
- hạn hán kéo dài : 오랜 가뭄
- làm nông gặp lúc khô hạn nỗi lo càng thêm lo : 농부는 가뭄이 들면 점점 더 걱정스럽다

7. Đối mặt với ~ : ~을 맞고 있다 / ~에 직면하다

8. Nhận định : 판단하다, 식별하다
- nhận định chính xác : 정확한 판단
- nhận định một cách toàn diện vấn đề : 종합적으로 문제를 식별하다
- đánh giá, phân tích, nhận định thi trường : 시장의 판단, 분석, 평가

9. Cơn bão : 태풍

10. Áp thấp nhiệt đới : 열대성 저기압

11. Gánh chịu : 견뎌내야 한다, 책임져야 한다

12. Đổ về : ~로 집중되다
- mọi con đường đều đổ về thủ đô : 모든길은 수도로 모인다

13. Nửa đầu : 전반기
- nửa sau : 후반기

14. Lượng mưa : 강우량

15. Nguồn nước : 수원(물의 원천)

16. Thiếu hụt : 결핍, 매우 부족하다
- thiếu hụt điện : 전력 부족
- thiếu hụt ngân sách : 예산부족

17. Khí tượng 기상
- Chuyên gia khí tượng : 기상전문가
- Trung tâm khí tượng thủy văn quốc gia : 국가 기상센터 (기상청)
- Hiện tượng khí tượng : 기상현상
- Khí tượng học : 기상학

18. Biến đổi khí hậu, thay đổi thời tiết : 기후변화
- Chống biến đổi khí hậu : 기후변화방지
- Đặc trương khí hậu vùng đồi núi : 산간지대 기후의 특징
- Dự báo khí hậu : 기상예보

19. Sự nóng lên: 온난화
- Sự nóng lên của trái đất / toàn cầu : 지구온난화
- Hiện tượng nóng lên : 온난화 현상
- Sự nóng lên của khí hậu toàn cầu có thể gây ra những hậu quả nghiêm trọng : 전 세계의 기후 온난화는 심각한 결과들을 초래할 수 있다.

20. Tỷ lệ : 율, 비율
- tỷ lệ mắc bệnh và tử vong : 감염율과 사망률
- tỉ lệ thắng thua : 승패율

21. Bệnh truyền nhiễm : 전염병
- Viện các bệnh truyền nhiễm và nhiệt đới Quốc gia : 국가 전염병과 열대병 연구소
- Bệnh truyền nhiễm mùa hè : 하절기 전염병
- Bệnh truyền nhiễm qua đường hô hấp : 호흡기를 통한 전염병

22. Sốt rét : 말라리아
- sốt xuất huyết : 출혈열

- sốt phát ban: 풍진 (Rubella)
- sốt vi-rút : 바이러스성 열병

23. Kéo theo ~ : 잡아 끌다, ~를 초래하다
- Động đất kéo theo sóng thần ở Nhật Bản : 일본의 지진은 해일을 초래했다.
- Giá xăng dầu tăng kéo theo một loạt các sự tăng giá khác : 기름값 인상은 다른 가격의 인상을 초래했다.

24. Suy dinh dưỡng và tiêu chảy : 설사와 영양실조

25. Đói nghèo : 빈곤
- Xóa đói giảm nghèo : 빈곤퇴치
- Lạm phát đang khoét sâu vào đói nghèo : 인플레이션은 빈곤의 골을 더 깊게 만들었다.
- Đã có những lời cảnh báo rằng tình trạng nghèo đói tại châu Á sẽ vẫn tiếp diễn do những ảnh hưởng của khủng hoảng kinh tế toàn cầu.
아시아의 빈곤상황에 대한 경고들은 전세계 경제공황의 영향으로 인해 지속 될 것이다.

PHÂN TÍCH VÀ LUYỆN TẬP

I. Hãy dịch các cụm từ in đậm được gạch chân dưới đây sang tiếng Hàn

① *~ trong thời gian sắp tới*, biển Đông còn tiếp tục gánh chịu thêm 1-2 cơn bão nữa, chủ yếu đổ về các tỉnh Trung Bộ.

1.1 Trong thời gian sắp tới : _____

1.2 Trong thời tương lai gần : _____

1.3 Trong thời gian gần kề : _____

② *~ tại Úc bệnh sốt xuất huyết đã gia tăng hơn bao giờ hết.*

2.1 gia tăng hơn bao giờ hết : _____

2.2 Suy giảm hơn bao giờ hết : _____

2.3 lớn mạnh hơn bao giờ hết : _____

II. Hãy tìm hiểu ý nghĩa các cách diễn đạt sau và tìm phương án dịch phù hợp

① ..... đối mặt với ~

1.1 ~, toàn quốc **_đối mặt với tình trạng_** khô hạn do thiếu mưa.

....

Tương tự

1.2 Nam Trung Bộ và Tây Nguyên **_đối mặt với tình trạng_** thiếu nước và khô hạn nghiêm trọng do lượng mưa toàn mùa phổ biến ở mức thấp.

....

....

1.3 Thủ đô Bangkok của Thái Lan đang phải **_đối mặt với_** một đợt triều cường mới và tình hình lũ lụt ngày càng diễn biến phức tạp và có chiều hướng ngày một xấu đi.

....

....

1.4 Là ngành sản xuất trực tiếp sử dụng lượng than, điện, dầu rất lớn, ngành sản xuất XM đang phải **_đối mặt với_** tình hình căng thẳng khi giá nguyên liệu đầu vào đồng loạt tăng…

....

....

....

② ..... gây ra bởi ~

2.1 Ùn tắc giao thông là một trong những hiện tượng **_gây ra bởi_** càng ngày càng tăng số lượng phương tiện tham gia giao thông.

....

....

Tương tự

2.2   Sóng thần có khả năng gây ảnh hưởng tới nước ta chỉ là các cơn sóng ***gây ra bởi*** những trận động đất hay núi lở ngay trong vùng Biển Đông.

_____

_____

_____

③ Trực tiếp tác động đến ~

3.1   ***Trực tiếp tác động đến*** tỷ lệ mắc bệnh và tử vong khiến số người mắc bệnh truyền nhiễm.

_____

_____

III. Xem cấu trúc câu dưới đây

① *Theo* Phó giám đốc Trung tâm dự báo khí tượng thủy văn Trung ương,
중앙 해운 기상예보센터의 부소장에 따르면
mặc dù đã có 10 cơn bão, 2 áp thấp nhiệt đới, *nhưng*
비록 10개의 태풍과 2개의 열대성 저기압이 있었지만 (mặc dù ~ nhưng 비록 ~지만)
biển Đông còn tiếp tục gánh chịu thêm 1-2 cơn bão nữa chủ yếu đổ về các tỉnh Trung Bộ.
                              ②   ①

번역〉 동해는 ① 주로 중부성에 집중되는 ② 한두개의 태풍을 더 견뎌내야 합니다.

② Tại các hội nghị quốc tế liên quan đến biến đổi khí hậu, các chuyên gia ***đều khẳng định***,
         ①   ②   ⑥
việc nhiệt độ toàn cầu tăng lên 2-3 độ C *sẽ ảnh hưởng đến* sức khỏe của hàng tỷ người và
                ③
những nước kém phát triển lại *là* những nước ***bị ảnh hưởng*** nhiều nhất.
            ⑤   ④

번역〉 ① 기후변화와 관련된 국제회의에서, ② 전문가들은, ③ 지구가 섭씨 2~3도 오르면 수십억 사람들의 건강에 영향을 미치는데 ④ 가장 많이 영향을 받는 나라는 ⑤ 저개발국가들이라고 ⑥ 모두들 강조했습니다.

BÀI THỰC HÀNH DỊCH

PHẦN II : HÀN - VIỆT
2부 : 한국어 – 베트남어

BÀI 1

한국의 지리와 기후
(Địa lý và khí hậu Hàn Quốc)

한국은 아시아대륙 북동부에 반도로 되어 있고 크고 작은 섬 3200여 개로 되어 있다. 국경은 육지로는 압록강이 중국과, 두만강이 러시아와 각각 북쪽국경을 이루고 있다. 나머지 3면은 바다이다. 동쪽으로는 동해를 사이로 일본과 마주하고 있으며 서쪽으로는 서해를 사이에 두고 중국과 마주보고 있다. 남쪽은 태평양에 면해 있다.

한반도는 북위 33 -43도, 동경 124 - 132도에 위치해 있다. 한반도의 가운데를 지나는 경도는 동경 127도 30분, 위도는 북위 38도이다. 한반도의 총 면적은 22만 2300km²이지만 한국의 면적은 99,600km²로 한반도 전체의 45%를 차지하고 있다.

한반도 지형의 특징은 남북으로 긴 형태이지만 부속 도서를 포함하면 동서간의 길이가 더 길다. 남북간의 거리는 약 840km, 동서간의 거리 약 1,200km이다. 그러나 전국토의 75%가 산지이다. 동고서저, 북고남저, 즉 동쪽과 북쪽이 높고 서쪽과 남쪽은 낮은 형태이다. 따라서 동쪽과 북쪽은 산지, 서쪽과 남쪽은 평야지대가 많다.

한반도 전체에서 가장 높은 산은 2,744m의 백두산이며, 한국에서 가장 높은 산은 한라산으로 1,950m이다. 하천은 대부분 동쪽에서 서쪽으로 흐른다. 제일 긴 강은 낙동강으로 525.15km이고 한강은 514.4km를 흐르며 금강은 401.4km 길이이다.

기후는 대륙성 기후와 해양성 기후의 중간형이며 4계절의 변화가 뚜렷하다. 여름은 고온다습, 겨울은 한랭건조한 특징을 보인다. 여름은 6~8월로 가장 더운 시기이다. 8월 평균기온은 25.4℃이지만 30℃를 넘는 날들이 많다.

겨울은 가장 추운시기로 12~2월이며 북부의 평균기온은 -8℃, 남해안은 0℃이다. 동부 산악지대는 적설량이 많아 곳곳에 눈썰매장, 스키장 등이 열린다. 따라서 많은 동계 스포츠와 눈축제가 열려 주변의 나라에서 많은 관광객이 온다. 봄과 여름은 덥지도 춥지도 않고 가장 아름다운 계절로 야외활동에 이상적이다.

연평균 강우량은 1260mm이다. 6~9월 초에 전체 강우량의 50% 이상이 집중된다. 특히 6월 하순에서 7월 중순은 집중적으로 비가 내리는 장마철이다.

한국에는 지진은 드물지만 자연재해로는 태풍, 폭설, 한냉 등이 있다. 태풍은 태평양 연안에 매년 28개 정도가 발생하지만 한반도를 통과하는 2, 3개의 태풍이 재해를 가져오는 경우가 있다. 최근에는 지구 온난화의 영향으로 이상기온이 많아 예상치 않은 재해가 종종 발생하고 있다.

TỪ MỚI

1. **면하다**
   (1) Đối diện : chính diện với hướng nào đó (~을 향해 있다)
   – 방은 바다에 면해 있었다: Căn phòng *đối diện* nhìn ra biển.
   – 찻집에 들어가 행길로 면한 창가 자리에 앉았다.
   Bước vào quán trà, tôi ngồi vào chỗ gần cửa sổ *nhìn ra* đường đi.
   (2) Lâm vào, gặp phải việc gì khó khăn (어떤 어려운 일을 당하다)
   – 위기에 면한 정국을 어떻게 풀어 가야 할지 고민이다.
   Tôi đau đầu không biết phải tháo gỡ thế nào chính cục đang *lâm vào* tình trạng nguy kịch.
   (3) Miễn : Miễn trách nhiệm, nghĩa vụ (책임이나 의무 등을 지지않게 되다)
   – 그는 자기의 책임을 면하기 위해서 안간힘을 썼다.
   Anh ấy đã tìm mọi cách để *miễn* trách nhiệm của bản thân.
   (4) Tránh , tránh khỏi, né tránh việc gì (어떤 좋지 않은 상황을 피하다, 벗어나다)
   – 전쟁이 오래 지속된다면 군량미의 부족을 면치 못할 것이다.
   Nếu cuộc chiến tiếp tục kéo dài thì ta sẽ không thể *tránh khỏi* tình trạng thiếu quân lương.

2. **강/하천: Dòng nước, dòng sông**
   – 집 근처 하천을 따라 할일 없이 걷다 보면 어느새 날이 저물어 어둠이 세상을 가득 메우고 있었다. Cứ lững thững đi dọc *dòng sông* cạnh nhà, từ lúc nào mặt trời đã lặn, bóng tối bao trùm khắp thế gian.

3. **고온다습: khí hậu nóng ẩm**

4. **한랭건조: khí hậu khô lạnh**

5. **적설 : Tuyết rơi, Tuyết rơi nhiều tích tụ lại** (쌓여 있는 눈)
   – 한 뼘이 넘게 쌓인 적설이 상점가의 불빛을 물 먹은 솜처럼 축축히 흡수하고 있었다.
   Tuyết rơi dày hơn một gang tay, trải dài, nuốt lấy ánh sáng từ những hàng quán bên đường như bông thấm nước.

6. **이상적 : Đúng với lý tưởng**
   – 사랑하기 때문에 결혼하는 사람들만이 이상적인 결혼을 할 수 있다고 나는 믿습니다.
   Tôi tin rằng chỉ những người lấy nhau vì tình yêu mới có thể có hôn nhân *lý tưởng*.

7. **지진: Địa chấn, động đất**
   – 일본 사람들은 지진, 태풍, 해일, 화산 등으로 부단히 그들의 생명을 위협 받고 있다.
   Cuộc sống của người dân Nhật Bản đang bị đe doạ không ngừng bởi *động đất*, bão, sóng thần, cháy rừng.

8. 재해: **Thiệt hại**
   - 우리는 자연재해에 대비하려 노력했고, 인위적인 재앙(인재)을 예방하기 위한 노력을 기울였다.
   Chúng ta đã cố gắng để phòng chống thiệt hại do thiên tai gây ra và đã nỗ lực để dự phòng những tai ương do con người gây nên.

PHÂN TÍCH VÀ LUYỆN TẬP

I. Hãy dịch các cụm từ in đậm được gạch chân dưới đây sang tiếng Việt

① 기후는 **대륙성 기후와 해양성 기후의 중간형**이며 4계절의 변화가 뚜렷하다.

1.1 대륙성 기후와 해양성 기후의 중간형 : _____

1.2 열대 우림 기후와 사바나 기후의 중간형 : _____

1.3 양서류와 파충류의 중간형 : _____

② 최근에는 **지구 온난화**의 영향으로 **이상기온**이 많아 예상치 않은 재해가 종종 발생하고 있다.

2.1 지구 온난화 : _____

2.2 이상기온 : _____

③ **한반도**는 **북위 33 − 43도, 동경 124 − 132도**에 위치해 있다. 반도의 가운데를 지나는 경도는 동경 127도 30분, 위도는 북위 38도이다.

3.1 한반도 : _____

3.2 북위 33−43도 : _____

3.3 동경 124−132도 : _____

3.4 한반도의 가운데를 지나는 경도 : _____

II. Hãy tìm hiểu ý nghĩa các cách diễn đạt sau và tìm phương án dịch phù hợp

① ~(하)지도 않고 ~(하)지도 않다 / ~하거나 ~지도 않다.

1.1 봄과 여름은 덥지도 춥지도 않고 가장 아름다운 계절로 여행하기에 이상적인 계절이다.

_____

_____

Tương tự

1.2 그 집은 작거나 크지도 않고 아담한 집으로 한 가족이 살기에 충분한 크기이다.

_____

_____

② 전체의 ~%를 차지한다.

2.1 한반도의 총 면적은 22만 2300km²이지만 한국의 면적은 99,600km²로 한반도 전체의 45%를 차지하고 있다.

_____

_____

Tương tự

2.2 베트남 전체 인구는 8600만명이며 하노이시의 인구는 500만명으로 전체 인구의 5.9%를 차지한다.

_____

_____

③ ~이 아닌 ~에 의한

3.1 지구 온난화는 자연이 아닌 자연을 파괴한 인류에 의해 발생한 인재이다.

_____

_____

Tương tự

3.2 북극 빙하가 녹아내리는 것은 자연현상이 아닌 인류에 의한 환경오염의 결과이다.

3.3 어제 일어난 열차 전복사고는 철도나 열차의 문제가 아닌 기관사의 부주의로 인해 발생한 사고이다.

④ ~을 가져오는 (야기하는 / 초래하는)

4.1 태풍은 태평양 연안에 매년 28개 정도가 발생하지만 한반도를 통과하는 2, 3개의 태풍이 재해를 가져오는 경우가 있다.

Tương tự
4.2 태풍은 태평양 연안에 매년 28개 정도가 발생하지만 베트남을 통과하는 5,6개의 태풍은 중부지방에 많은 이재민과 농작물 피해를 가져온다.

4.3 컴퓨터를 활용하는 학습은 학생의 지적 수준을 향상시킬 수는 있지만 그러나 오랜 시간 화면을 보거나 게임을 하는 것은 여러 문제를 야기한다.

BÀI THỰC HÀNH DỊCH

BÀI 2

세종대왕과 한글의 우수성
(Vua Se Jong và sự ưu tú của bảng chữ cái Hangul)

"한글이 중요한 것은, 모든 알파벳이 수백 년 동안 수많은 민족의 손을 거치면서 서서히 변형·개량된 것이다. 그러나 한글은 발명된 글자이기 때문이다. 한글은 세계적인 발명품이다." 미국의 언어학자인 로버트 램지 메릴랜드대 교수는 한글을 세계의 알파벳이라고 하며 한글의 우수성을 극찬한 바 있다.

오늘날 한국 고유의 문자인 '한글'은 과학적이고 독창적인 문자로 세계의 주목을 받고 있다. 쓰기 쉽고 읽기 쉬우며 배우기도 쉬운 '소리문자'라는 점이다. 그리고 모음과 자음 24자만으로 무한한 소리를 글로 표현할 수 있는 점은 한글만의 독특한 특징이다.

세종대왕이 한글을 창제할 당시는 한자문화권이었다. 세종대왕은 백성이 글을 읽고 쓰지 못하자 이를 가엾이 여겨 글을 만들기로 하였다. 한글은 백성을 사랑한 임금이 백성을 위해 만든 문자이다.

세종대왕은 1443년 12월, 말할 때의 입안의 모양을 기본으로 하여 문자를 만들었다. 그리고 선을 하나씩 더해 28자인 훈민정음을 반포했다.

유네스코(UNESCO)에서는 세종대왕 문맹퇴치상(King Sejong Literacy Prize)'을 제정하였다. 1989년 6월 한글 창제에 담긴 숭고한 세종대왕의 정신을 기리는 상이다.

전 세계에서 문맹을 퇴치하기 위하여 헌신하는 기관, 개인들을 격려하고 그 정신을 드높이기 위해 제정되었다. 그런데 이 상에 왜 세종대왕이라는 이름을 따서 붙인 것일까? 그것은 세종이 만든 한글이 그만큼 배우기가 쉬워서 문맹자를 없애는 글이라는 사실을 세계가 인정하였기 때문이다. 한국에서는 세종대왕의 이러한 업적을 기려 세종대왕 탄신일인 5월 15일을 스승의 날로 제정하였다.

나랏말은 한 국가에서 사용하는 그 나라만의 언어를 말한다. 언어는 문자가 있기 이전에 존재했다. 전 세계에서 자국어를 가진 나라는 얼마 되지 않는다. 자국어가 있다고 해도 문자가 없는 곳도 많다. 이를 볼 때 대한민국은 몇 안 되는 자국어와 문자 모두를 가진 나라다.

최근 한국에서 3500마일이나 떨어져 있는 소수민족이 한글을 공식문자로 도입하였다. 바로 인도네시아 바우바우시의 '찌아찌아족'이라는 소수민족이다.

이들은 자신들의 토착어인 '찌아찌아어'를 표기할 수 있는 문자로 한글을 채택했다. 인구 6만여 명의 찌아찌아족은 언어는 있으나 이를 기록하고 표기할 문자가 없어 어려움에 처해 있었다. 이들은 토착어 찌아찌아어를 지키고 보존하기 위해 한글이 자신들의 언어를 글로 표현해 줄 수 있다는 것을 알고 공식문자로 제정한 것이다.

찌아찌아족의 한글 공식문자 채택은 시작에 불과하다. 우리는 세계 언어학자들의 한글 연구가 계속되어 '한글'이 세계 공용어가 되는 날을 희망한다.

(출처 : 천지일보, 박선혜 기자)

TỪ MỚI

1. 개량
  (1) Sửa sang, cải tiến (고치다)
   – 부엌의 <u>개량</u>에 의해 가사 노동 시간을 절약하는 것이 좋다.
     Tiết kiệm thời gian làm việc nhà bằng cách *sửa sang* phần bếp thật là tốt.
  (2) Được cải tạo, được cải tiến (개량되다)
   – 능금은 사과의 시조이고 사과는 능금이 <u>개량되어</u> 열매가 커진 것이다.
     Táo dại là tổ tiên của táo còn táo là loại quả lớn hơn có *được từ việc cải tạo* giống táo dại.

2. 반포: ban bố, tuyên truyền (để nhiều người được biết)
  (1) 반포 (dt):
   – 세종대왕은 훈민정음 <u>반포</u> 후 한글연구 및 활성화 방안을 강구하였다.
     Sau khi *ban bố* Huấn Dân Chính Âm, vua SeJong đã dốc lòng tìm phương án nghiên cứu và phát triển rộng rãi Hangul.
  (2) 반포되다(đt): được ban bố
   – 벌써 한글이 <u>반포된</u> 지 550년이 넘었다.
     Kể từ lúc Hangul *được ban bố* cho đến nay đã hơn 550 năm.
  (3) 반포하다 (đt): ban bố
   – 한글은 1446년 세종대왕이 <u>반포한</u> 이후, 우리말을 적는 데 사용되어 온 글자이다.
     Kể từ sau khi vua SeJong *ban bố* vào năm 1446 Hangul đã trở thành hệ thống chữ cái được sử dụng để ghi lại lời của chúng ta.

3. 제정
  (1) 제정 (dt): Xây dựng hoặc định ra chế độ, quy định (규정이나 제도의 제정)
   – 한글 맞춤법 통일안의 <u>제정</u> 역시 한글 학회가 거둔 국어 운동, 민족 운동의 가장 큰 성과의 하나였다.
     Việc quyết định phương án thống nhất chính tả Hangul cũng là một trong những thành quả lớn nhất của cuộc cách mạng dân tộc, cách mạng quốc ngữ mà Học hội tiếng Hàn đã đạt được
  (2) 제정하다 (đt): xây dựng, đặt ra quy định, ấn định, soạn thảo, đặt ra
   – 제정하다 : 학습 내용은 문교부가 <u>제정한</u> 교과과정을 따라야 한다.
     Nội dung học tập phải đi theo chương trình giáo khoa mà bộ Văn hóa giáo dục *đã ấn định*.
   – 제정되다 (đt): được xây dựng, được đặt ra quy định, ấn định, soạn thảo, đặt ra
     ① 평생노동권은 1987년 <u>제정되었고</u> 1989년 개정된 "남녀 고용평등법"에 반영되었다.
       Quyền lao động suốt đời đã được phản ánh trong "Luật bình đẳng giới trong tuyển dụng lao động" *được soạn thảo* vào năm 1987 và sửa đổi vào năm 1989.

② "지구의 날"이 제정된 지 20년이 지난 뒤에 비로소 두 번째 "지구의 날" 행사가 치러지게 되었다.

Sau 20 năm kể từ khi "Ngày Trái Đất" *được đặt ra*, đây mới là lần thứ hai sự kiện "Ngày Trái Đất" được tổ chức.

4. 기리다 : **tôn vinh, khen ngợi**
 – 우리는 고인의 그 숭고한 정신을 기리는 추모 대회를 가졌다.

 Chúng ta tổ chức lễ tưởng niệm để *tôn vinh* tinh thần cao cả của những người quá cố.

PHÂN TÍCH VÀ LUYỆN TẬP

I. Hãy dịch các cụm từ in đậm được gạch chân dưới đây sang tiếng Việt

① 유네스코(UNESCO)에서는 세종대왕 **문맹퇴치상**(King Sejong Literacy Prize)'을 제정하였다. 전 세계에서 문맹을 퇴치하기 위하여 헌신하는 기관, 개인들을 격려하고 그 **정신을 드높이기 위해 제정되었다**.

1.1 문맹퇴치상 : _____

1.2 그 정신을 드높이기 위해 제정되었다 : _____

② 오늘날 한국 고유의 문자인 '한글'은 **과학적이고 독창적인 문자**로 세계의 주목을 받고 있다. 쓰기 쉽고 읽기 쉬우며 배우기도 쉬운 '**소리문자**'라는 점이다.

2.1 과학적이고 독창적인 문자 : _____

2.2 소리문자 : _____

II. Hãy tìm hiểu ý nghĩa các cách diễn đạt sau và tìm phương án dịch phù hợp

① ~로 개량되다

1.1 농촌의 불편한 환경은 시대에 따라 더욱 편리한 시설로 개량되어 가고 있다.

Tương tự
1.2 한복은 활동복으로 입기에 불편하여 특별한 날을 제외하고는 거의 입지 않았다. 그러나 최근에는 한복이 활동하기에 편리한 모양으로 개량되어 많은 사람이 입기 시작하고 있다.

② ~가 중요한 것은 ~ 점이다
2.1 문자가 중요한 것은 사람의 생각과 의견 등을 기록하여 후세에 남길수 있다는 점이다.

Tương tự
2.2 한국이 동북아 발전에 중요한 것은 태평양과 일본, 중국으로 통하는 무역의 허브(HUB) 지역이라는 점이다.

③ ~을 기리다
3.1 한국에서는 세종대왕의 이러한 업적을 기려 세종대왕 탄신일인 5월 15일을 스승의 날로 제정하였다.

Tương tự

3.2 이것은 1989년 6월 한글 창제에 담긴 숭고한 세종대왕의 정신을 기리는 상이다.

3.3 오늘은 호치민 주석님의 122번째 생신으로 우리 모두는 호치민 주석님의 숭고한 정신을 기리는 추모식을 가졌다.

3.4 한국에서는, 이순신 장군, 세종대왕님 등 나라를 위해 헌신한 영웅들의 업적을 기리기 위해 지폐에 그 분들의 얼굴을 세겼다.

④ ~ 점이다

4.1 쓰기 쉽고 읽기 쉬우며 배우기도 쉬운 '소리문자'라는 점이다.

Tương tự

4.2 베트남의 우수성은 풍부한 자연유산과 근면한 국민성이라는 점이다.

4.3 신세대의 문제점은 자립심이 부족하고 비젼이 없이 그 순간만을 즐기는 점이다.

4.4 기후 변화의 영향은 오존층 파괴로 인한 지구의 온난화를 야기한다는 점이다.

⑤ ~해서 어려움에 처해 있다

5.1 인구 6만여 명의 찌아찌아족은 언어는 있으나 이를 기록하고 표기할 문자가 없어 어려움에 처해 있었다.

_____

_____

_____

<u>Tương tự</u>

5.2 아프리카 어린이들은 가난 뿐만 아니라 지구온난화에 따른 황폐한 땅과 오염된 물로 전염병 확산의 어려움에 처해 있다.

_____

_____

_____

III. TIP

① "한글이 중요한 것은, 모든 알파벳이 수백 년 동안 수많은 민족의 손을 거치면서 서서히 변형·개량된 것이다. 그러나 한글은 발명된 글자이기 때문이다."

Nếu cắt câu thành :

> Câu1 : 한글이 중요한 것은, 모든 알파벳이 수백 년 동안 수많은 민족의 손을 거치면서 서서히 변형·개량된 것이다.
> Câu 2 : 그러나 한글은 발명된 글자이기 때문이다.

Thì kết quả dịch sẽ là :

> Câu 1 : "Điểm quan trọng của bảng chữ cái Hangul đó là tất cả các bảng chữ cái trong suốt hàng trăm năm, qua bàn tay của nhiều dân tộc và từ từ thay đổi, cải biến."
> Câu 2: Nhưng là vì Hangul là một bảng chữ cái được phát minh ra.

Khiến cho câu dịch 1 sẽ sai trong mối quan hệ chủ ngữ – vị ngữ. Chủ ngữ *"điểm quan trọng của bảng chữ cái Hangul"* không thể đi với vị ngữ *"là tất cả các bảng chữ cái trong suốt hàng trăm năm, qua bàn tay của nhiều dân tộc mà từ từ thay đổi, cải biến"*, và cụm này cũng không đủ để minh họa cho *"điểm quan trọng của bảng chữ cái Hangul."*

Thay vào đó, người dịch phải xác định được rằng cả nhóm nội dung của câu 2 "그러나 한글은 발명된 글자이기 때문이다 – *Nhưng Hangul lại là một bảng chữ cái được phát minh ra*" mới minh hoạ được đầy đủ cho chủ ngữ *"Điểm quan trọng của bảng chữ cái Hangul"*

Do đó, khi dịch "한글이 중요한 것은, 모든 알파벳이 수백 년 동안 수많은 민족의 손을 거치면서 서서히 변형·개량된 것이다. 그러나 한글은 발명된 글자이기 때문이다" thì không nên cắt câu mà nên gộp 2 câu này thành "*Điểm quan trọng của bảng chữ cái Hangul đó là **vì** tất cả các bảng chữ cái trong suốt hàng trăm năm, qua bàn tay của nhiều dân tộc mà từ từ thay đổi, cải biến **nhưng Hangul lại là** một bảng chữ cái được phát minh ra*" để đồng nhất được chủ ngữ với vị ngữ.

BÀI THỰC HÀNH DỊCH

BÀI 3

한국인의 예절 (Lễ giáo Hàn Quốc)

옛날부터 "예절의 나라"로 불리어 오고 있는 한국은 아름다운 마음씨를 나타내는 여러 가지 예절이 있다. 웃어른에 대한 예절, 아랫사람에 대한 예절, 가정에서의 예절, 이웃간의 예절, 혼인과 장례에 대한 예절 등이 그것이다.

어른들 앞에서는 큰 소리로 이야기도 하지 않았고 화도 내면 안되었다. 할아버지, 할머니 앞에서 아이들이 잘못해도 아버지, 어머니가 야단을 칠 수 없었다. 큰소리로 웃는다거나 입을 크게 벌리고 웃지도 않았다. 그래서 지금도 손을 입에 대고 웃는 여성들을 많이 볼 수 있다. 담배를 피우다가 어른을 대하면 담배를 꺼야 하고, 어른 앞에서는 다리를 뻗고 앉거나 눕지도 않았다. 또 인사를 할 때 손을 주머니에 넣고 하면 안된다. 어른이 물건을 주실 때 한 손으로 받아도 안된다. 어른 앞을 지나가는 것도 예의에 어긋나는 것이다.

한국 사람들은 처음 만났을 때, 서로 머리를 숙여 인사한다. 그리고 나이와 상관없이 서로 존대말을 사용한다. 그리고 가능하면 개인적인 질문을 하지 않는다. 다른 사람의 집을 방문할 때는 사전에 먼저 전화나 구두로 방문 약속을 해서 방문 허락을 받는다. 방문시에는 웃어른이 계시면 먼저 인사를 드린 후 자신의 일을 한다. 주인의 허락을 받은 후 관심있는 물건이나 집을 둘러보는 것이 예의이다. 그리고 특별한 날이 아니고 남의 집에 방문하거나 초대를 받았을 때는 꽃이나 과일, 과자 등 간단한 선물을 준비하는 것도 좋다.

음식을 먹을 때는 어른들이 수저를 들기전에 먼저 먹는 것은 버릇없는 사람이다. 옛날에는 식사를 하며 많이 이야기해서도 안되었다. 하지만 현대에는 가족 모두가 바쁘기 때문에 같이 모일 시간이 식사시간 밖에 없다. 그래서 식사 중에 서로 이야기하는 것이 일반화되었다.

한국에서는 백일, 돌, 생일, 결혼식, 환갑 같은 날에는 보통 집에서 잔치를 하지만 음식점을 빌려서 하는 경우도 있다. 잔치집에 갈 때는 축하하는 뜻으로 적당한 선물을 가지고 가는 것이 예의이다. 어른의 생일이나 환갑, 진갑 같은 특별한 날에는 과거에는 고기나 술을 가지고 갔다. 그러나 요즈음은 그 분이 좋아하실 적당한 물건을 가지고 간다. 백일날이나 돌에 갈때는 장난감이나 옷 같은 것이 좋다.

상가에 갈 때는 보통 화환이나 조의금을 가져 가는데, 조의금은 흰 봉투에 넣어 "부의"라는 글씨를 써 가지고 간다. 옷은 일반적으로 희거나 검은 옷을 입고 간다. 그리고 화려한 색깔의 옷은 입지 않는 것이 예의이다. 상가에 가면 먼저 영전에 향을 피우고 두번 절을 한다. 기독교인인 경우에는 영전에 앉아 기도를 드릴 수도 있다. 향을 피운 후 상주에게 위로의 인사를 한다. 한국에서 장례는 보통 3일장이나 5일장을 지낸다.

또한 공공장소에서는 큰소리로 떠들지 않고 질서를 지켜 순서를 지킨다. 다른 사람에게 불편을 주는 행동이나 일은 하지 않는 것이 현대인의 에티켓이다.

최근에는 외국의 풍습과 예절이 많이 들어와서 한국의 예절에 많은 혼란을 가져왔고 옛 풍습들이 차츰 사라져 가고 있다. 하지만 기본적인 사람에 대한 예절은 세대가 바뀌어도 그대로 유지되고 있다.

TỪ MỚI

1. 예절: **lễ giáo, nghi thức , lễ nghi**
   (1) Phép tắc, trật tự về lễ nghĩa, gia giáo
       - **예절** 바른 가정 Gia đình *gia giáo*
       - 그녀는 어른을 대하는 **예절**이 깍듯하다. Cô ấy biết cư xử *lễ phép* với bề trên.
       - 그 집은 **예의범절**이 엄해서 아이들이 얌전하다. Nhà ấy *lễ giáo* rất nghiêm nên con cái đều ngoan.
   (2) Lễ nghĩa, lễ nghi, khuôn phép, những cử chỉ lời nói thể hiện sự lễ độ với người khác (예의)
       - 사람에 대한 예절: *lễ giáo* trong cư xử (○)
       　　　　　　　　　lễ nghĩa với người (×)
   (3) Sự lễ độ, khuôn phép
       - 부모와 자식 간에도 예의를 지켜야 한다. Giữa cha mẹ và con cái cũng cần giữ *lễ độ*.
       - 그는 항상 옷매가 반듯하고 예의가 바르다. Anh ấy luôn ăn mặc lịch sự, đúng khuôn phép.

2. 어긋나다 : **Vượt ra, vượt quá so với một tiêu chuẩn hay sự mong đợi nào**
   - 그 사람은 예의범절에 어긋난 행동을 했다 Anh ta đã làm những hành động *vô lễ*.
   - 아이들과 길이 어긋나는 바람에 하루 종일 서로를 찾아 다니기만 했다.
     Do lạc đường với bọn trẻ nên suốt cả ngày chúng tôi chỉ đi tìm nhau.

3. 구두
   (1) Giầy ; gọi chung cho tất cả các loại giầy.
   (2) Lời nói, lời nói miệng thường đứng trước danh từ (마주 대하여 입으로 하는 말)
       - 구두 문서 : Văn bản miệng
       - 구두 표결 : Biểu quyết bằng lời
       - 두사람은 구두로 계약을 체결했다 : Hai người đã kí hợp đồng miệng với nhau.
   (3) 구두쇠 : Kẻ keo kiệt, người quá chặt chẽ tính toán trong chi tiêu
       - 그는 지독한 구두쇠처럼 돈을 모아 부자가 되었다.
         Anh ta trở nên giàu có bởi đã gom góp tiền bạc như một kẻ keo kiệt.

4. 상가 : **tang gia, người chủ tang lễ**

5. 부의(賻儀) : **Tiền phúng viếng**
  – 나는 출장중이라 스승의 장례식에 참석할 수 없어 아내에게 대신 **부의**를 보냈다.
  Đang đi công tác không dự tang lễ của thầy giáo được nên tôi nhờ vợ thay tôi gửi tiền phúng.

PHÂN TÍCH VÀ LUYỆN TẬP

I. Hãy dịch các cụm từ in đậm được gạch chân dưới đây sang tiếng Việt

① 상가에 가면 먼저 **영전에 향을 피우고 두번 절을 한다**. 기독교인인 경우에는 영전에 앉아 기도를 드릴 수도 있다. 향을 피운 후 <u>상주에게 위로의 인사를 한다</u>. 한국에서 장례는 보통 3일장이나 5일장을 지낸다.

1.1 영전에 향을 피우고 두번 절을 한다 : _____

1.2 상주에게 위로의 인사를 한다 : _____

1.3 3일장이나 5일장 : _____

② 한국에서는 백일, 돌, 생일, 결혼식, 환갑 같은 날에는 보통 집에서 잔치를 하지만 음식점을 빌려서 하는 경우도 있다.

2.1 백일 : _____

2.2 돌 : _____

2.3 환갑 : _____

II. Hãy tìm hiểu ý nghĩa các cách diễn đạt sau và tìm phương án dịch phù hợp

① ~ 어긋나는 것이다, 어긋나다

1.1 어른이 물건을 주실 때 한 손으로 받아도 안된다. 어른 앞을 지나가는 것도 예의에 어긋나는 것이다.

Tương tự
1.2 바다를 바라보면서 사색의 시간을 보내려 했던 내 생각은 바닷가에 도착한 첫날부터 어긋나기 시작했다.

1.3 두 사람은 너무나 사랑했지만 두 사람의 사고방식이 달라 사소한 문제도 다투기 시작하며 사이가 어긋나기 시작했다.

② ~할 때는 반드시 ~을 받아야 한다.
2.1 다른 사람의 집을 방문할 때는 반드시 사전에 허락을 받아야 한다.

2.2 노동자가 근무시간 중에 외출을 하여야 할 때는 반드시 상사의 허락을 받아야 한다.

③ ~하는 것은 버릇없다, ~하는 것은 실례이다
3.1 음식을 먹을 때는 어른들이 수저를 들기 전에 먼저 먹는 것은 버릇없는 사람이다.

Tương tự

3.2   한국사람들은 나이, 수입 등 개인적인 질문을 싫어한다. 또한 여성의 나이를 물어보는 것도 실례이다.

3.3   공공장소에서 크게 전화를 받거나 큰소리로 이야기하는것은 실례이다.

④ 퇴

4.1   한국의 식사예절은 그릇을 들지 않고 식탁에 놓고 먹으며 식사 중에는 큰 소리로 음식을 씹지 않아야 한다.

⑤ 퇴

5.1   약속을 했을 때는 반드시 약속시간 전에 도착하여야 하며 늦을 경우 얼마나 늦는 지 전화로 양해를 구하는 것이 예의이다.

III. TIP

① Việc xác định "그것이다" trong các câu dịch

   Trong đoạn viết : 옛날부터 "예절의 나라"로 불리어 오고 있는 한국은 아름다운 마음씨를 나타내는 여러 가지 예절이 있다. 웃어른에 대한 예절, 아랫사람에 대한 예절, 가정에서의 예절, 이웃 간의 예절, 혼인과 장례에 대한 예절 등이 그것이다."

Nếu tách rời từng câu một để dịch sẽ có kết quả dịch là :

> Câu 1: "옛날부터 "예절의 나라"로 불리어 오고 있는 한국은 아름다운 마음씨를 나타내는 여러 가지 예절이 있다.
> Hàn Quốc được gọi là "quốc gia lễ giáo" từ ngày xưa có nhiều nghi thức thể hiện tâm hồn cao đẹp của con người".
> Câu 2: "웃어른에 대한 예절, 아랫사람에 대한 예절, 가정에서의 예절, 이웃간의 예절, 혼인과 장례에 대한 예절 등이 그것이다.
> Các nghi thức với người bề trên, nghi thức với người dưới, nghi thức trong gia đình, giữa hàng xóm láng giềng hay các nghi thức trong hôn nhân, tang lễ, v.v là cái đó".

Ở đây xuất hiện vấn đề "그것이다 – là cái đó ~/ đó chính là ~" không làm cho người đọc hiểu được chính xác nghĩa là gì.

Về nguyên lý nội dung của "그것" đã được đề cập đến ở trước nó và thay vì phải dùng lại người ta chỉ dung "그", cho nên gặp những trường hợp như thế này, người dịch cần lưu ý xác định "그것이다" sẽ tương ứng với nội dung nào ở câu trước đó.

Cụ thể, ở trong đoạn này "그것이다" chính là "아름다운 마음씨", vì thế đoạn viết trên đây cần được dịch hoàn thiện là : "Ở Hàn Quốc – đất nước từ xa xưa đã được gọi là "quốc gia lễ giáo" vẫn còn có nhiều nghi thức thể hiện *vẻ đẹp trong tâm hồn của con người*. Các nghi thức với người bề trên, nghi thức với người dưới, nghi thức trong gia đình, giữa hàng xóm láng giềng hay các nghi thức trong hôn nhân, tang lễ, v.v… *chính là vẻ đẹp đó*."

② **Trong cả đoạn** "어른들 앞에서는 큰 소리로 이야기도 하지 않았고 화도 내면 안되었다. 할아버지, 할머니 앞에서 아이들이 잘못해도 아버지, 어머니가 야단을 칠 수 없었다. 큰소리로 웃는다거나 입을 크게 벌리고 웃지도 않았다. 그래서 지금도 ~ " có 3 câu trước đều để ở thời quá khứ, đến câu thứ 4 mới có thời hiện tại và có trợ từ thời gian "지금도 – bây giờ" cho nên 3 câu trước đó được hiểu là *trước kia, ngày xưa*, khi dịch người dịch nên đưa thêm trước đây vào mặc dù trong văn bản gốc không có từ này. Câu dịch sẽ có dạng "*ngày xưa/ trước kia/ trước đây …., bây giờ…*".

BÀI THỰC HÀNH DỊCH

BÀI 4

한복의 아름다움
(Nét đẹp của Hanbok)

한복(韓服)은 한민족 고유의 옷이다. 여자는 짧은 저고리와 긴치마를 입고, 남자는 저고리와 넓은 바지를 입는다. 명절과 첫돌, 환갑, 칠순 등의 생일에는 생일을 맞은 사람과 가족이 한복을 입기도 한다. 한복은 일상생활에서 입기는 다소 불편한 옷이다. 그래서 언제나 편하게 입을 수 있는 생활 한복이 보급되기도 하였다.

한복의 우수점으로는

첫째, 한복은 아름답다.

한복은 선의 흐름과 옷감이 지닌 색채의 조화가 아름답다. 한복에 나타나는 선의 흐름과 조화에서 우리는 선조들의 뛰어난 미적 감각을 느낄 수 있다. 여기에 옷을 입고 움직일 때에 생기는 동적인 선은 한복을 더욱 아름답게 만든다. 화려하면서도 품위있는 아름다움은 세계인이 인정하고 있다. 옷감의 색채면에서 볼 때에는 한민족을 일컬어 "백의 민족"이라 한다. 한국사람들은 옛날부터 백색은 좋은 인연을 가져온다는 뜻으로 숭상하게 되었고 따라서 흰옷을 즐겨 입었다.

둘째, 한복은 건강을 지켜주는 옷이다.

한복은 평면으로 된 옷으로 넉넉하게 만들어 몸을 조이지 않아 건강에 아주 좋다. "가슴 위는 차게, 배꼽 아래는 따뜻하게 하여야 건강하다"는 한방의 이론에 잘 맞는다. 또한 한복은 넉넉한 옷으로 뚱뚱하거나 마른 체형을 감춰주어 신체의 부끄러움을 감춰준다.

셋째, 한복은 더불어 사는 옷이다.

넉넉한 품과 허리로 키만 비슷하면 서로 바꾸어 입을 수도 있고 빌려 입을 수도 있는 옷이다. 따라서 혼자가 아닌 같이 더불어 입을 수 있는 옷이다.

이처럼 한복은 형태나 구성의 아름다움, 재질, 건강면에서 그 뛰어난 특색을 자랑하고 있다. 특별한 날 우리의 눈길을 끄는 옷차림은, 고운 색상의 한복을 단정하게 입은 모습이다. 가장 신부답고 가장 신랑다운 의상은 한복이다. 신부가 가장 아름답게 보일 때도 마찬가지일 것이다. 녹색 저고리에 붉은색 치마를 입고 사뿐사뿐 다니는 신부의 모습은 사뭇 귀엽고 사랑스럽기까지 하다.

아무리 자유분방한 사람이라도 한복을 입으면 자세를 바르게 하게 된다. 따라서 어른들에게도 좋은 인상을 심어줄 수 있다. 시대가 많이 바뀌어도 약혼식과 결혼 후 시댁이나 친정에 갈 때는 반드시 신랑 신부가 한복을 곱게 차려입는다. 이처럼 한복은 한국인의 예절을 표하고 아름다움을 나타내는 대표적인 상징물이다.

TỪ MỚI

1. **사뿐사뿐 (từ tượng hình) : nhẹ nhàng, nhẹ bước, nhón bước, rón rén**
   (1) Nhẹ bước, bước nhẹ, bước đi nhẹ nhàng đến mức không phát ra tiếng động
   – 한 소녀가 발걸음도 가볍게 **사뿐사뿐** 걸었다.
   Một cô bé đến cả bước đi cũng rất *nhẹ nhàng*.
   (2) Sự di chuyển rất nhẹ nhàng, uyển chuyển.
   – 그의 머리와 어깨에는 촉촉한 눈송이가 **사뿐사뿐** 내려와 앉는다.
   Bông tuyết ẩm nhẹ nhàng đậu trên đầu và vai anh ấy.

2. **일컫다**
   (1) Đặt tên, gọi tên
   – 예로부터 우리나라를 동방예의지국이라고 **일컬었다**.
   Từ xưa, đất nước chúng ta đã *được gọi là* đất nước của lễ nghĩa phương Đông.
   (2) Coi là, chỉ
   – 사람을 일컬어 흔히 이성적 동물이라고 한다.
   Con người *được coi là* động vật có lí trí.
   (3) Khen ngợi, ca tụng, tán dương.
   – 마을 사람들이 모두 그의 효도를 **칭송하였다**.
   Mọi người trong làng đều ca ngợi lòng hiếu thảo của anh ấy.

3. **사뭇**
   (1) Cố ý, cố tình, có chủ tâm.
   – 그는 선생님 앞에서 **사뭇** 술을 마셨다.
   Anh ta uống *cố tình* uống rượu trước mặt giáo viên.
   (2) Suốt, liên tục từ đầu đến cuối
   – 그녀는 아침부터 **사뭇** 빈 속으로 돌아다녀서 현기증이 날 정도였다.
   Cô ấy đi suốt từ sáng với cái bụng rỗng đến mức hoa mày chóng mặt.
   (3) Hoàn toàn khác, khác hẳn
   – 이야기가 **사뭇** 엉뚱한 데로 비약을 하고 보니 당황하지 않을 수 없었다.
   Câu chuyện bị chuyển sang một hướng *hoàn toàn khác* khiến tôi không khỏi bàng hoàng.
   (4) Sâu sắc, mãnh liệt, vô cùng
   – 어머니는 3년 만에 귀향한 아들을 보고 **사뭇** 감격하는 표정을 짓는다.
   Người mẹ tỏ vẻ cảm động *sâu sắc* khi nhìn thấy đứa con trai lần đầu về quê sau 3 năm.

4. **자유분방: Hành động tự do, không bị trói buộc bởi bất cứ cách thức, lề thói nào**
   – 자유분방한 사고방식 Tư duy tự do, tư duy phóng khoáng

– 예술가의 자유분방한 생활 Cuộc sống tự do của những người làm nghệ thuật.

5. 넉넉하다
   (1) Khá giả, sung túc (살림살이가 모자라지 않고 여유가 있다)
   – 그 사람은 넉넉한 집안에서 자랐다.
      Anh ấy lớn lên trong một gia đình khá giả.
   (2) Rộng rãi, hào phóng (마음이 넓고 여유가 있다)
   – 그여자는 마음이 넉넉해서 항상 가난한 사람을 돌보아주곤 했다.
      Cô ấy rất rộng rãi nên thường giúp đỡ những người nghèo khó.
   (3) Số lượng, qui mô vượt khỏi tiêu chuẩn nào đó
   – 이번 겨울에는 김장을 넉넉하게 했다.
      Mùa đông này muối nhiều kim chi.

PHÂN TÍCH VÀ LUYỆN TẬP

I. Hãy dịch các cụm từ in đậm được gạch chân dưới đây sang tiếng Việt

① 한복은 **선의 흐름과 옷감이 지닌 색채의 조화**가 아름답다. 한복에 나타나는 선의 흐름과 조화에서 우리는 선조들의 뛰어난 **미적 감각**을 느낄 수 있다. 여기에 옷을 입고 움직일 때에 생기는 **동적인 선**은 한복을 더욱 아름답게 만든다.

1.1 선의 흐름과 옷감이 지닌 색채의 조화 : _____

1.2 미적감각 : _____

1.3 동적인 선 : _____

② **화려하면서도 품위있는 아름다움**은 세계인이 인정하고 있다. 옷감의 색채면에서 볼 때에는 한민족을 일컬어 "백의 민족"이라 한다.

2.1 화려하면서도 품위있는 아름다움 : _____

2.2 옷감의 색채면에서 볼 때 : _____

2.3 백의 민족 : _____

③ 한복은 **평면으로 된 옷**으로 넉넉하게 만들어 몸을 조이지 않아 건강에 아주 좋다. "**가슴 위는 차게, 배꼽 아래는 따뜻하게 하여야** 건강하다"는 한방의 이론에 잘 맞는다.

3.1   평면으로 된 옷 : _____

3.2   가슴 위는 차게, 배꼽 아래는 따뜻하게 하여야 한다 : _____

④ 또한 한복은 넉넉한 옷으로 뚱뚱하거나 마른 체형을 감춰주어 **신체의 부끄러움을 감춰준다.**

4.1   신체의 부끄러움을 감춰준다 : _____

⑤ 한복은 **형태나 구성의 아름다움**, 재질, 건강면에서 그 **뛰어난 특색을 자랑하고 있다**. 특별한 날 우리의 **눈길을 끄는 옷차림**은, 고운 색상의 한복을 단정하게 입은 모습이다.

5.1   형태나 구성의 아름다움 : _____

5.2   ~면에서 뛰어난 특색을 자랑하고 있다 : _____

5.3   눈길을 끄는 옷차림 : _____

II. Hãy tìm hiểu ý nghĩa các cách diễn đạt sau và tìm phương án dịch phù hợp

① ~의 ~하면서도 ~인 아름다움

1.1   한옥의 유연한 선과 품위있는 아름다움은 한국의 선비의 검소하며 강인한 정신을 보여준다 .

_____

_____

Tương tự

1.2   아오자이의 간결하면서도 매력적인 아름다움은 세계 모든 사람들이 인정하고 있다.

_____

_____

1.3   하롱베이는 신비스러우면서도 푸른바다의 아름다움으로 세계 7대 불가사의에 선정되었다.

② ~ 뜻으로 숭상하다

2.1 한국사람들은 옛날부터 백색은 좋은 인연을 가져온다는 뜻으로 숭상하게 되었고 따라서 흰옷을 즐겨 입었다.

Tương tự
2.2 중국사람들은 옛날부터 붉은색은 행운과 복을 가져온다는 뜻으로 숭상하게 되었고 따라서 옷과 일상생활에 붉은 색을 많이 사용한다.

③ 대표적인 ~이다

3.1 한복과 기와집(한옥)은 한국의 미를 나타내는 대표적인 상징물이다.

3.2 하얀 아오자이와 논을 쓰고 사뿐 사뿐 걸어 다니는 여학생의 모습은 대표적인 베트남 여성의 아름다움이다.

III. TIP

① **Câu dịch** : "한복은 일상생활에서 입기는 다소 불편한 옷이다. 그래서 언제나 편하게 입을 수 있는 생활 한복이 보급되기도 하였다."

Ở câu dịch này hãy chú ý từ "생활 한복" Người dịch có thể dễ dàng dịch thành "Hanbok sinh hoạt" hoặc "Hanbok trong sinh hoạt", "Hanbok trong đời sống" hay thậm chí thêm vào là "Hanbok trong sinh hoạt hàng ngày".v.v. Nên chăng, ở những câu trên đã giới thiệu về Hanbok truyền thống, với một số điểm bất tiện, chỉ mặc vào các dịp lễ còn ở câu này đề cập đến kiểu Hanbok cải tiến để giảm thiểu sự bất tiện và mặc được thường xuyên hơn người dịch nên để cụm từ 생활 한복 dịch là "Hanbok cải tiến" và có câu dịch là "Hanbok là trang phục có đôi chút bất tiện khi mặc trong cuộc sống thường nhật. Vì thế, những bộ Hanbok cải tiến để có thể mặc thoải mái bất kỳ lúc nào cũng đã trở nên phổ biến."

② **Câu dịch** : "가장 신부답고 가장 신랑다운 의상은 한복이다".

Ở đây, người dịch ẩu sẽ dễ dàng dịch thành "Trang phục giống cô dâu, chú rể nhất chính là Hanbok." Tuy nhiên, để lột tả được hết được hết ý nghĩa của ~ 답다 và thể hiện được hết ý ở câu này, nên dịch là "Bộ trang phục làm cho ra dáng cô dâu, ra dáng chú rể nhất chính là Hanbok"

BÀI THỰC HÀNH DỊCH

BÀI 5

대한민국의 대중문화 '한류'
(Hallyu - Văn hóa đại chúng nước Đại Hàn dân quốc)

한류 또는 코리언 웨이브(Korean wave, Korean fever)는 대한민국의 대중 문화가 주로 아시아를 중심으로 외국에서 대중성을 가지게 되는 것을 말한다. 1997년 부터 한국은 문화 수출국을 목표로 하는 정책을 펼쳐왔다. 이에 따라 2000년 부터 한국의 드라마가 아시아의 여러 나라에 방송되었다. 그후 배우나, 한국문화 전반에 대한 인기가 높아지게 되었다. 이 현상을 중국과 대만의 언론 등 에서는 **한류 열풍(Korean wave fever)**이라고 하였다. 그 후 일본에서도 이 용어가 널리 사용되게 되었다. 그리고 이 말은 한국에 역수입되어 신문이나 방송 등에서 널리 쓰이고 있다.

한류의 일본에서의 성공은, 배우 배용준, 최지우 주연의 겨울연가가 2004년 일본 NHK에 방영되면서부터 본격화되었다. 그후 여러 드라마와 음악계에서 한국에 대한 관심이 증가하면서부터 한류 열풍이 불기 시작하였다.

한국 내부에서 한류 열풍은 국민적 자존심과 자국 문화에 대한 자부심을 높여주는 계기가 되었다. 한류는 더 이상 문화적 유행에 그치지 않고, 국가적 위상 전환의 기회로 삼아질 수 있음을 점차적으로 인식하게 되었다. 정부 차원에서 이를 지원하려는 정책적 노력이 뒷받침되기 시작했다. 노무현 정부는 12대 핵심 국정 과제 중 하나로 문화산업 강국의 실현을 내걸었다. 헐리우드를 본 뜬 '한류우드' 조성과 인천 송도단지, 상암동 DMC(**Digital Media City**)등의 디지털 콘텐츠 산업지역 조성계획도 정부의 주도 아래 이루어졌다.

한류는 1980년대 홍콩류, 1990년대 일본류에 이어 한국의 문화적 매력을 동아시아권 내에 발산하는 시대적 조류로 등장했다. 홍콩류와 일본류는 시간이 지남에 따라 점차 그 영향력을 잃었다. 사실 신한류가 등장하기 이전의 한류는 드라마 스타에 치우쳐 침체기에 접어들었다는 평가가 지배적이었다. 따라서 한류 또한 홍콩류, 일본류와 같이 되지 않기 위한 대책이 국가 정책자들과 학자들의 고민거리로 떠올랐다.

문화체육관광부 문화산업정책관은 "예전에 한국은 일방적으로 콘텐츠를 수출하는 한류였다. 하지만 최근에는 가수끼리 문화교류를 하고 있다. 현지 콘서트를 통해 관객을 만나는 '쌍방향'으로 진화하고 있어 한류는 더욱 확대될 것"이라고 전했다. 또한 CG(컴퓨터그래픽) 완성도가 높아 한류에 가속도가 붙을 것으로 전망했다.

한국 문화는 단순히 드라마나 음악을 넘어서 음식, 화장품 수출 등으로 일본에 진출하고 있다. 최근에는 한류의 여파와 함께 방송 콘텐츠·화장품 등도 호황을 누리고 있다. 관세청은 올해 상반기 화장품 수출액 변화를 발표하면서 전년 대비 화장품 수출이 38.7% 증가했다고 지난 6일 밝혔다. 당국은 이 같은 현상에 대해 국산 화장품의 품질향상과 한류열풍 때문이라고 분석했다.

TỪ MỚI

1. 방송: truyền thông, truyền hình
   (1) dt : – 방송매체 phương tiện truyền thông   – 방송인 nhà truyền thông
      – 방송계 giới truyền thông   – 방송국 đài truyền hình
   (2) đt : 방송되다 phát sóng
      – 라디오에서 곧 태풍이 불것이라고 방송을 했다. Đài phát thanh đã thông báo bão sắp đổ bộ.
      – 사장은 막대한 광고비를 투자하여 신문과 방송에 제품을 소개하고 홍보한다. Giám đốc đã đầu tư một khoản chi phi khổng lồ dành cho quảng cáo để giới thiệu và tuyên truyền sản phẩm trên báo đài.

2. 역수입 : tái nhập, việc nhập lại từ nước khác hàng đã xuất khẩu của nước mình
   – 우리 만화는 거의 바닥났고, 오히려 일본에서 역수입을 해오고 있는 실정이다. Kho tàng truyện tranh của nước ta đang cạn kiệt, và thậm chí thực tế ta đang phải nhập ngược lại từ Nhật Bản.
   – 역수출 : Xuất khẩu lại , tái xuất

3. 방영: Việc phát sóng qua tivi, truyền hình
   (1) dt : phát sóng
      – 방영지역 : khu vực phát song   – 방영권 : độc quyền phát sóng
   (2) đt : 방영되다 : phát sóng, chiếu
      – 내가 보낸 극본이 채택되어 단막극으로 만들어져 지난 토요일 밤에 방영되었다. Kịch bản mà tôi gửi đã được chọn và được dựng thành một bộ phim một tập *được phát sóng* vào tối thứ bảy tuần trước.
      – 그 광고는 공중파를 타고 전국에 방영되고 있다. Quảng cáo đó *được chiếu* rộng rãi trên toàn quốc qua sóng truyền hình trung ương.

4. 본격화
   (1) 본격화 (dt) : một cách chính thức
      – 개혁의 본격화를 위해 분명한 원칙을 세우는 일이 시급하다. Việc lập ra các nguyên tắc rõ ràng đang trở nên cấp thiết để *chính thức tiến hành* cải cách.

5. 내걸다
   (1) Treo thẳng, giăng lên (간판, 국기)
      – 난 교실 문 위에 내걸린 학년, 반 표시조차 읽지 못 할 적이 많았다. Nhiều khi tôi đọc không ra biển biểu thị khối, lớp, phòng học *treo trên* cửa lớp.
   (2) Bất chấp mạng sống, đánh cược cả sinh mạng (목숨, 재산, 희생)
      – 우리의 목표를 달성하기 위해서는 목숨을 내건 싸움을 해야만 합니다. Để đạt được mục tiêu của mình, chúng tôi đã buộc phải chiến đấu *bắp chấp* mạng sống của chính mình.

(3) Coi, đưa ra, đặt ra (목표, 주제, 조건 따위)
- 양쪽이 전쟁의 초기에 내건 명분은 이미 다 없어졌다. Mục đích mà hai bên *đặt ra* khi mới bắt đầu cuộc chiến đã hoàn toàn tan biến.
- 단오날에는 송아지를 상품으로 내걸고 씨름 대회도 연다. Vào ngày Tết đoan ngọ, người ta tổ chức hội thi đấu vật, *treo* giải thưởng là một con bê.

6. 지배적

(1) dt : Chính, chủ đạo (어떤 사람이나 집단, 조직, 사물 등)
- 불교는 우리 나라에 전파된 후 민중의 정신생활을 지배적으로 이끌어 나가는 원동력이 되었습니다. Phật giáo sau khi được truyền vào nước ta đã trở thành động lực *chủ đạo* dẫn dắt đời sống tinh thần của người dân.
- 회의가 진행됨에 따라 신중론이 지배적이었다. Trong suốt tiến trình của cuộc họp, chủ yếu là các kiến kiến tranh luận.

(2) tt : chiếm ưu thế, có ưu thế (매우 우세하거나 주도적인 것)
- 당시 지배적 종이었던 공룡이 거의 멸종했음은 널리 알려졌다. Mọi người đều biết rằng loài động vật có ưu thế thời bấy giờ là khủng long giờ hầu như đã tuyệt chủng.

PHÂN TÍCH VÀ LUYỆN TẬP

I. Hãy dịch các cụm từ in đậm được gạch chân dưới đây sang tiếng Việt

① 한류는 한국의 **대중문화**가 외국에서 **대중성을 가지게 되는 것**을 말한다. 이 현상을 중국과 대만의 언론 등 에서는 **한류 열풍**(Korean wave fever)이라고 하였다.

1.1 한류 : _____

1.2 대중문화 : _____

1.3 대중성을 가지게 되는 것: _____

1.4 한류열풍 : _____

② 한국 내부에서 한류 열풍은 국민적 자존심과 자국 문화에 대한 자부심을 높여주는 계기가 되었다. 한류는 더 이상 문화적 유행에 그치지 않고, 국가적 위상 전환의 기회로 삼아질 수 있음을 점차적으로 인식하게 되었다.

2.1 국민적 자부심 :

2.2 자국문화에 대한 자부심 :

2.3 국가적 위상 전환의 기회로 삼다 :

③ 헐리우드를 본 뜬 '한류우드' 조성과 인천 송도단지, 상암동 DMC (Digital Media City) 등의 디지털 콘텐츠 산업지역 조성계획도 정부의 주도 아래 이루어졌다.

3.1 ~ 본 뜬 :

3.2 디지털 콘텐츠 산업지역 조성계획 :

3.3 정부의 주도 아래 :

④ 노무현 정부는 12대 핵심 국정 과제 중 하나로 문화산업 강국의 실현을 내걸었다.

4.1 12대 핵심 국정 과제 :

4.2 문화산업 강국의 실현 :

II. Hãy tìm hiểu ý nghĩa các cách diễn đạt sau và tìm phương án dịch phù hợp

① ~이/가 ~ 고민거리로 떠오르다

1.1 한류 또한 홍콩류, 일본류와 같이 되지 않기 위한 대책이 국가 정책자들과 학자들의 고민거리로 떠올랐다.

Tương tự

1.2 한국에서는 한류가 아시아 지역을 넘어 세계화 될 수 있는 방안이 무엇인지가 문화정책가들의 고민거리로 떠올랐다.

② 쌍방향으로 진화하고 있다

2.1 현지 콘서트를 통해 관객을 만나는 '쌍방향'으로 진화하고 있어 한류는 더욱 확대될 것"이라고 전했다.

Tương tự
2.2 최근의 모든 미디어 매체는 쌍방향으로 진화하고 있다.

2.3 최근의 한국의 의료기술은 각 지역의 환자와 종합병원을 화상으로 진료하는 쌍방향으로 진화하고 있다.

③ ~가 지배적이다

3.1 사실 신한류가 등장하기 이전의 한류는 드라마 스타에 치우쳐 침체기에 접어들었다는 평가가 지배적이었다.

Tương tự
3.2 현대의 가족 제도는 대가족보다 소단위인 핵가족 제도가 지배적이다.

3.3 내년에는 한반도의 통일 문제가 세계 정세의 중심이 될 것이라는 전망이 지배적이다.

④

4.1 문화전문가들은 영화산업은 새로운 인터넷 산업으로 인해 침체기에 접어들 수 있다고 판단하고 있다.

_____

_____

⑤

5.1 한국에서는 한류의 여파를 몰아 국가의 발전을 꾀하고자 많은 정책을 계획하고 있다

_____

_____

III. TIP

Câu "또한 CG(컴퓨터그래픽) 완성도가 높아 한류에 가속도가 붙을 것으로 전망했다".

Nếu chỉ riêng câu này sẽ dễ dàng dịch là "Ngoài ra, mức độ hoàn thiện của CG cao nên *triển vọng* là Hallyu sẽ tăng tốc", đây là một phương án dịch.

Tuy nhiên, nếu xét trong bối cảnh của cả đoạn viết này, đây vẫn là câu phát biểu của Viện chính sách công nghiệp văn hóa thuộc Bộ văn hóa thể thao du lịch Hàn Quốc nên chủ ngữ là Viện, và như thế, động từ 전망했다 nên được dịch là *hy vọng* chứ không dịch là *triển vọng*. Như thế, câu dịch nên là "Ngoài ra, viện cũng *hy vọng* rằng kỹ thuật CG (computer graphic) đang ngày càng được hoàn thiện sẽ giúp Hallyu tăng tốc"

BÀI THỰC HÀNH DỊCH

_____

_____

_____

BÀI 6

대한민국의 수도이며 역사 문화의 보고 서울
(Thủ đô của Đại Hàn dân quốc - Bảo khố văn hoá Seoul)

　한 나라의 수도는 그 나라의 정치적 활동의 중심지이다. 그리고 경제, 사회, 문화, 교육 등 모든 분야의 중심지가 되는 경우도 많다. 수도의 성격은 나라와 시대에 따라 다르지만 그 기원과 기능에 따라 달라질 수도 있다. 예를 들면, 로마, 파리, 북경 같은 수도는 역사도 깊고 그 나라의 중심 도시이다. 그러나 워싱턴, 캔버라 같은 수도는 정치적 활동의 중심지이지만 역사가 오래되지는 않은 도시이다.

　서울은 1394년 조선왕조가 한양(지금의 서울)을 도읍으로 정하고 부터이다.

　서울은 600년간의 정치, 경제, 문화의 중심지로서 소중한 문화재가 많이 있다. 그래서 서울은 한국의 역사 문화의 보고(寶庫)라고 불린다. 시내 곳곳의 고궁과 국립중앙박물관을 가거나 문화재를 관람하면서 한국의 5천년 역사의 숨결을 느낄 수 있다.

　외국 관광객이 한국을 방문할 경우 80% 이상이 서울을 관광한다. 서울에는 북악산, 인왕산, 남산이 있어 이 산을 연결한 성곽이 지금도 남아 있다. 이 도시에는 조선시대 5대 궁궐 중 4대 궁이 소재해 있다. 대표적인 세계문화 유산인 창덕궁은 조선시대 광해군 때부터 270년간 사용된 궁이다. 창덕궁은 자연과 조화된 건물 배치의 아름다움으로 유네스코의 세계문화유산으로 공인되었다.

　종묘는 조선왕조 27대에 걸친 왕과 왕비들의 비석을 모신 곳이다. 이 곳은 건축적 아름다움과 가치를 인정받아 1995년에 '유네스코 세계문화유산'으로 등록됐다. 또한 종묘의 제사 때에 사용되는 '종묘제례악'도 2001년에 '유네스코 세계무형유산'으로 등록됐다. 그리고 한국고유의 전통문화를 전시하고 판매하는 '인사동'은 외국인의 최대 관광지이다. 또한 '대학로'는 여러 대학들이 위치해 있어 언제든지 젊은이의 축제를 볼 수 있는 명소가 되었다.

　조선초기 세종대왕 때 약 10 만이던 서울의 인구는 현재 1 천만이 넘는다. 수도가 된 이래 서울의 인구는 꾸준히 증가하여 왔다. 서울의 인구가 급격히 늘어나게 된 것은 한국사회가 산업화의 길에 들어선 60년대 이후이다. 경제개발과 더불어 서울은 산업의 중심지로 자리잡았다. 새로 생긴 수많은 일자리는 농촌 사람들을 서울로 오게 만들었다. 게다가 도시의 편리한 생활환경과 수준 높은 교육기관들 또한 농촌 사람들을 서울로 끌어들이게 했다.

　현대 서울의 모습을 한 눈에 보고자 하는 사람은 서울 시내 한가운데 있는 남산에 올라가는 게 좋다. 정상에 세워진 서울 타워에서는 서울을 한 눈에 볼 수 있다.

　서울은 이제 자타가 공인하는 국제적인 대도시로 성장하였다. 그러나 이러한 성장에 의한 인구의 집중과 자동차의 증가로 인한 주택문제, 교통문제는 심각할 정도에 이르렀다. 따라서 요즘 서울을 아끼고 사랑하는 운동이 서울 시민들 사이에 번지고 있다. 많은 사람들은 이 운동의 결과로 600년 역사의 서울이 더욱 빛나고 지금보다 더 살기 좋은 곳이 되기를 바라고 있다.

(출처 : 연세대학교 발간 "한국어독본 4급")

TỪ MỚI

1. 기원: nguồn gốc, cội nguồn
   – 종교의 기원에 대해서는 여러 가지 학설이 있다.
     Có nhiền giả thuyết về *nguồn gốc* của tôn giáo.

2. 문화재 : di sản văn hóa

3. 숨결 : hơi thở
   (1) Trạng thái, tốc độ thở, nhịp thở
     – 그녀는 아기의 숨결이 점점 약해져 서둘러 병원으로 갔다. Thấy *hơi thở* của em bé dần yếu đi, cô ấy vội vàng đến bệnh viện.
   (2) Hơi thở, hơi hướng(사물 현상의 어떤 기운이나 느낌을 생명체에 비유하여 이르는 말)
     – 우리는 역사문화재에서 조상님들의 숨결을 느끼곤 한다. Chúng ta có thể cảm nhận được *hơi thở* của cha ông qua những di sản văn hóa, lịch sử.

4. 조화하다
   (1) Hài hoà, hoà hợp (서로 잘 어울리다)
     – 오늘날의 시대는 음과 양이 조화하는 시대, 즉 음이 지배하기 시작하는 시대입니다. Thời đại ngày hôm nay là thời đại âm – dương *hài hòa*, cũng có nghĩa là thời đại mà âm bắt đầu chi phối.
   (2) hài hòa, ăn khớp, vừa
     – 경영자에게 가장 필요한 능력은 여러 것들을 조화하여 전체를 만드는 재능이다. Năng lực cần thiết nhất đối với một nhà kinh doanh là khả năng khiến cho các yếu tố *ăn khớp* với nhau tạo ra một chỉnh thể.

5. 꾸준히 : đều đặn, thường xuyên không thay đổi
   – 그녀는 동생의 학비를 대면서도 한푼 두푼 꾸준히 저축을 해 왔다. Cô ấy vừa trả tiền học phí cho em mình vừa *đều đặn* tiết kiệm tiền.

6. 급격히: một cách nhanh chóng
   – 2006년 세계 경제공황으로 베트남의 주가는 급격히 하락했다. Năm 2006 do khủng hoảng kinh tế thế giới, giá cổ phiếu của Việt Nam tụt giảm một cách *nhanh chóng*.

7. 끌어들이다: thu hút
   – 최근 베트남은 여러 개방정책으로 세계각국의 투자자를 끌어들이는 나라가 되었다 .Gần đây với nhiều chính sách mở cửa, Việt Nam đã trở thành quốc gia *thu hút* các nhà đầu tư trên toàn thế giới.

8. 자타: **mình và người khác, một người**
– 과거 역사속에서 베트남이 강국을 물리친 건 자타가 공인하는 베트남 국민의 강인한 저력이 있었기 때문이다. Trong lịch sử, Việt Nam đã đẩy lùi được các cường quốc là bởi nội lực bền bỉ của người dân Việt Nam mà ai cũng phải công nhận.

PHÂN TÍCH VÀ LUYỆN TẬP

I. Hãy dịch các cụm từ in đậm được gạch chân dưới đây sang tiếng Việt

① 서울은 이제 **자타가 공인하는** 국제적인 대도시로 성장하였다. 그러나 이러한 성장에 의한 인구의 집중과 자동차의 증가로 인한 주택문제, 교통 **문제는 심각할 정도에 이르렀다**.

1.1 자타가 공인하는 : _____

1.2 ~ 문제는 심각할 정도에 이르렀다 : _____
_____

② 창덕궁은 **자연과 조화된 건물 배치의 아름다움**으로 유네스코의 **세계문화유산으로 공인되었다**.

2.1 자연과 조화된 건물배치의 아름다움 : _____

2.2 세계문화유산으로 공인되었다 : _____

③ 또한 종묘의 **제사** 때에 사용되는 '**종묘제례악**'도 2001년에 '**유네스코 세계무형유산**'으로 **등록됐다**.

3.1 제사 : _____

3.2 종묘제례악 : _____

3.3 유네스코 세계무형유산'으로 등록됐다 : _____
_____

II. Hãy tìm hiểu ý nghĩa các cách diễn đạt sau và tìm phương án dịch phù hợp

① ~과 조화되다

1.1   호이안은 강을 따라 건설된 17세기의 고주택과 그 시대의 무역경제역사를 간직한 조화로움으로 내외국 관광객에게 새로운 조명을 받고 있다.

1.2   개발도상국의 대표 주자로서의 한국의 모습과 우리의 고유 문화가 풍기는 멋을 어떻게 조화해 나가느냐에 성패의 열쇠가 달려 있다고 할 것이다.

1.3   각 개인으로 하여금 변천하는 사회에서 잘 조화하고 적응하도록 가르치는 것이 매우 중요하다.

② ~ 부터이다

2.1   서울은 1394년 조선왕조가 한양(지금의 서울)을 도읍으로 정하고 부터이다.

2.2   베트남 하노이의 인구가 급격히 늘어나게 된 것은 베트남 경제사회가 개발도상국에 들어선 2000년대 초 부터이다.

③ ~ 위치에 있어 ~가 유명한 지역이 되었다

3.1   '대학로'는 여러 대학들이 위치해 있어 언제든지 젊은이의 축제를 볼 수 있는 명소가 되었다.

3.2 호안끼엠 호수는 베트남의 수도이며 하노이의 중심에 위치해 있어 베트남 국민 뿐만 아니라 외국 관광객에게도 베트남을 상징하는 명소가 되었다.

3.3 미국의 브로드웨이는 많은 오페라극장들이 위치해 있어 세계의 뮤지컬배우와 애호가들이 가장 사랑하는 명소가 되었다

④ ~에 번지고 있다
4.1 요즘 서울을 아끼고 사랑하는 운동이 서울 시민들 사이에 번지고 있다.

4.2 베트남을 사랑하는 젊은사람들에 시작된 교통안전 및 Green City 운동이 요즈음 전국민들 사이에 번지고 있다.

III. TIP

① **Phân biệt dịch "tiêu chuẩn" và "chất lượng"**

    (1) 수준 높은 교육기관 : Tổ chức giáo dục chất lượng cao (○)
                             Tổ chức giáo dục tiêu chuẩn cao (×)
    (2) 수준 높은 학교 : Trường học chất lượng cao (○)
                       Trường học tiêu chuẩn cao (×)

② Câu "그리고 한국고유의 전통문화를 전시하고 판매하는 '인사동'은 외국인의 최대 관광지이다".

Trong câu này người dịch chú ý cụm "전통문화를 ×전시하고 판매하다." Ở đây có dạng 1 tân ngữ hai động từ. Nếu người dịch ẩu sẽ dễ dàng dịch là " Trưng bày và bán văn hoá hoá truyền thống." Như vậy thất khó chấp nhận. Trường hợp gặp các câu dạng này, để dịch đúng và thuần Việt thì người dịch nên dịch là " Trưng bày giới thiệu văn hoá truyền thống và bán các vật phẩm văn hoá truyền thống", hoặc tương tự như vậy thì hơn.

BÀI THỰC HÀNH DỊCH

BÀI 7

한국의 관광
(Du lịch Hàn Quốc)

한국에는 볼거리, 먹을거리, 놀거리, 즐길거리가 많다. 4계절이 뚜렷하고, 산과 바다, 그리고 넓은 들이 있어 자연이 아름답고, 오랜 역사에서 남겨진 독특한 문화유산도 많다.

한국의 세계유산으로는 석굴암과 서울의 창덕궁, 조선왕릉과 제주도의 화산섬과 용암동굴 등 10곳이 유네스코에서 세계유산으로 공인되었다. 그리고 세계기록유산으로는 훈민정음, 동의보감을 비롯하여 7개가 지정되어 있다. 이처럼 한국은 작지만 아름다운 나라이고 역사적 유물들이 잘 보존되어 있는 나라이다. 옛 궁궐(고궁)들은 600년간 수도로 자리잡고 있는 서울에 집중돼 있다.

또한 한국에서는 전국 어디서나 유서 깊은 불교 사찰을 만날 수 있으며, 옛 선비의 기상을 느낄 수 있는 사당에서는 한국의 옛건축과 예술의 향취를 느낄 수 있다.

자연관광으로는 기암괴석과 태평양을 향해 펼쳐진 넓은 바다에 떠 있는 아름다운 섬 제주가 있다. 그리고 아름다운 해안선과 청정해역으로 이름 높은 남해와 한려수도, 푸르고 깨끗한 동해가 있다. 한국은 특히 3면이 바다로, 갯벌에서 나는 풍요한 생명들은 독특한 경치를 선사한다.

한국에서는 여름의 해양 스포츠, 겨울 스포츠, 산악활동 등 사람들이 즐기는 모든 레저 스포츠 활동이 가능하다. 이러한 자연환경과 경제 발전으로 한국은 1988년 올림픽, 2002년 월드컵, 2010년 세계육상선수권 대회를 개최했으며 2018년 동계올림픽 유치를 위한 활동을 하고 있다.

또한 나비축제, 머드축제 등과 인삼축제 등 각 도시별로 특색 있는 축제를 통해 한국의 자연과 음식, 그리고 문화와 생활을 체험할 수 있다.

각종 체험 활동으로는 사찰에 머물면서 명상을 하는 템플 스테이가 있다. 외국인이 한국의 역사와 전통 문화를 체험할 수 있는 다양한 프로그램이 활발하게 펼쳐지고 있다. 그리고 세계에서 하나뿐인 분단국가로서 평화의 중요성을 느낄 수 있는 판문점 견학도 흥미롭다.

최근 세계적으로 웰빙 음식으로 각광받는 한국의 다양한 먹거리는 풍성하다. 예약을 하지 않아도 자정을 넘어도, 언제 어디서든 원하는 음식을 즐길 수 있는 기회가 많이 있다. 한국 음식뿐만 아니라 전세계 모든 음식도 맛볼 수 있다.

한국의 도시는 24시간 깨어 있어 활기차다. 예로부터 춤과 노래를 즐기던 민족이라 다양한 나이트 라이프가 발달해 있다. 노래방이나 나이트 클럽에서 모든 사람은 가수나 댄서를 뺨치는 실력을 보여준다.

이와 같은 관광여건으로 한국은 동남아시아 여러 국가뿐 아니라 세계 여러나라로부터 주목받고 있는 나라이다.

TỪ MỚI

1. 펼치다 : mở rộng, lan truyền
   (1) Trải, mở (접히거나 개킨 것을 널찍하게 펴다)
   – 그가 접었던 종이를 펼쳤다. Anh ta đã mở tờ giấy đang bị gấp.
   – 남자가 우산을 펼치고 있다. Chàng trai đang mở chiếc ô.
   – 과장은 계장이 엉거주춤 내미는 서류철을 받아 펼친다. Trưởng phòng nhận tập tài liệu mà đội trưởng lưỡng lự đưa và mở ra xem.
   (2) Thể hiện, trình diễn
   – 그 배우는 매우 아름다운 연기를 펼쳤다. Người diễn viên đó đã thể hiện một diễn xuất tuyệt vời.
   (3) Trình bày, diễn giải, thổ lộ (생각, 꿈 계획 따위를 실현하다)
   – 꿈을 펼치다Thổ lộ mơ ước
   – 그는 세미나에서 자신의 이론을 마음껏 펼쳤다. Tại hội thảo, anh ấy trình bày học thuyết của mình bằng tất cả tâm huyết.
   (4) Tính chất phẳng, dãn
   – 펼친 그림: tranh phẳng, hình ảnh phẳng
   – 펼침성: Tính chất dãn mỏng của kim loại

2. 독특하다: đặc biệt, đặc trưng, độc đáo.
   – 우리 나라에서는 신춘 문예라는 독특한 제도가 있다. Quê hương chúng tôi có cuộc thi đặc biệt mang tên Văn nghệ xuân mới.

3. 공인되다 : công nhận
   – 말과 글이라는 것도 크게 보면 공인된 습관의 체계인 것이다. Nếu nhìn một cách toàn diện thì chữ viết và lời nói cũng là một hệ thống thói quen đã được công nhận.
   – 결혼은 사적 관계이던 남녀의 결합을 사회가 공인함으로써 성립한다. Kết hôn được hình thành thông qua sự công nhận của xã hội về sự kết hợp dựa trên mối quan hệ cá nhân giữa nam và nữ.

4. 기상
   (1) vẻ cứng rắn, tinh thần cứng rắn
   – 신사임당의 글씨를 보면 가냘픈 규수의 문필답지 않게 늠름한 기상을 엿볼 수 있다. Nếu xem chữ của Thân Sư Nhiệm Đường thì có thể thấy được khí phách oai nghiêm không giống như ngòi bút của người con gái yếu đuối.
   (2) khí tượng (바람, 비, 구름, 눈 등)
   – 여기 날씨는 좋았으나 강릉 쪽 기상이 좋지 않아 비행기가 결항되었다. Thời tiết ở đây rất đẹp nhưng thời tiết ở Kangrung không tốt nên chuyến bay đã bị hoãn.

(3) việc thức dậy
- 그녀의 노랫소리는 우리의 아침 기상을 알리는 기상 나팔 소리처럼 우렁차고 웅장하다. Tiếng hát của cô gái đó khỏe khoắn và oai phong, như tiếng kèn hiệu đánh thức nhắc chúng tôi dậy sớm.
- 겨울철에 6시 기상은 너무 이르다. Vào mùa đông, việc dậy lúc 6 giờ là quá sớm.

5. 청정
(1) dt : trong sáng và sạch sẽ, tinh khiết, trong sạch.
- 조상들은 제사는 가장 소중한 일이므로 청정을 무엇보다도 숭상하였다. Tế lễ là việc quan trọng nhất nên tổ tiên chúng ta đã luôn coi trọng sự tinh khiết hơn bất kỳ điều gì.
(2) đt : 청정하다 : làm cho sạch, rửa sạch
- 닭울음 소리가 청정하게 이 산 저 산을 줄기차게 메아리쳤다. Tiếng gáy trong trẻo của chú gà lôi vang vọng không ngừng từ ngọn núi này sang ngọn núi khác.
- 그 시간쯤이면 숲에서 퍼져오는 공기가 청정하고 싱그러웠다. Vào thời điểm đó, không khí lan toả trong khu rừng rất trong sạch và tươi mát.

6. 선사하다: **Biếu, tặng**
- 제가 아주 좋아하는 음악을 여러분에게 선사하겠습니다. Tôi xin tặng quý vị bản nhạc mà tôi rất thích.
- 성탄절이 오면 재서는 우체부에게 두꺼운 양말을 선사하였다. Giáng sinh về, Jaeseo đã tặng cho bưu tá đôi tất dày.
- 조국의 품에 승리의 기쁨을 선사하지 못한 그들의 마음은 또한 어떠했을까? Tâm trạng của những người không thể chia sẻ niềm vui chiến thắng của tổ quốc sẽ như thế nào nhỉ?

7. 사찰: **đền, chùa**
(1) 절 : ngôi chùa, đền, chùa
- 절 가운데 흥륜사는 가장 오래된 사찰로 무려 10년이라는 긴 세월의 공사로 이루어진 건물이다. Trong số các ngôi chùa, chùa Hungryun là ngôi chùa lâu đời nhất, và cũng là toà kiến trúc được xây dựng trong thời gian dài gần 10 năm.
(2) giám sát việc thực hiện nghĩa vụ
- 세무 사찰에 대비하느라 아침부터 정신이 없었다. Chuẩn bị cho điều tra thuế vụ nên từ sáng không có tâm trí nào cả.

8. 활기차다: **tràn đầy sinh lực, đầy sức sống**
- 그녀는 나이를 가늠할 수 없으리만치 매우 활기차고 건강했다. Tuy cô ấy không thể giấu được tuổi tác nhưng cô ấy còn vẫn rất khoẻ mạnh và tràn đầy sinh khí
- 그는 피로로 얼굴은 엉망이었지만, 걸음걸이가 활기찼고 어깨에는 힘이 들어갔다. Khuôn mặt của anh ta trông rất bẩn thỉu nhưng bước đi của anh ta đầy sinh khí và đôi vai chứa đầy sức mạnh.

PHÂN TÍCH VÀ LUYỆN TẬP

I. Hãy dịch các cụm từ in đậm được gạch chân dưới đây sang tiếng Việt

① 한국에는 **볼거리**, **먹을거리**, **놀거리**, **즐길거리**가 많다.

1.1   볼거리 : _____

1.2   먹을거리 : _____

1.3   놀거리 : _____

1.4   즐길거리 : _____

② 한국에서는 전국 어디서나 **유서 깊은 불교 사찰**을 만날 수 있으며, **옛 선비의 기상을 느낄 수 있는 사당**에서는 한국의 옛건축과 **예술의 향취를 느낄 수 있다**.

2.1   유서 깊은 불교 사찰 : _____

2.2   옛 선비의 기상을 느낄 수 있는 사당 : _____

2.3   예술의 향취를 느낄 수 있다 : _____

③ 한국에서는 여름의 **해양 스포츠**, **겨울 스포츠**, **산악활동** 등 사람들이 즐기는 모든 **레저 스포츠 활동**이 가능하다.

3.1   해양스포츠 : _____

3.2   산악활동 : _____

3.3   레저 스포츠 활동 : _____

II. Hãy tìm hiểu ý nghĩa các cách diễn đạt sau và tìm phương án dịch phù hợp

① ~에서 ~으로 공인되다

1.1   한국의 세계유산으로는 석굴암과 서울의 창덕궁, 조선왕릉과 제주도의 화산섬과 용암동굴 등

10곳이 유네스코에서 세계유산으로 공인되었다.

___

Tương tự
1.2 다낭은 아름다운 해안선과 청정해역으로 세계의 가장 아름다운 해안 중 하나로 공인되었다.

___

1.3 대한 테니스 협회가 공인한 4개 회사 제품들 가운데 일부가 수준에 미달, 선수와 코치들의 불평을 사고 있다.

___

② ~ 뿐만 아니라 ~도
2.1 한국 음식 뿐만 아니라 전세계 모든 음식도 맛볼 수 있다.

___

Tương tự
2.2 이와 같은 관광여건으로 한국은 동남아시아 여러 국가뿐 아니라 세계 여러나라로부터 주목받고 있는 나라이다.

___

2.3 그 책은 아이들에게 뿐만 아니라 어른들에게도 희망과 교훈의 메세지를 주는 책입니다.

③

3.1 한국의 많은 사찰에는 명상을 하는 프로그램인 "템플 스테이"가 있다.

④

4.1 한국은 세계에서 하나뿐인 분단국가로 판문점에는 미국과 한국, 북한의 군인이 주둔하고 있다.

III. TIP

① ~ 거리 : **Đứng sau danh từ hoặc đuôi "~ㄹ" trở thành một danh từ chỉ nội dung của yếu tố đứng trước.**

– 볼거리 cái để xem, cái xem; 먹을거리 cái để ăn, cái ăn; 놀거리 cái để chơi, đồ chơi; 즐길거리 cái để làm, việc để làm; 자랑거리 cái để tự hào, cái đáng tự hào, tự hào, 이야깃거리 câu chuyện, chủ đề nói.

BÀI THỰC HÀNH DỊCH

BÀI 8

발효 음식 김치의 효능
(Công dụng của Kim chi - Thực phẩm lên men)

"음식이 건강유지에 있어 가장 중요하다는 운동"을 펼치는 뉴트리라이트 건강연구소의 소장 샘 렌보그 박사는 한국음식에 대해 이렇게 말한다. 한국 음식은 자연적 효능과 시간이 합쳐진 발효음식이 많아 세계적인 웰빙 음식입니다. 한국의 다채로운 채소 음식에는 식물이 가진 각종 영양소가 많이 들어 있어 암 예방과 노화 방지에도 탁월합니다."

김치를 만드는 방법은 배추와 무를 소금에 절인 후 씻어 물기를 뺀다. 그리고 고춧 가루, 파, 마늘, 생강과 젓갈을 넣고 버무려 저장한다. 한국 사람들은 일년 내내 즐겨 먹는다. 최근에는 발효음식 김치의 효과가 알려지면서 다른 나라에서도 건강식으로 대중화되고 있는 음식이다.

김치를 만들 때, 고추를 양념으로 쓰면 소금의 양을 줄일 수 있다. 한국의 옛 문헌에 의하면 고추를 사용하면 무를 오랫동안 저장할 수 있다고 한다. 또한 고추의 자극적인 맛은 소금과 같이 식욕을 자극하고 탄수화물의 소화를 촉진시킨다.

김치를 먹으면 심장병 예방을 비롯한 항암 효과와 노화 억제, 면역강화 기능이 있다. 이러한 효과들이 입증되면서 미국의 건강 전문지 "Health"에 김치는 요구르트, 낫또와 함께 세계 5대 건강 식품으로 선정되기도 했다.

한국식품연구원 김영진 박사팀에 의하면, 2009년 한국내 신종플루 감염자의 80%가 김치를 잘 먹지 않는 30대 이하의 젊은 층이었다고 한다. 그리고 한국의 감염률이 다른 나라에 비해 현저히 낮은 것도 김치의 효능 때문이라고 발표했다. 김영진 박사는 신종플루 역시 김치로 예방할 수 있다고 주장했다.

윤숙자 한국전통 음식연구소 소장도 "김치는 유산균이 많아 소화 및 항암효과가 뛰어나다"며 "잘 익은 김치를 충분히 섭취하면 면역성을 높이고 모든 병을 이겨내는 힘이 있다"고 말했다.

푸드페스티벌 '서울 고메(Seoul Gourmet) 2010'에 참가한 세계 요리연구가 들은 한국의 발효 음식에 큰 관심을 나타냈다. 그들은 "한국에 오기 전 주최 측에서 보내준 간장·된장·고추장·김치 등을 통해 한국의 발효음식에 대해 처음 알게 됐다"며 "유럽에서 발효음식은 치즈·요구르트 밖에 없다. 그런데 김치처럼 채소를 발효시킨 음식을 보고 무척 흥미로웠다"고 말했다.

이처럼 김치는 한국인의 맛을 대표하며 한국인의 건강을 책임지고 있는 중요한 음식이다.

TỪ MỚI

1. 발효
  (1) Phát huy hiệu lực
  (2) lên men
  – 음식물이 삭아서 발효가 되면 원래 성분의 맛은 중화 상승되어 제3의 맛으로 변하고 만다.
   Nếu thực phẩm lên men, hương vị của thành phần ban đầu sẽ trung hoà nổi lên và chuyển sang hương vị thứ ba khác.
  – 음식이 발효를 하자면 시간이 필요하다.
   Cần phải có thời gian để thực phẩm lên men.

2. 웰빙 (well-being) : **cuộc sống khỏe mạnh**
  – 현대인은 건강과 행복한 삶을 위한 웰빙음식, 웰빙가구, 웰빙스포츠 등을 즐긴다.
   Để có được cuộc sống khỏe mạnh và hạnh phúc con người trong xã hội hiện đại rất ưa chuộng các loại thức ăn, đồ gia dụng, các môn thể thao tốt có lợi cho sức khỏe.

3. 다채롭다 : **đa sắc, đa dạng, màu sắc lộng lẫy**   [từ đồng nghĩa] 컬러풀하다
  – 라디오 방송은 새로운 소식은 물론, 오락과 교양에 관한 내용을 다채롭게 전파로 보내 주고 있다.
   Đài phát thanh ngoài những tin tức mới còn đang phát sóng nhiều chương trình với nội dung đa dạng liên quan đến giáo dục và giải trí.

4. 버무리
  (1) dt : món trộn, món ăn tổng hợp
   – 버무리떡: Bánh bột gạo trộn với đậu xanh hoặc đậu đỏ
  (2) 버무리다 (đt) : khuấy đều, trộn đều
   – 불고기는 고기를 양념장에 버무려 30분 이상이 지나야 맛이 있다.
    Thịt bò nướng phải được trộn đều trong gia vị, để khoảng 30 phút thì mới ngon.

5. 탄수화물: **chất hữu cơ hydro carbon**

6. 면역 : **miễn dịch, quen với cái gì**
  (1) Miễn dịch
   – 면역강화: tăng cường *miễn dịch*
   – 면역력(khả năng miễn dịch), 면역성(tính miễn dịch)
   – 사람이나 동물의 몸 안에 들어온 균이나 바이러스에 대하여 항체가 만들어져, 같은 균이나 바이러스가 일으키는 병에 다시 걸리지 않는 현상을 면역이라고 합니다.
    Hiện tượng kháng thể được tạo ra cho các loại virut hoặc vi khuẩn vào trong cơ thể người hoặc động vật, và không mắc các chứng bệnh do vi khuẩn hoặc virut đó gây ra được gọi là

miễn dịch.
- 가끔 잔병치레를 해 본 사람은 면역도 있고 건강에 조심하기 때문에 오히려 건강을 잘 지킬 수 있다.

  Đôi lúc, những người thường xuyên bị mắc bệnh có miễn dịch và luôn chú ý đến sức khoẻ nên họ có thể giữ được sức khoẻ.

(2) Quen với điều gì, miễn dịch với điều gì
- 그 곳에서 얼마 동안 지낸 다음에는 그 질문에도 면역이 생겼다.

  Sau khi sống ở đó một thời gian, tôi đã *quen* với câu hỏi đó.
- 웬만한 고생에는 이미 면역이 되어 있었다. 나는 이미 그런 고생에는 면역이 되어 있었다. Tôi đã quen với những nỗi vất vả.
- 문제아로 매일 지적받다 보니 선생님의 꾸지람에도 면역이 되었다.

  Vấn đề là ngày nào cũng bị chỉ trích nên đã trở nên quen thuộc với sự rầy la của thầy giáo.

7. 입증 : **đưa ra chứng cớ chứng minh**.
- 입증하다 (đt) : chứng minh, kiểm chứng
- 과학적인 지식을 얻기 위해서는 사실이 발견되고 입증될 때까지 인내심을 가져야 한다.

  Để có được những tri thức khoa học, chúng ta cần phải kiên nhẫn cho đến khi sự thật được phát hiện, *chứng minh*.
- 필요하다면 사실을 입증할 자료는 얼마든지 제공할 수가 있어요.

  Nếu cần, tôi có thể cung cấp rất nhiều những tài liệu để *chứng minh* sự thật.
- 그녀는 현실이 가장 완벽한 예술임을 온몸으로 입증하고 있었다.

  Cô gái đó đã *chứng minh* hiện thực là nghệ thuật hoàn hảo nhất bằng cả cơ thể.

8. 신종플루 : **dịch cúm A H1N1**

9. 현저하다: **rõ rệt, đáng kể**
- 아이들의 사망률은 현저하게 저하되었고 인간의 평균 수명은 날로 늘어나고 있다.

  Tỉ lệ tử vong trẻ nhỏ giảm *một cách đáng kể* và tuổi thọ trung bình của con người ngày càng tăng lên.
- 2000년 이후부터 베트남은 개방정책의 효과가 현저히 나타나기 시작했다.

  Từ sau năm 2000, chính sách mở cửa của Việt Nam bắt đầu có hiệu quả rõ ràng.

PHÂN TÍCH VÀ LUYỆN TẬP

I. Hãy dịch các cụm từ in đậm được gạch chân trong các văn bản sau sang tiếng Hàn

① 김치를 만드는 방법은 배추와 무를 **소금에 절인** 후 씻어 물기를 뺀다. 그리고 고춧 가루, 파, 마늘, **생강과 젓갈을 넣고 버무려 저장한다.**

1.1 ~을 소금에 절인 :

1.2 생강과 젓갈을 넣고 버무려 저장한다. :

② 최근에는 발효음식 김치의 효과가 알려지면서 다른 나라에서도 **건강식으로 대중화되고 있는 음식이다**. 김치를 만들 때, **고추를 양념으로 쓰면 소금의 양을 줄일 수 있다.**

2.1 건강식으로 대중화되고 있는 음식이다. :

2.2 고추를 양념으로 쓰면 소금의 양을 줄일 수 있다. :

③ "김치는 **유산균**이 많아 소화 및 항암효과가 뛰어나다"며 "잘 익은 김치를 충분히 섭취하면 **면역성을 높이고** 모든 **병을 이겨내는 힘**이 있다"고 말했다.

3.1 유산균 :

3.2 면역성을 높이다 :

3.3 병을 이겨내는 힘 :

II. Hãy tìm hiểu ý nghĩa các cách diễn đạt sau và tìm phương án dịch phù hợp

① ~과 ~이 합쳐진/어우러진

1.1 한국 음식은 자연적 효능과 시간이 합쳐진 발효음식이 많아 세계적인 웰빙 음식입니다.

1.2 프랑스 음식은 맛과 시각적인 아름다움이 합쳐진 음식으로 세계의 미식가들이 즐겨찾는 음식입니다.

1.3 로마는 고대 역사와 현대의 도시건축이 어우러져 관광객들로부터 신비로움을 느끼게 한다.

② ~가/이 들어 있어/함유되어 ~에 탁월하다/우수하다

2.1 한국의 다채로운 채소 음식에는 식물이 가진 각종 영양소가 많이 들어 있어 암 예방과 노화 방지에도 탁월하다.

2.2 검은 깨에는 식물성 지방이 많이 들어 있어 신장기능을 도와 주고 노화방지 효과가 우수하다.

2.3 인삼에는 사포닌 성분이 함유되어 암예방은 물론 노화방지에 탁월한 음식이다.

③ ~ 것은 효능이다, ~ 것으로 효능 때문이다

3.1 한국이 신종플루 등 전염병에 대한 감염률이 다른 나라에 비해 현저히 낮은 것은 김치의 효능 때문이다.

3.2 유럽의 발효음식은 치즈나 요구르트이지만 한국의 김치는 채소를 발효시킨 것으로 많은 효능이 있다.

④

4.1 가끔 잔병치레를 해 본 사람은 면역도 있고 건강에 조심하기 때문에 오히려 건강을 잘 지킬 수 있다.

4.2 과학적인 지식을 얻기 위해서는 사실이 발견되고 입증될 때까지 인내심을 가져야 한다.

4.3 아이들의 사망률은 현저하게 저하되었고 인간의 평균 수명은 날로 늘어나고 있다.

BÀI THỰC HÀNH DỊCH

BÀI 9

인삼의 효능
(Công dụng của Nhân sâm)

　인삼은 한국 사람들이 가장 아끼는 보약이다. 인삼에는 많은 효능이 있다. 그러나 그동안 인삼의 효능을 과학적으로 증명하지 못했었다. 하지만 최근에 인삼의 새로운 건강 효과가 국내외 학자들의 연구를 통해 계속 밝혀지고 있다. 그리고 국내 인삼 제품의 의학적 효능도 외국 학자들의 연구로 증명되고 있다.

　연구진의 발표에 의하면, 홍삼은 간경변과 간암 환자 등의 간 기능을 개선한다고 한다. 또한 인삼은 독감백신 효과를 증가시키고 간 질환이 있는 사람의 간 기능을 향상시켜 준다고 발표하였다.

　이탈리아 연구진은 인삼이 독감(인플루엔자) 백신의 효과를 높여준다는 연구 결과를 내놨다. 건강한 사람 227명을 두 그룹으로 나눠 한 그룹은 독감 백신만 접종하고, 다른 그룹은 백신과 함께 인삼 추출물을 매일 100mg씩 8주간 복용시켰다. 그 결과, 인삼 추출액을 함께 복용한 집단은 독감이 13%만 발병했고, 백신만 맞은 집단은 37% 발병했다. 이것은 인삼이 면역력을 강화해 독감 백신의 기능을 촉진하기 때문이다.

　면역력이나 간 기능 개선 효과를 얻으려면, 하루에 말린 인삼 한 뿌리 정도(4~8g)를 5배의 물에 달여서 먹으라고 권유했다. 그러나 "두통, 가슴 두근거림, 불면증, 생리불순 등이 있는 사람과 임신부는 인삼을 먹지 않는 것이 좋지 않다.

　인삼의 효과는 사람마다 다르다. 그러나 왜 효과가 다른지는 그 동안 알지 못했으나 이번 연구에서 그 원인이 밝혀졌다. 인삼의 효능이 개인마다 다른 것은 장 속에 사는 미생물이 인삼의 사포닌 성분을 분해하는 능력의 차이 때문이다. 이번 연구에서는 당근이나 배추 등 식이섬유가 많은 채소나 김치 등 발효식품을 많이 먹으면 베타-글루코시다제가 활성화하는 것으로 확인됐다. 따라서 평소 채식위주의 식사를 하며 인삼을 먹으면 인삼의 효과를 높일 수 있다고 밝혀졌다.

　이번 연구 결과는 한의학적 이론과도 일치한다. 위장에 열이 많고 장이 약해 인삼이 체질적으로 맞지 않는 사람도 인삼을 발효시킨 홍삼은 효과가 있다고 한다. 그리고 야채나 발효식품을 꾸준히 먹어서 장 기능을 개선시켜 놓으면 인삼의 효과를 높일 수 있다고 한다.

　하지만 아무리 좋은 보약이라도 확실한 진단후에 복용해야 한다고 강조했다.

(출처 : 조선일보 2010.9.15일자 김태열 기자)

TỪ MỚI

1. 밝히다
   (1) Làm sáng lên, làm sáng tỏ
   – 그가 심지를 올려 방 안을 밝히려는 순간 문이 덜컥 열렸다.
      Khi ông ta định vặn ngọn bấc lên soi cho sáng bên trong căn phòng thì cánh cửa bất ngờ mở ra.
   – 숲 속을 밝히는 그 광명은 바로 그 황금 궤에서 번져 나오고 있었다.
      Ánh sáng làm sáng cả khu rừng phát ra từ chính chiếc rương vàng đó.
   (2) Bật, thắp sáng các loại đèn (불을 켜다)
   – 원향은 등불을 밝혀 들고 몇 번이나 마당을 서성거렸다.
      WoonHyang thắp đèn sáng rồi cầm ra, đi đi lại lại mấy vòng quanh sân.
   – 저녁이 되자 그는 자동차의 불을 밝혔다.
      Ngay khi trời tối anh ta đã bật sáng đèn xe oto.
   (3) Làm cho có hy vọng (희망을 주다)
   – 이는 어느 한 쪽을 부정하기 위해서가 아니라, 인류의 미래를 밝히기 위한 것이다.
      Điều này không phải là để phủ định một mặt nào mà là để làm sáng tỏ tương lai của nhân loại.
   – 이는 과거와 현재를 바르게 이해하고 그것을 토대로 미래를 밝히는 데 그 목적이 있다.
      Điều này có mục đích là để hiểu đúng về quá khứ, hiện tại và trên nền tảng đó làm sáng tỏ tương lai.
   (4) Công khai một sự thật nào đó (진리, 가치, 옳고 그름 따위)
   – 그가 어떤 사람인지를 밝히는 데는 여러 가지 방법이 있다고 생각한다.
      Tôi nghĩ rằng có nhiều cách để làm sáng tỏ xem cậu ta là ai.
   – 우리는 진실은 진실대로 밝히는 것이 좋겠다고 결정했다.
      Chúng tôi đã quyết định rằng sự thật cần phải được làm sáng tỏ theo đúng sự thật.
   – 이사회는 현재의 김성식 대표 이사를 유임시키기로 했다고 밝혔다.
      Hội đồng quản trị công bố rằng đã tái bổ nhiệm giám đốc đại diện Kim Sung Sik.

2. 간경병 : **Bệnh xơ gan**   간암 : **Ung thư gan**

3. 인플루엔자 : **influenza (Bệnh cúm)**

4. 백신 : **Vắc xin**
   – 독감백신 : Vắc xin phòng dịch cúm
   – 무섭게 번지고 있는 후천성 면역결핍증을 치료할 수 있는 백신의 개발은 다른 무엇보다도 시급한 과제이다.
      Việc tìm ra loại vắc xin có thể điều trị bệnh HIV đang lây lan một cách đáng sợ là vấn đề cấp

bách hơn cả.

5. 추출 : Chiết xuất, lấy ra, rút ra
  – 추출액 (nước chiết xuất)
  – 자료에서 정보를 추출하다 : Lấy thông tin từ tài liệu
  – 추출 용매의 종류에 따라 추출되는 인산염의 양도 다르므로 여러 가지 용매로서 추출을 시도해야 한다.
  Tuỳ vào từng loại dung môi chiết xuất mà lượng phốt phát chiết xuất được khác nhau nên phải thực hiện chiết xuất với nhiều loại dung môi khác nhau.

6. 두근거리다 : đập nhanh, đập thình thịch
  – 시를 읊으니 가슴은 방망이처럼 두근거리고 얼굴은 새빨갛게 달아올랐다.
  Vừa ngâm thơ, tim vừa *đập thình thịch* như trống dùi và khuôn mặt thì đỏ ửng lên.
  – 남의 물건을 훔칠 때, 누구나 가슴이 두근거리게 마련이다.
  Khi ăn trộm đồ của người khác, chắc chắn tim ai cũng *đập thình thịch*.
  – 행여 누군가 볼세라 심장이 두근거려 도저히 계속할 수가 없었다.
  Hình như có ai đó nhìn nên tim tôi *đập thình thịch* và không thể tiếp tục được nữa.

7. 생리불순 : Kinh nguyệt không đều.

8. 사포닌 : saponin

9. 식이섬유 : Chất xơ

10. 채식위주 : chủ yếu ăn chay

11. 일치하다 : phù hợp, không có sự khác biệt nào cả.
  – 이 길은 김정호의 대동여지도에 표기되어 있는 도로와 일치하고 있다.
  Con đường này *đồng nhất* với con đường được biểu thị trên bản đồ Daedongyo của Kim Jeong Ho.
  – 사람은 말과 행동이 일치해야 한다.
  Con người phải *thống nhất* lời nói và hành động.
  – 네 사람은 이 점에서 완전히 의견들이 일치했다.
  Bốn người đã hoàn toàn *thống nhất* ý kiến ở điểm này.

12. 진단 : chẩn đoán, chẩn bệnh, kê đơn
  – 예상한데로 의사의 진단은 아무 이상이 없었다.
  Như dự kiến, trong chẩn đoán của bác sĩ không có gì bất thường.
  – 진단서 : Giấy chứng nhận sức khoẻ.

PHÂN TÍCH VÀ LUYỆN TẬP

I. **Hãy dịch các cụm từ in đậm được gạch chân dưới đây sang tiếng Việt**

① 이것은 인삼이 면역력을 강화해 <u>**독감백신의 기능을 촉진하기**</u> 때문이다.

1.1 독감백신의 기능을 촉진하다 : _____

1.2 인삼의 면역력은 암을 예방한다 : _____

② 면역력이나 <u>**간 기능 개선**</u> 효과를 얻으려면, 하루에 말린 <u>**인삼 한 뿌리 정도(4~8g)를 5배의 물에 달여서 먹으라고**</u> 권유했다.

2.1 간기능 개선 : _____

2.2 인삼 한 뿌리 정도를 5배의 물에 달여서 먹는다 : _____
_____

③ 인삼의 효능이 개인마다 다른 것은 <u>**장 속에 사는 미생물**</u>이 <u>**인삼의 사포닌 성분을 분해하는 능력**</u>의 차이 때문이다.

3.1 장속에 사는 미생물 : _____

3.2 인삼의 사포닌 성분을 분해하는 능력 : _____

④ <u>**위장에 열이 많고 장이 약해 인삼이 체질적으로 맞지 않는**</u> 사람도 인삼을 발효시킨 홍삼은 효과가 있다고 한다.

4.1 위장에 열이 많고 장이 약한 체질 : _____

4.2 인삼이 체질적으로 맞지 않다 : _____

⑤ 이번 연구에서는 당근이나 배추 등 식이섬유가 많은 발효식품을 많이 먹으면 <u>**베타 – 글루코시다제가 활성화하는 것**</u>으로 확인됐다.

5.1 베타 – 글루코시다제가 활성화된다 : _____

II. Hãy tìm hiểu ý nghĩa các cách diễn đạt sau và tìm phương án dịch phù hợp

① ~을 밝히다

1.1 최근에 인삼의 새로운 건강 효과가 국내외 학자들의 연구를 통해 계속 밝혀지고 있다.

1.2 이것은 과거와 현재를 바르게 이해하고 그것을 토대로 미래를 밝히는 데 그 목적이 있다.

② 아무리 ~이라도

2.1 아무리 좋은 보약이라도 확실한 진단후에 복용해야 한다고 강조했다.

2.2 아무리 좋은 보약이라도 정확한 방법으로 꾸준히 먹어야 효과를 볼 수있다.

2.3 아무리 좋은 구경이라도 배가 고프고 피곤하면 좋은 관광을 할 수 없다.

2.4 아무리 좋은 옷도 몸매가 예쁘지 않으면 소용이 없다.

③

3.1 한국의 한의학 연구진은 홍삼이 중년여성의 피부노화를 예방하고 암을 예방하여 준다는 연구 결과를 내놨다.

3.2 영지버섯과 홍삼을 함께 복용하는 사람들은 이것을 복용하지 않은 사람보다 고혈압과 당뇨병이 발생율이 낮았다. 이것은 홍삼과 영지버섯이 면역력을 강화해 체질을 강화하기 때문이다.

3.3 식이섬유가 많은 채소나 고구마 등을 많이 먹으면 장운동이 활성화되어 변비를 예방하여 대장암 발생을 감소시킨다고 한다.

BÀI THỰC HÀNH DỊCH

BÀI 10

최빈국서 세계 15위 경제 대국으로
(Quốc gia kinh tế lớn thứ 15 trên thế giới)

해방 직후 한국은 산업기반이 거의 없는 세계에서 가장 가난한 나라 가운데 하나였습니다. 하지만 65년 만에 고도성장을 이루며 세계 15위의 경제대국으로 성장했습니다.

1945년, 꿈에 그리던 해방은 찾아왔지만 대한민국의 곳간은 텅 비었습니다. 기업도 은행도, 변변한 산업시설도 찾기 힘들었습니다. 1953년 처음으로 발표된 경제지표는 국내 총생산 13억 달러, 1인당 국민소득 67달러. 세계 최하위 수준이었습니다.

오랜 가난은 1962년 경제개발 5개년 계획을 시작으로 조금씩 벗어나기 시작합니다. 그 당시 정부는 국가경제 발전에 분명한 비전과 목표를 제시하였습니다. 그리고 기간별로 구체적인 정책수단을 발표하였습니다. 그것이 국민의 모든 역량을 모아 지속적인 경제성장을 이루는 바탕이 되었다고 볼 수 있습니다. 수출위주의 성장 정책과 한국인의 타고난 부지런함이 고도 경제성장의 발판을 마련한 것입니다.

1953년 13억 달러에 불과하던 경제규모는 2009년 8,329억 달러로 무려 640배나 성장했습니다. 1인당 국민소득도 1995년에 만 달러를 돌파하였고, 2010년에는 2만 달러를 넘어설 전망입니다.

반도체 생산 세계 1위, 선박 제작량 세계 2위, 자동차 생산 세계 5위…. 이같은 통계지표에 걸맞게 자동차와 휴대폰 등 우리가 만든 상품이 전 세계를 누비고 있습니다.

이러한 발전의 밑바탕은 첫째 교육열, 그 다음은 세계에서 가장 열심히 일하는 국민성이 우리나라 경제성장과 발전에 원동력이 되지 않았나 이렇게 생각합니다."

지난 65년 동안 한국이 일궈낸 경이로운 경제성과에 대해 국제사회는 찬사를 아끼지 않고 있습니다. 하지만 고도 성장의 그늘인 소득 양극화, 그리고 저출산 문제와 노령화는 우리가 해결해야 할 과제입니다.

(출처 : YTN 김용섭기자 (2010.8.14))

TỪ MỚI

1. 기반 : Nền tảng, cơ sở
- 그들에게는 생활을 지탱해 줄 물질적 기반이 없었다.
  Chẳng có nền móng vật chất nào chống đỡ cuộc sống cho họ cả.
- 산업기반: nền tảng công nghiệp

2. 변변하다 : Đàng hoàng, tử tế
- 그 남자는 돈도 없고 더구나 인물도 변변치 못하니 어떤 여자가 좋아하겠는가?
  Anh ta không có tiền, nhân thân cũng chẳng tử tế nên cô gái nào mà thích cho được?
- 변변한 나들이 옷 하나 없다 Không có cái áo nào tử tế để đi chơi.
- 석 달 전 여름, 그는 변변한 시설도 없는 낙도에 해수욕하러 왔던 것이다.
  Mùa hè 3 tháng trước, anh ấy đã đi tắm biển ở một hòn đảo xa tít nơi chẳng có chút cơ sở hạ tầng cơ bản nào.
- 너무도 노골적인 모욕에 대해 변변한 대꾸 한 마디 못 하고 당하고만 있는 자신이 견딜 수가 없어졌다.
  Dần dần tôi vẫn không thể chịu được chính bản thân, kẻ đang trân mình chịu những câu chửi đầy lộ liễu mà không dám nói lại một lời nào.

3. 텅
  (1) Trạng thái trống rỗng, không có gì bên trong (텅 비다)
- 극장 휴게실은 텅 비었다.
  Phòng giải lao của Rạp hát trống không.
- 들오리떼 한 무리가 날아간 뒤, 그 넓은 들녘은 텅 비어 있었다.
  Sau khi cả đàn vịt bay đi, cánh đồng trải rộng bỗng trở nên trống vắng.
  (2) dạng nhấn mạnh của 텅 (텅텅)
- 내가 자리를 잡은 찻칸은 텅텅 비다시피 승객이 드물었다.
  Toa xe chỗ tôi ngồi ít khách, gần như trống không.
- 골이 텅텅 빈 것처럼 보였다.
  Trông đã thấy đầu rỗng tuếch rồi.

4. 역량 : năng lực, khả năng, sức lực
- 천재의 역량은 타고난 것이라 하더라도, 그 역량을 어떻게 발휘해 무엇을 창조하는가 하는 것은 시대 환경에 따라서 결정된다.
  Năng lực của thiên tài, dù có nói là thiên bẩm đi chăng nữa thì việc người đó phát huy năng lực ấy như thế nào và sáng tạo ra được cái gì lại tùy thuộc vào bối cảnh thời đại.

5. 수출위주 : ưu tiên xuất khẩu

6. 타고나다 : Thiên bẩm, trời phú (tài năng, lộc, tình cảm v.v…) có từ khi sinh ra.
- 행복할 권리는 누구나 태어날 적부터 타고나는 거 아니에요?
  Không phải là ai sinh ra cũng có quyền hưởng hạnh phúc hay sao?
- 선천적으로 타고나는 건강도 있긴 하지.
  Cũng có loại sức khỏe trời ban từ tiên thiên ấy chứ.
- 나는 타고난 기억력으로 4주간 학습만으로 검열에 통과했다.
  Bằng trí nhớ thiên bẩm, tớ đây đã vượt qua kỳ thi kiểm duyệt chỉ trong vòng 4 tuần luyện thi.

7. 발판

(1) Nơi tì chân, đặt chân, dẫm chân, thang
- 버스 발판이 미끄러워 하마터면 넘어질 뻔 했다.
  Bậc lên xe buýt trơn nên chỉ không cần thận một tí là suýt ngã.
- 그는 휘청거리는 발판 위에서 조심스럽게 한발 한발 내디뎠다.
  Anh ấy bước cẩn thận từng bước một trên bàn đỡ đang đung đưa.
- 철제 의자는 천정 작업하는 데 발판이 되어 작업이 편리했다.
  Dùng ghế sắt làm bàn đỡ khi gia công trần nhà nên rất tiện dụng.
- 발판을 받치다 Đặt bệ đỡ

(2) nền móng, bước đệm, bàn đạp
- 그는 새롭게 가수 활동을 시작하기 위한 발판을 마련하기 위해 열심히 노력하였다.
  Anh ta đã rất nỗ lực để chuẩn bị bước đệm cho việc bắt đầu các hoạt động làm ca sỹ mới.

8. 돌파하다 : bứt phá, vượt qua
- 너는 역경을 돌파할 만한 정신력과 용기를 얼마나 가지고 있나?
  Anh còn giữ được bao nhiêu tinh thần và dũng khí để bứt phá khỏi những khổ nạn này đây?
- 난관을 돌파하고 꿋꿋하게 치러낸 시합의 결과는 더욱 더 자랑스럽고 만족스러운 것이었다.
  Vượt qua khó khăn mà vẫn vững vàng kiên định khiến kết quả của cuộc thi càng thêm đáng tự hào và viên mãn.
- 최근 베트남의 FDI 프로젝트들은 투자 자금과 규모면에서 기록을 돌파하고 있다.
  Gần đây các dự án FDI ở Việt Nam đang vượt qua kỉ lục về tiền đầu tư cũng như qui mô dự án.

9. 걸맞다 : Phù hợp, thích hợp, tương xứng , cân xứng
- 분위기에 걸맞은 옷차림.
  Trang phục phù hợp với hoàn cảnh.
- 김감독은 덩치에 걸맞은 굉장한 술고래였다.
  Ông đạo diễn Kim quả là con sâu rượu nặng như chính vóc sức của ông ấy.

10. 누비다

(1) Len lỏi, lách vào mọi ngóc ngách, đi khắp mọi nơi

- 선생은 불구의 몸으로 창작을 위해 우리나라 곳곳을 누볐다.
    Chỉ với cơ thể tật nguyền của mình, ông đã *len lỏi khắp nơi* trên đất nước này để sáng tác.
- 그는 자전거로 전국을 누비는 여행을 계획하고 있다.
    Anh ấy đang lên kế hoạch đi du lịch khắp đất nước bằng xe đạp.

(2) Lót bông, trần bông
- 어머니는 솜을 넣어 누빈 옷을 아들에게 입혔다.
    Người mẹ mặc cho cậu con trai tấm áo chần bông.
- 그 옛날 떨어진 바지 엉덩이와 무릎을 누벼 입고 살던 시절을 생각해 봐라.
    Cậu hãy nghĩ tới cái thời xưa ta còn mặc chiếc quần rách phải vá cả túi và đầu gối mà xem.

11. 일구다 : **Đào, xới, cày đất để làm nông**
- 앞 언덕 위에서 늙은 농부가 소를 몰고와 밭을 일구고 있다.
    Trên quả đồi trước mặt, người nông dân già đang lùa con bò cày ruộng
- 그 모퉁이 산을 일궈서 만든 보리밭의 층층대가 가지런하게 급경사를 이루었다.
    Từng bậc của thừa ruộng trồng mạch được xới trên góc núi kia đang trổ bông trĩu đều.

12. 경이롭다 : **kỳ diệu, lạ lùng**
- 사랑이란 이렇게 경이롭고 신비하며 황홀하기까지 한 감정이란 걸 나는 새롭게 알게 되었다.
    Tôi mới lại nhận ra rằng tình yêu là thứ cảm xúc đầy kì diệu, thần bí và bay bổng.

13. 찬사 : **Lời nói, bài viết có nội dung khen ngợi, tán dương**
- 이것은 아첨도 찬사도 아니오. 나의 솔직한 심정의 토로였다.
    Đây không phải là lời nịnh hót hay khen ngợi gì đâu, là lời thổ lộ tâm tình thẳng thắn của tôi đấy.

PHÂN TÍCH VÀ LUYỆN TẬP

I. Hãy dịch các cụm từ in đậm được gạch chân dưới đây sang tiếng Việt

① 대한민국의 **곳간은 텅 비었습니다**. 기업도 은행도, 변변한 산업시설도 찾기 힘들었습니다. 1953년 처음으로 발표된 경제지표는 **국내 총생산** 13억 달러, **1인당 국민소득** 67 달러. 세계 최하위 수준이었습니다.

1.1 곳간은 텅 비었다 : _____

1.2 국내총생산 : _____

1.3 1인당 국민소득 : _____

② **수출위주의 성장 정책**과 한국인의 **타고난 부지런함**이 **고도 경제 성장의 판을 마련**한 것입니다.

2.1 수출위주의 성장정책 : _____

2.2 타고난 부지런함 : _____

2.3 고도경제 성장의 발판을 마련하다 : _____

③ 고도 성장의 그늘인 **소득 양극화**, 그리고 **저출산 문제와 노령화**는 우리가 **해결해야 할 과제**입니다.

3.1 소득 양극화 : _____

3.2 저출산문제와 노령화 : _____

3.3 해결해야 할 과제 : _____

II. Hãy tìm hiểu ý nghĩa các cách diễn đạt sau và tìm phương án dịch phù hợp

① ~에 걸맞게

1.1 반도체 생산 세계 1위, 선박 제작량 세계 2위, 자동차 생산 세계 5위…. 이같은 통계지표에 걸맞게 자동차와 휴대폰 등 우리가 만든 상품이 전 세계를 누비고 있습니다.

_____

_____

_____

1.2 결혼은 상대가 걸맞을 때 행복하고 성공적인 결혼이 될 가능성이 높다.

1.3 나는 어느 면으로나 그녀에게 걸맞은 신랑감이 못 됐다.

② ~의 (경이로움) 에 ~보내다

2.1 지난 65년 동안 한국이 일궈낸 경이로운 경제성과에 대해 국제사회는 찬사를 아끼지 않고 있습니다 .

2.2 많은 사람들이 하롱베이의 경이로운 아름다움에 찬사를 보낸다.

2.3 장애인 올림픽을 보고 있던 시청자들은 장애자 마라톤선수들이 장애를 극복하고 마지막까지 경주하는 모습에 감동의 응원을 보냈다.

③ ~에 ~이 되지 않았나 생각하다

3.1 이러한 발전의 밑바탕은 첫째 교육열, 그 다음은 세계에서 가장 열심히 일하는 국민성이 우리나라 경제성장과 발전에 원동력이 되지 않았나 이렇게 생각합니다.

3.2 베트남의 발전의 밑바탕은 온국민의 단결과 근면함, 그리고 풍부한 자연환경이 밑바탕이 되지 않았나 생각한다.

④

4.1 베트남은 WTO 가입을 발판으로 경제발전 속도를 한층 더 향상시키고 있다.

4.2 최근 베트남동의 수익을 보장하기 위해 은행의 베트남동 예금이율이 10%를 돌파하였다.

4.3 나날이 다르게 자라고 변하는 생명을 보는 게 신기하고 경이로워서 들여다보고 또 들여다 보았다.

III. TIP

① Trong câu "1945년, 꿈에 그리던 해방은 찾아왔지만 대한민국의 곳간은 텅 비었습니다", vế "꿈에 그리던 해방은 찾아왔지만" người dịch sẽ dễ dàng dịch là "sự giải phóng được vẽ ra trong những giấc mơ đã tìm đến" hoặc "sự giải phóng được vẽ ra trong những giấc mơ đã trở thành hiện thực." Tuy nhiên, cách dịch này không phù hợp với cấu trúc câu tiếng Việt, nên chăng sẽ dịch là "giấc mơ giải phóng đã trở thành hiện thực" để cả câu dịch hoàn thiện là "Năm 1945, giấc mơ giải phóng đã trở thành hiện thực nhưng kho của nước Đại Hàn dân quốc thì hoàn toàn trống rỗng."

② **Câu** "그리고 기간별로 구체적인 정책수단을 발표하였습니다" người dịch dễ dàng dịch thành "Và chính phủ cũng công bố những phương tiện chính sách cụ thể theo từng thời hạn."

Vấn đề ở đây là chữ "기간", nghĩa số một của từ này là "kỳ hạn", tuy nhiên người dịch nên lựa chọn trong các từ tương ứng với "기간" gồm có "Thời gian", "kỳ hạn", hay "giai đoạn." Nên chọn từ giai đoạn để câu dịch chuẩn là "Và chính phủ cũng công bố những phương tiện chính sách cụ thể theo từng giai đoạn."

BÀI THỰC HÀNH DỊCH

BÀI 11

한국미래의 힘은 경쟁을 즐기는 힘
(Khả năng cạnh tranh, điểm mạnh của thế hệ trẻ Hàn Quốc)

베이비붐 세대, 민주화 세대, X 세대, N 세대…. 신문 등에서 흔히 접할 수 있는 세대 명칭들이다. 각 연령층의 사람들에게 공통적으로 적용되는 특징에 따라 '○○세대' 라고 이름을 붙이는 것이다. 해방 후 한국 현대사를 요약 정리할 수 있는 세대 명칭은 다음과 같다.

'한국전쟁 세대 (60대)'는 전쟁을 겪고 나라를 재건하는 토대를 만들었다. 한국전쟁의 폐허 속에서 국민들은 자녀를 많이 출산하는 것이 우선 필요한 것이라고 생각했다. 그 후 폭발적인 인구증가가 일어났다. 이것을 '베이비붐 세대'라고 부른다. 1955년부터 1963년까지 태어난 베이비붐 세대의 수는 약 712만명이다. 이것은 총인구의 14.6%를 차지하는 숫자이다. 이들은 급속한 산업화를 이끌며 한국을 세계 15위 경제대국으로 성장시킨 주역이다.

그 다음은 '민주화 세대'이다. 민주화 세대는 1960년대에 태어났고 1980년대 이후 한국사회의 민주화를 이끌었다. 1970년대에 출생한 '자율화 세대'가 있다. 그들은 산업화 세대가 만들어낸 경제적 번영과, 민주화 세대가 정착시킨 민주주의의 혜택을 누렸다. '민주화 세대'와 '자율화 세대'는 현재 30,40대로 한국 사회를 움직이는 주축으로 부상하고 있다.

20대는 'N세대(net generation)'로 불린다. 인터넷으로 대표되는 디지털 네트워크의 발달과 함께 성장했다고 해서 붙여진 이름이다. 이들이 성장하는 동안 모든 생활공간엔 인터넷이 연결된 컴퓨터가 설치돼 있었다. 그래서 이들은 인터넷을 통한 쌍방향 의사소통에 익숙하다. 단순한 구경꾼이 되기보다는 디지털 네트워크를 통해 참여자가 되길 원한다.

새로운 디지털 기기인 스마트폰은 N세대의 쌍방향 의사소통을 더욱 강화시키고 있다. N세대는 인터넷과 스마트폰을 통해 적극적으로 자신의 의견을 쏟아내며 다른 사람들과 소통하고 있다. 그러나 N세대에 닥친 경제현실은 이전 세대에 비해 훨씬 가혹하다. 그것은 극심한 청년실업을 맞이하고 있다는 것이다. 비정규직에서 한 달 소득 88만원에 만족해야 하는 N세대가 많다. 이 때문에 'N세대'는 '88만원 세대'라는 별칭도 생겼다.

N세대는 디지털 세대 답게 IT (정보기술) 활용능력이 뛰어나다. 어려서부터 컴퓨터와 휴대폰 등 IT 기기를 일상적으로 사용해온 덕분이다. 이들은 새로운 IT 기기를 대해도 순식간에 활용법을 익힌다. 이런 능력은 기업 업무와 관련된 새로운 정보 및 지식을 습득하는 데서도 발휘된다. 뛰어난 IT 활용능력은 N세대가 이전 세대보다 변화를 즐기고 새로운 것에 대한 두려움을 덜 느끼게 만드는 요인이다.

많은 20대 젊은이들이 어학연수나 배낭여행을 통해 해외 경험을 쌓은 것도 변화에 대한 적응력이 뛰어난 배경이다. 우리 젊은이들이 해외에서도 자신감을 갖고 뛸 수 있는 글로벌 역량을 크게 키운 것이다. 이처럼 N세대는 앞으로 한국 사회를 책임질 미래 세대다. N세대의 뛰어난 적응력과, 즐기며 경쟁할 줄 아는 힘이 우리 사회의 미래를 밝게 만드는 원동력이 될 것으로 기대된다.

(출처 : 장경영 한국경제신문 2010.10.01)

TỪ MỚI

1. 재건

    (1) dt : việc tái thiết, xây dựng lại

      – 경북궁 재건에 전국의 젊은 청년들이 동원됨으로써 이 자리는 전국의 노래가 섞이고 퍼지는 자리가 되기도 했다.

      Thanh niên trai tráng toàn quốc đã được tổng động viên để tham gia xây dựng lại Cung Kyung Bok, cũng vì lẽ đó mà nơi đây đã trở thành điểm hẹn để các lời ca, khúc hát trên cả nước được hòa vang.

    (2) đt : 재건되다 : được tái thiết, xây dựng lại

      – 넋 놓고 앉아 있다고 해서 황막한 폐허가 저절로 재생되는 것도, 재건되는 것도 아니다.

      Không phải cứ ngồi ngẩn ngơ một chỗ mà đống đổ nát hoang vu tự tái sinh hay tự tái thiết được đâu.

      – 지금의 건물은 130년에 재건된 것이다.

      Công trình còn lại đến ngày nay đã được phục dựng vào năm 130.

      – 교사를 재건하기 위해 그는 현수의 협조를 청했다.

      Ông ấy đã nhờ Huyn Su giúp đỡ xây dựng lại tòa nhà trường học

2. 토대 : **nền móng, nền tảng, cơ sở**

    (1) móng của công trình (건물의 가장 아래부분이 되는 밑바탕).

      – 자기 집의 토대 밑을 파서 집을 무너뜨리려는 사람이 어디 있겠느냐?

      Làm gì có ai muốn đào móng nhà mình lên để xô đổ ngôi nhà cơ chứ?

    (2) Phần nền, cơ sở, cốt lõi (어떤 사물이나 사업의 밑바탕이 되는 기초와 밑천)

      – 경제 발전을 토대로 문화를 발전시킬 수 있다.

      Ta có thể phát triển văn hóa trên cơ sở phát triển kinh tế.

3. 폐허 : **hoang phế, hư hỏng, đổ nát**

    – 베트남은 기나 긴 전쟁의 폐허를 딛고 발전을 이루어냈다.

    Việt Nam đã vượt qua đống đổ nát của cuộc chiến tranh kéo dài và phát triển.

    – 그 희망을 바탕으로 노동자들은 폐허를 딛고 새로운 발걸음을 내딛기 시작했다.

    Trên cơ sở hy vọng ấy, những người công nhân đã đứng lên đống đổ nát và bắt đầu đặt những bước đi mới.

4. 주역 : **vai trò trung tâm, hay người giữ vai trò ấy.**

    – 이렇게 역사의 주역들을 한 자리에 모시게 되어 영광입니다.

    Thật vinh hạnh cho tôi khi được đón tiếp những nhân vật trọng yếu đã làm nên lịch sử.

5. 번영 : **đủ đầy hưng thịnh, sung túc về mặt vật chất**

− 풍부한 사회가 될수록 인간의 욕망과 물질적 번영과 안락의 추구는 더 강해진다.

Càng là xã hội đủ đầy thì ở đó, dục vọng cùng những mưu cầu an nhàn, sung túc về mặt vật chất của con người ngày càng trở nên mạnh mẽ hơn.

6. 누리다 : **tận hưởng, hưởng thụ**
− 혜택을 누리다 : hưởng thụ quyền lợi, đặc ân.
− 사람은 누구나 최대한의 자유를 누리고 싶어한다.

Con người ai cũng mong muốn được hưởng tự do ở mức cao nhất.

− 귀족은 사회적으로 이익과 특권을 많이 누렸던 특권 계급이었다.

Quý tộc là giai cấp đặc quyền đã từng hưởng thụ nhiều đặc quyền và lợi ích trong xã hội.

7. 기기 : **công cụ, máy móc.**
− 19세기의 인류 문명에서 컴퓨터는 상상도 할 수 없었던 기기입니다.

Máy tính là thiết bị mà nền văn minh nhân loại thế kỷ XIX không tài nào có thể tưởng tượng được.

8. 가혹하다 : **khốc liệt, tàn khốc, gay gắt**
− 얼른 생각하기에는 내 말이 가혹하게 들릴지도 모르오.

Vì suy nghĩ gấp gáp nên không biết lời tôi nói có gay gắt lắm không.

− 그의 절대주의에 대한 비판은 일층 가혹하였으며 합리적이며 과학적이었다.

Những phê phán về chủ nghĩa tuyệt đối của ông có phần gay gắt hơn, đồng thời cũng rất hợp lý và khoa học.

− 정말이지 사랑하는 사람의 마음을 의식하면서 종일 방 안에만 박혀 있다는 것은, 고문보다 더 가혹한 형벌이었다.

Cả ngày chỉ ru rú trong phòng ngờ vực tấm lòng của những người yêu thương mình thật lòng là một hình phạt *tàn khốc* hơn cả việc bị tra khảo.

9. 배경 : **bối cảnh, hoàn cảnh**
− 배경 음악 : nhạc nền
− 그의 집은 울창한 숲을 배경으로 서 있었다.

Sau lưng nhà anh ấy là cả một cánh rừng hùng vĩ.

− 막이 오르자, 무대의 배경에는 복잡한 시장 골목이 펼쳐져 있다.

Tấm màn vừa được kéo lên, mở ra bối cảnh sân khấu với những ngõ chợ đông đúc.

− 복도에는 빨간 배경에 하얀 초가 활활 타고 있는 그림이 걸려 있었다.

Bên hành lang có treo một bức tranh với nền đỏ và cây nến trắng đang cháy rực rỡ.

− 이 소설은 식민지 상황을 배경으로 하고 있었다.

Tiểu thuyết này lấy bối cảnh là tình hình xã hội thuộc địa.

10. 즐기다 : **thích thú, hứng thú với** (취미 관련 사항을 표시)

– 한국 사람들은 아주 매운 김치를 즐긴다.
  Người Hàn Quốc thích ăn Kim chi cay
– 그 여자는 위험하고 어려운 모험을 즐긴다.
  Cô gái ấy thích sự khám phá những gì khó và nguy hiểm.

PHÂN TÍCH VÀ LUYỆN TẬP

I. **Hãy dịch các cụm từ in đậm được gạch chân dưới đây sang tiếng Việt**

① 1970년대에 출생한 '**자율화 세대**'가 있다. 그들은 산업화 세대가 만들어낸 경제적 번영과, 민주화 세대가 정착시킨 민주주의의 **혜택을 누렸다**. '**민주화 세대**'와 '자율화 세대'는 현재 30, 40대로 **한국 사회를 움직이는 주축으로 부상하고 있다**.

1.1 자율화 세대 :

1.2 민주화 세대 :

1.3 혜택을 누렸다 :

1.4 한국 사회를 움직이는 주축으로 부상하고 있다 :

② 이들은 인터넷을 통한 **쌍방향 의사소통**에 익숙하다. **단순한 구경꾼이 되기보다는** 디지털 네트워크를 통해 참여자가 되길 원한다.

2.1 쌍방향 의사소통 :

2.2 단순한 구경꾼이 되기보다는 :

2.3 디지털 네트워크를 통해 참여자가 되다. :

③ 많은 20대 젊은이들이 어학연수나 배낭여행을 통해 해외 경험을 쌓은 것도 **변화에 대한 적응력이 뛰어난 배경이다**. 우리 젊은이들이 해외에서도 자신감을 갖고 뛸 수 있는 **글로**

벌 역량을 크게 키운 것이다.

3.1 변화에 대한 적응력 뛰어난 배경이다 : _____

3.2 글로벌 역량 : _____

II. Hãy tìm hiểu ý nghĩa các cách diễn đạt sau và tìm phương án dịch phù hợp

① ~를 이끌며 ~이 되다

1.1 이들은 급속한 산업화를 이끌며 한국을 세계 15위 경제대국으로 성장시킨 주역이다.

_____

_____

1.2 그린피스(Green Peace)단원들은 남극 환경보호를 이끌며 전세계의 지구 온난화를 이끄는 주역이 되고 있다.

_____

_____

1.3 잔다르크와 그녀의 군대는 숱한 전투를 승리로 이끌며 바람앞의 등불같던 프랑스를 구해낸 영웅이 되었다.

_____

_____

② ~이 되기보다는 ~가 되길 원하다

2.1 단순한 구경꾼이 되기보다는 디지털 네트워크를 통해 참여자가 되길 원한다.

_____

_____

2.2 나는 그녀와 친구가 되기 보다는 연인이 되기를 원하였다.

_____

2.3 김사장은 "단순히 영국 모델을 따라하는 '지점'이 되기보다는 한국형 할인점을 기본 컨셉으로 한 것이 성공의 열쇠"라고 말하였다.

③ ~에 대한 ~을 ~ 만드는 요인이다

3.1 뛰어난 IT 활용능력은 N세대가 이전 세대보다 변화를 즐기고 새로운 것에 대한 두려움을 덜 느끼게 만드는 요인이다.

3.2 환경 공해와 인스턴트식품 그리고 아파트의 시멘트 방사능 등은 병에 대한 면역력을 약하게 만드는 요인이다.

④ 기타

4.1 이렇게 교육을 통하여 사회를 재건하려는 운동이 진보주의 교육운동의 하나로서 나타나게 되었다.

4.2 한국은 전통의 토대위에 새로운 문화를 창조했다.

4.3 나는 우리의 젊은이들이 세계사의 주역들이 되기를 바란다.

4.4 남의 허물에 가혹하고 자기 허물에 관대히 두둔하는 사람을 믿지 말라.

4.5 IT 활용능력은 젊은 세대들이 인터넷을 통한 의사소통과 직장에서 업무능력을 향상시키기 위해 반드시 필요한 요소이다.

BÀI THỰC HÀNH DỊCH

BÀI 12

저출산과 고령화 사회의 위기
(Nguy cơ của xã hội có tỉ lệ sinh thấp - dân số lão hóa)

"저출산과 고령화 문제가 한국사회의 발전에 많은 문제를 일으킬 것이다." 이삼식 저출산과 고령사회에 대한 연구원은 지난 10월 14일 CEO 교육 과정에서 이같이 밝혔다. 다음은 발표내용을 요약한 것이다.

한국은 1983년 저출산 사회에 진입했다. 벌써 27년 동안 저출산이 이어져 온 것이다. 통계상 여성 1명이 2.1명을 낳는 상태가 가장 이상적이다. 그러나 한국은 1983년 부터 계속 줄어들어 OECD 국가 중 가장 낮다. 여성 1명당 1.0명의 출산률을 보이고 있다.

과거 1955~1974년에는 매년 100만명의 신생아가 태어났다. 그러나 1983년 부터는 출산률이 낮아지고 있다. 최근에는 당시의 절반에도 못 미치는 40만명에 불과하다. 통계자료에 의하면 한국의 저출산 문제는 10년 이전부터 사회문제로 대두되었다. 한국의 저출산 문제는 미국, 유럽, 일본보다 훨씬 심각하다. 미국과 프랑스는 출산률이 최근 들어 다시 늘어나는 추이다. 일본도 상당히 적게 낳고 있지만 한국이 더 심각한 상태다. 특히 인구 15억 명의 중국과 1억8000만 명의 일본 사이에서 한국은 동북아의 인구 약소국가로 전락하고 있다.

저출산의 원인은 자녀교육비에 대한 부담이 가장 크다. 학교 정규교육 외에 자녀에게 투자하는 교육비가 증가하는 것이 그 요인이다. 그리고 한국의 특수한 문화도 저출산의 주요 원인이다. 한국의 부모들은 보통 자녀가 결혼하기 전까지 돌보아야 한다. 더구나 청년실업이 늘어나서 자녀가 결혼 후에도 계속 돌보는 경우가 많다. 그러므로 부모 입장에서는 한 자녀 키우기도 어렵다고 한다.

또 고학력 여성이 증가함에 따라 전문직 취업율이 늘어나고 있다. 그들은 결혼이 자신의 경력에 장애가 될 것을 우려해 결혼을 미루는 경향이다. 결혼을 하더라도 직장을 다니기 위해 출산을 꺼리는 경우가 많다.

이 같은 여러 제한 조건에 따라 한국의 인구 규모는 급격히 감소하고 있다. 그에 따라 노동인구도 줄어들고 있다. 반면에 의료기술의 발달로 노인 인구는 점점 더 증가하고 있다.

그러면 저출산 노령화 문제는 어떻게 해야 할까?

현재 한국 정부는 출산 및 양육에 유리한 환경을 조성하고 있다. 맞벌이 부부의 자녀에 대한 보육시설 이용비를 보조해 주고 있다. 2자녀 이상 가족에게 세제 혜택을 주고 있다. 또한 기업에 직장내 보육시설 건립을 지원해 주고 있다.

노인 활동 인구가 늘어남에 따라 고령자 고용을 확대하고 있다. 퇴직자를 우선적으로 고용하고 있다. 사실 청년실업과 고령자 고용은 반대의 정책이지만 정부는 두 정책의 성공을 위해 지속적으로 논의하고 있다.

저출산 고령화는 한국만의 문제가 아니라 전세계적인 추세이기도 하다. 따라서 일부 전문가들은 이러한 세계적인 상황을 오히려 기회로 삼아야 한다고 주장하고 있다.

TỪ MỚI

1. 대두
   (1) dt : Nảy sinh, xuất hiện, hình thành (vấn đề, hiện tượng)
   – 인구구조의 변화는 도시에서의 청년문화의 대두와 청소년 문제의 증가를 가져왔다.
   Sự biến đổi trong cấu trúc dân số đã làm *hình thành* văn hóa thanh niên và cũng làm gia tăng các vấn đề thanh thiếu niên ở thành thị.
   (2) dt : 대두되다
   – 우리주위에는 고아 문제뿐만 아니라 장애아 문제가 심각하게 대두되고 있다.
   Xung quanh chúng ta đang *nảy sinh không* chỉ những vấn đề của trẻ mồ côi mà cả vấn đề của trẻ tật nguyền cũng rất nghiêm trọng.
   – 인간의 소외 문제가 바로 우리 사회의 일로 대두되고 있다.
   Vấn đề về khoảng cách giữa con người *xuất hiện* bởi chính mọi việc trong xã hội chúng ta.

2. 추이 : **sự thay đổi, luân phiên, chuyển tiếp của thời gian, luân hồi**
   – 계절의 추이에 따라 자연도 변화하는 것이 자연의 섭리이다.
   Thiên nhiên cũng thay đổi theo sự luân phiên giữa các mùa quả thực là một sự vĩ đại của tạo hóa.
   – 그는 잠시 동안만 밖에 나가지 않고 사태의 추이를 관망하기로 했다.
   Người đó đã quyết định không ra mặt và chỉ quan sát sự luân hồi của thế sự.

3. 약소
   (1) Nhỏ và yếu
   – 약소국가(약소국) : Nhược tiểu quốc (Quốc gia nhỏ và yếu về quân sự hoặc kinh tế)
   – 약소 민족 : dân tộc nhỏ yếu (nhược tiểu dân tộc).
   – 강대국가에 의한 약소국가나 약소민족의 억압은 비판의 대상이 되었다.
   Sự đàn áp của các cường quốc đối với các nhược tiểu quốc hay nhược tiểu dân tộc trở thành vấn đề đáng phê phán.
   – 강대국들은 자신들의 국익을 위한 정책만을 수행하여 약소 민족의 요구는 자기들의 목적과 동일한 범위 내에서만 고려하기 마련이다.
   Đương nhiên các cường quốc chỉ tiến hành các chính sách có lợi cho quốc gia của mình và xem nhu cầu của các nhược tiểu dân tộc trong phạm vi đồng nhất với mục đích của quốc gia mình.
   (2) Nhỏ, không trọng
   – 그는 그녀와 함께 성당에서 약소하게 결혼식을 치르고 새로운 생활을 시작했다.
   Anh ấy đã cùng cô ấy tiến hành hôn lễ nhỏ ở thánh đường rồi bắt đầu một cuộc sống mới.
   – 이거 약소하지만 넣어 둬요.

Cái này nhỏ nhưng cứ cho vào.

4. 전락하다 : **Sa sút, suy sụp, xuống dốc, thoái hoá, sa ngã**
- 몇 년만에 만난 그녀는 술집의 접대부로 전락해 있었다.

    Sau mấy năm gặp lại, cô ấy đã *sa ngã* trở thành gái phục vụ quán rượu.
- 서구 문명이 들어오면서 중국은 차츰 구미 열강에 대한 원료 공급지와 그 상품을 소화시켜 주는 시장으로 전락해 갔다.

    Cùng với nền văn minh phương Tây xuất hiện, Trung Quốc đã suy giảm thành nơi cung cấp nguyên liệu cho các cường quốc Châu Mỹ và là thị trường tiêu thụ các sản phẩm đó.

5. 특수하다 : **đặc thù, đặc biệt, riêng biệt**
- 나는 사정이 특수하여 교무 과장과의 면담이 꼭 필요했다.

    Vì hoàn cảnh của tôi rất đặc biệt nên tôi nhất định phải cần sự tư vấn của trường phòng giáo vụ.
- 노인이 특수하게 만들어진 집게로 자루 속에서 뱀 한 마리를 집어 올렸다.

    Cụ già bằng cái kẹp được chế riêng biệt đã bắt và lôi ra được một con rắn trong bao tải.

6. 우려하다 : **Lo ngại, lo lắng**
- 김 박사는 부인의 건강을 우려하고 있었다.

    Tiến sĩ Park đã lo lắng về sức khoẻ của phu nhân.
- 사람들은 현재의 경제 위기가 대량 실업으로 이어지지 않을까 우려하고 있다.

    Mọi người lo ngại rằng khủng hoảng kinh tế hiện nay sẽ gây ra thất nghiệp lớn.
- 선생님은 그들을 난처한 지경에 빠뜨리지 않을까 몹시 우려하고 있다.

    Giáo viên đang rất lo rằng những người đó bị rơi vào tình cảnh khó xử.

7. 미루다 : **trì hoãn**
- 일부 문예지들은 이런 저런 이유를 들어 지원금 지급을 미루거나 거절하는 일이 빈번하다.

    Một vài tạp chí văn học với lý do này, lý do kia thường xuyên trì hoãn hoặc từ chối việc chi trả tiền viện trợ.
- 이 상태로는 수술을 받는 것이 무리일 수도 있어서 차일피일 미루고 있었다.

    Với tình trạng này, việc tiến hành ca phẫu thuật có thể là quá sức nên cứ trì hoãn ngày này sang ngày khác.
- 승규는 오후에 있는 후배들과의 약속을 미루고 집을 향해 발걸음을 재촉했다.

    SungKyu hoãn cuộc hẹn với các tiền bối vào buổi chiều rồi gấp rút đi về nhà.

8. 꺼리다
(1) Tránh, né việc gì
- 혜란은 남의 눈을 꺼렸다.

    Hyeran đã né tránh ánh mắt của mọi người.

(2) miễn cưỡng, cảm thấy không thoải mái
- 노인은 누구의 시선도 꺼리지 않는 그런 표정이었다.

    Cụ già có vẻ mặt không hề né tránh bất kỳ ánh mắt của ai.
- 가르쳐 주기를 몹시 꺼리는 것을 다그쳐서 약도를 받아 가지고 나섰습니다.

    Vì muốn nhanh chóng kết thúc việc dạy học miễn cưỡng nên tôi đã cầm lược đồ rồi đứng lên.

9. 조성하다 : **tạo thành, cấu thành**
- 이들은 토양을 조사해서 척박한 땅에 산림을 조성하였다.

    Họ khảo sát thổ nhưỡng rồi tạo thành rừng trên mảnh đất cằn cỗi.
- 회원들의 복지를 위해 기금을 조성할 것이다.

    Hội viên sẽ lập quỹ phúc lợi.
- 휴식을 위해 조용한 분위기를 조성했습니다.

    Tạo ra bầu không khí yên tĩnh để nghỉ giải lao.
- 진화론은 현대 생물학의 분석적 방법론의 기반을 조성하였다고 볼 수 있다.

    Thuyết tiến hoá được coi là đã tạo nên nền tảng cơ bản của phương pháp luận phân tích sinh vật học.
- 우리는 서로 신뢰의 풍토를 조성하기 위해 노력해야 합니다.

    Chúng ta phải nỗ lực để tạo dựng nền tảng của sự tin tưởng lẫn nhau.

10. 맞벌이 : **cặp vợ chồng mà cả hai đều đi làm**
- 한국에서는 자녀교육 투자비가 많아 부부가 맞벌이를 하지 않으면 안된다.

    Ở Hàn quốc do chi phí đầu tư cho việc giáo dục con cái rất lớn nên nếu không phải là cả vợ cả chồng cùng kiếm tiền thì không xong.

11. 건립 : **Kiến lập, xây dựng**
(1) Xây dựng (건물, 기념비, 동상 등)
- 해안에 연수원을 건립하였다.

    Cơ sở đào tạo được xây dựng ở bờ biển.
- 신문 사회면을 종종 장식하는 쓰레기 소각장건립 반대운동 등은 님비 현상의 대표적인 예이다.

    Cuộc vận động phản đối xây dựng nhà máy đốt rác thải, thỉnh thoảng được đưa lên trang xã hội của báo là một ví dụ điển hình của hiện tượng NIMBY. (*tôi muốn cái gì đó xảy ra nhưng không muốn nó xảy ra gần chỗ tôi*)

(2) Thành lập (기관, 조직 등)
- 1976년 베트남 사회주의 공화국을 건립되었다.

    Nước Cộng hòa xã hội chủ nghĩa Việt Nam ra đời vào năm 1976.
- 당시 교육이야말로 민족 광복의 첩경이라고 생각하여 사학 건립에 힘쓴 사람의 수효가 적지 않았다.

Thời bấy giờ, mọi người nghĩ rằng giáo dục thực sự là con đường tắt dẫn đến giải phóng dân tộc và số lượng những người góp sức vào việc thành lập cơ sở học tập không nhỏ.

12. 추세 : Xu thế

– 베트남 경제발전에 따라 소비성향도 고급상품 선호로 변해가고 있는 추세이다.
Cùng với sự phát triển kinh tế, xu hướng tiêu dùng của người Việt Nam cũng đang chuyển dần sang những mặt hàng cao cấp.

– 최근에는 사 먹는 것으로만 알았던 케이크를 직접 만들어 먹는 가정이 늘고 있는 추세다.
Gần đây có xu hướng nhiều gia đình trực tiếp làm những loại bánh ngọt mà trước đây chỉ luôn nghĩ rằng phải mua thì mới có thể ăn được.

PHÂN TÍCH VÀ LUYỆN TẬP

I. Hãy dịch các cụm từ in đậm được gạch chân dưới đây sang tiếng Việt

① 현재 한국 정부는 **출산 및 양육에 유리한 환경을 조성**하고 있다. **맞벌이 부부의 자녀에 대한 보육시설 이용비를 보조**해 주고 있다.

1.1 출산 및 양육에 유리한 환경을 조성 : _____

1.2 맞벌이 부부의 자녀에 대한 보육시설 이용비 보조 : _____

_____

② 2자녀 이상 가족에게 **세제 혜택**을 주고 있다. 또한 기업에 **직장내 보육시설 건립**을 지원해 주고 있다.

2.1 세제혜택 : _____

2.2 직장내 보육시설 건립 : _____

③ 노인 활동 인구가 늘어남에 따라 **고령자 고용을 확대**하고 있다. 퇴직자를 우선적으로 고용하고 있다.

3.1 고령자 고용을 확대 : _____

3.2 퇴직자를 우선적으로 고용 :

II. Hãy tìm hiểu ý nghĩa các cách diễn đạt sau và tìm phương án dịch phù hợp

① ~이 대두되다

1.1 통계자료에 의하면 한국의 저출산 문제는 10년 이전부터 사회문제로 대두되었다.

1.2 교통사고가 날로 증가함에 따라 국민의 교통의식을 개선해야 한다는 의견이 대두되었다.

1.3 합성세제의 수질 오염이 심각한 공해 문제로 대두되고 있다.

1.4 현재 선진국들은 저출산과 고령화대책을 위해 고심하고 있다. 하지만 베트남은 이와 반대로 출산억제 정책을 펼치고 있지만 머지 않아 산업화와 경제발전에 따른 저출산, 고령화가 사회문제로 대두될 것이다.

② ~명/개/국가당, ~명/개/국가

2.1 통계상 여성 1명이 2.1명을 낳는 상태가 가장 이상적이다.

2.2 2011년 보건부 분석자료에 따르면 전국의 수족구 발생률은 학생 1,000명당 1.26명으로 심각한 상황으로 전개되고 있다고 하였다.

2.3 한국은 1983년 부터 저출산 사회에 진입하여 2012년 현재 여성 1명당 1.0명의 출산률로 한국의 인구는 점점 감소하고 있다.

③

3.1 정부 당국자들은 기업의 도산사태가 확대되지나 않을까 우려하고 있다.

3.2 한 포기의 풀까지도 밟는 것을 꺼리는 것이 그녀의 마음씨였다.

BÀI THỰC HÀNH DỊCH

BÀI 13

붉은 티셔츠의 기적
(Kỳ tích áo phông đỏ)

"월드컵이 열리는 단 일주일만이라도 전쟁을 멈춰주세요."
 2005년 코트디부아르가 건국 이후 처음으로 월드컵 본선에 진출했을 때, 축구 국가대표 선수 디디에 드로그바가 한 호소다. 2006년 6월 월드컵이 열린 한달 동안 거짓말처럼 코트디부아르의 총성은 한달 동안 멈췄고, 2007년 10년 넘게 지속되던 내전은 끝이 났다. 끝내 디디에 드로그바 그는 '축구'로 세상을 바꾸었다.
 "대한민국의 붉은악마도 세상을 바꿀 수 있습니다."
 붉은 셔츠 한장으로 기적을 준비하는 이들이 있다. 광고 제작 일을 하던 조맹섭 씨 등 4명의 청년들이다. 이들은 캠페인 단체 '포유앤포미'(foryounforme.com)를 만들었다. 그리고 거리 응원에서 사용된 붉은 셔츠를 아프리카로 보내자는 '붉은 티셔츠의 기적' 캠페인을 시작했다. 국내 정상급 광고대행사를 그만두고 캠페인에 나선 조씨는 "축제가 끝나고 붉은 셔츠를 옷장에 넣을 것이 아니라 아프리카 어린이들에게 보내는 '진짜 기적'을 만들어 볼 것이다. 그리고 우리가 보내는 셔츠가 아프리카 어린이들의 모자와 옷이 되어 그들의 생명을 지켜줄 것"이라고 말했다.
 이번 캠페인은, 월드컵 응원 문화가 기업들의 홍보위주로 주도되는 분위기를 바꾸려는 취지에서 시작됐다. 광고제작일을 하던 김도형씨는 월드컵 응원이 기업 중심으로 흐르다 보니 응원이 끝나면 허탈감만 커졌다"고 말했다. 이들은 캠페인을 통해 다른 형태의 응원물결을 만들어 갈 것이라고 입을 모았다.
 캠페인은 주로 인터넷을 통해 진행될 예정이다. 이들은 '티셔츠의 기적' 동영상을 만들어 유튜브에 올렸고, 트위터를 통한 홍보도 시작했다. 본격적인 활동이 시작되기 전인데도 트위터를 본 대학생 40여명이 자원봉사를 하겠다며 이들을 찾아왔다. 이들은 거리에 나가 붉은 셔츠를 기부하겠다는 약속의 사인을 받을 예정이다. 많은 시민들은 "열정의 소산인 붉은 셔츠가 제3세계의 가난한 사람들에게 전달되면, 평화를 추구하는 월드컵 정신이 구현될 수 있을 것으로 본다"며 캠페인에 동참하겠다고 약속했다.
 포유앤포미는 대한민국에서 시작된 '티셔츠 보내기' 응원 물결이 전세계로 확산되기를 바란다는 포부도 밝혔다. 김산씨는 "붉은 셔츠뿐 아니라 네덜란드의 오렌지 셔츠와 일본의 파란 셔츠가, 아르헨티나의 하늘색 티셔츠가 아프리카 어린이들에게 전달되길 바란다"며 "세계 유일의 분단국가 대한민국에서 평화와 공존의 메시지를 가장 먼저 아프리카에 전할 것"이라고 말했다. 캠페인을 통해 모인 티셔츠는 국제 구호단체를 통해 아프리카로 전달된다.

(출처 : 한계레신문, 황춘화 기자)

TỪ MỚI

1. 코트디부아르 : Quốc gia Bờ Biển Ngà

2. 호소
  (1) thổ lộ
   – 호소력 : khả năng trình bày
   – 호소문 : tờ giấy, văn bản ghi nội dung thổ lộ
   – 노인의 간곡한 호소에 모든 형사들이 감동했다.
      Tất cả các cảnh sát hình sự đều cảm động vì sự thổ lộ đau khổ của người đàn ông già.
   – 나는 우연히 그 퇴학은 부당하다는 내용의 양심선언문과 은철이의 호소문을 읽게 되었다.
      Tôi tình cờ đọc được tờ giấy thổ lộ của Un-chon và bản xám hối của lương tâm về việc bị ngừng học.
  (2) đt : 호소하다 kêu gọi, hô hào
   – 그는 시민들에게 지지를 호소하였다.
      Anh ấy kêu gọi sự ủng hộ của người dân thành phố.
   – 입시철이어서 편두통을 호소하는 수험생이 격증하고 있다.
      Mùa thi cử nên số học sinh lâm vào trạng thái đau đầu đang gia tăng.

3. 캠페인 : cuộc vận động (chủ yếu trong các hoạt động vì mục đích xã hội, chính trị)
   – 여러 단체가 '음주운전 퇴치 캠페인'을 펼친 후 지난 10년간 음주운전 사망자가 상당히 줄어들었으나 아직도 만족할 만한 수준은 아니라고 밝혔다.
      Nhiều tổ chức cho biết sau diễn ra 'cuộc vận động bài trừ việc uống rượu lái xe' trong vòng 10 năm qua số người chết vì lái xe đã giảm đi đáng kể nhưng vẫn chưa phải là con số đáng thoả mãn.

4. 주도
  (1) đt : 주도하다 Dẫn đầu, dẫn dắt
   – 시장을 주도하다 : dẫn đầu thị trường, đi tiên phong thị trường
   – 기업들에 의해 주도되다.
      Được dẫn đầu bởi các doanh nghiệp.
  (2) đt : lễ nghi trong khi uống rượu (술자리에서 지켜야 예절)
   – 술은 아무리 친한 친구라고 해도 주도를 지켜야 한다.
      Dù là bạn thân cũng phải giữ gìn phép tắc khi uống rượu.

5. 취지
  (1) Phương châm, đường hướng, tôn chỉ

– 저희 단체는 진료시 어려움을 당하는 힘없는 사람들 편에 서서 양심적 의료 활동을 하자는 취지로 만들어졌습니다.
Tổ chức của chúng tôi được thành lập với *phương châm* hoạt động y tế bằng cả vật chất và tinh thần và đứng về phía những người bất hạnh gặp khó khăn trong điều trị.

(2) Tiêu điểm, nội dung chính của lời nói hoặc văn bản
– 일반 사학계의 연구 성과를 바탕으로 한국 건축사 연구의 문제점과 방향을 찾고자 하는 것이 이 논문의 취지었다.
Nội dung chính của luận văn này là dựa trên những thành quả nghiên cứu của các ngành khoa học cơ bản, tìm kiếm những vấn đề trong nghiên cứu lịch sử kiến trúc Hàn Quốc.

6. 구호 : **Cứu hộ**

(1) Cứu hộ
– 국제구호단체 : Tổ chức cứu hộ quốc tế
– 이 수익금은 전 세계의 불우한 고아와 이재민의 구호에 쓸 예정이다.
Số lợi nhuận này sẽ được dùng cho việc giúp đỡ các nạn dân và trẻ em bất hạnh trên toàn thế giới.

(2) Khẩu hiệu
– 나라가 어려울 때는 '가난을 없애고 부강한 나라를 만들자"는 구호였으나 지금은 이 구호를 더 이상 사용하지 않는다.
Khi đất nước còn khó khăn, có khẩu hiệu " xóa nghèo, xây dựng một đất nước giàu mạnh", nhưng bây giờ khẩu hiệu này không được sử dụng nữa.
– 지금까지 국산품 애용을 하자는 것은 구호로만 끝났다.
Cho đến bây giờ việc kêu gọi yêu và dùng hàng nội vẫn chỉ dừng ở khẩu hiệu.

7. 매몰

(1) dưới lòng đất, bị chôn vùi
– 생방송 중에 갑자기 뉴스센터에서 방송을 중단하고 광부 매몰사고 소식을 속보로 전해 주었다.
Đang truyền hình trực tiếp, bỗng nhiên chương trình truyền hình tại trung tâm thời sự bị gián đoạn và có thông báo khẩn cấp về thông tin sự cố cáp quang dưới lòng đất.

(2) 매몰되다(đt) : bị chôn vùi, chôn xuống
– 폭우로 한 마을이 산사태로 한꺼번에 매몰되는 참사가 빚어졌다.
Một ngôi làng trong chốc lát đã bị nhấn chìm như núi lở bởi mưa bão.

8. 허탈 : **tình trạng suy sụp, trạng thái suy sụp**

– 허탈감 : cảm giác suy sụp, cảm giác sụp đổ
– 극도의 긴장상태가 풀어지면서 오는 허탈 때문인지 태기는 허기진 사람처럼 담배를 빨았다.
Không biết có phải trải vì *trạng thái suy sụp* kéo đến sau khi trải qua trạng thái căng thẳng cực

độ hay không mà Tae Ki hút (bập) thuốc lá như người chết đói.

9. **유튜브(YouTube)** : **trang web chia sẻ thông tin, mạng xã hội**

10. **트위터(tweeter)** : **không gian, cửa sổ trên mạng cho phép bạn cung cấp thông tin hay chia sẻ thông tin tới người khác, với số lượng từ không vượt quá 140 ký tự)**

11. **소산** : **sản phẩm, kết quả, thành quả, tài sản**
    – 문학은 인간의 원초적인 정신 활동의 소산이다. Văn học là sản phẩm của hoạt động tinh thần cơ bản nhất của nhân loại.
    – 여러 세대의 지혜와 경험의 소산을 다음 세대에 이어 넘겨주며 역사는 발전해 온다. Lịch sử được phát triển bởi sự truyền thừa cho đời sau những kết quả của kinh nghiệm và trí tuệ của những đời trước.

12. **동참하다** : **cùng tham gia, cùng tham dự, đồng tham dự**
    – 그 사람은 친구와 같이 '장애아 봉사활동'에 동참했다.
    Người đó đã cùng bạn bè tham gia hoạt động tình nguyện vì trẻ em khuyết tật.

13. **포부** : **nguyện vọng, hoài bão, khát**
    – 낙후된 후발 업종이었지만 사장은 나름대로 포부도 컸고, 자부심도 대단했다.
    Doanh nghiệp chậm phát triển và lạc hậu nhưng giám đốc theo cách riêng của mình vẫn có niềm tin vĩ đại và những hoài bão lớn.

PHÂN TÍCH VÀ LUYỆN TẬP

I. Hãy dịch các cụm từ in đậm được gạch chân dưới đây sang tiếng Việt

① <u>거리 응원</u>에서 사용된 붉은 셔츠를 아프리카로 보내자는 '<u>붉은 티셔츠의 기적</u>' 캠페인을 시작했다.

1.1 거리응원 : _____

1.2 '붉은 티셔츠의 기적' 캠페인 : _____

② 이번 캠페인은, 월드컵 응원 문화가 기업들의 <u>홍보위주로 주도되는</u> <u>건전한 응원 분위기를</u>

주도하려는 취지에서 시작됐다.

2.1   홍보위주로 주도되다 : _____

2.2   건전한 응원문화를 주도하려는 취지이다. : _____

_____

③ 이들은 거리에 나가 붉은 셔츠를 **기부하겠다는 약속의 사인**을 받을 예정이다. 많은 시민들은 "**열정의 소산**인 붉은 셔츠가 제3세계의 가난한 사람들에게 전달되면, **평화를 추구하는 월드컵 정신이 구현**될 수 있을 것으로 본다"며 캠페인에 동참하겠다고 약속했다.

3.1   기부하겠다는 약속의 사인 : _____

3.2   열정의 소산 : _____

3.3   평화를 추구하는 월드컵 정신이 구현되다 : _____

_____

④ 세계 유일의 **분단국가** 대한민국에서 **평화와 공존의 메시지**를 가장 먼저 아프리카에 전할 것

4.1   분단국가 : _____

4.2   평화와 공존의 메시지 : _____

II. Hãy tìm hiểu ý nghĩa các cách diễn đạt sau và tìm phương án dịch phù hợp

① ~ 흐르다 보니

1.1   월드컵 응원이 기업 중심으로 흐르다 보니 응원이 끝나면 허탈감만 커졌다.

_____

1.2   세월이 흐르다보니 친구들이그립고 보고싶고 해서 인터넷 카페를 개설하였습니다.

_____

1.3 고등학교 교육이 대학입시 위주로 흐르다보니 진정한 교육을 실천하기가 어렵다.

② ~로 확산되기를 바란다는 ~ 밝혔다

2.1 포유앤포미는 대한민국에서 시작된 '티셔츠 보내기' 응원 물결이 전세계로 확산되기를 바란다는 포부도 밝혔다.

2.2 선거위원장은 이번 선거의 공정성과 당위성이 언론에도 확산되기를 바란다는 점을 밝혔다.

③ ~이 되어 ~를 지켜주다

3.1 우리가 보내는 셔츠가 아프리카 어린이들의 모자와 옷이 되어 그들의 생명을 지켜줄 것이라고 말했다.

3.2 갯벌의 자연정화 기능은 바다와 육지를 지켜줌으로써 우리의 생명을 지켜준다.

④ ~에 동참하다

4.1 베트남 전 국민은 개방개혁(도이모이) 흐름에 동참하였다.

4.2 NGO단체들은 제3세계의 극심한 가난을 겪고 있는 사람들을 위한 구호에 동참할 것을 호소하고 있다.

BÀI THỰC HÀNH DỊCH

BÀI 14

'행복한 옆집 누나'를 꿈꾸며
(Giấc mơ về người chị hàng xóm hạnh phúc)

언젠가 러시아에서 외국 기자와 인터뷰를 했던 기억이 난다. "대한민국 우주인으로서 너의 콘셉은 무엇이냐?" 갑작스러운 질문에 당황했다. 비행을 준비하려고 러시아에서 훈련 받으면서 했던 수많은 인터뷰에서 한 번도 받아보지 못한 질문이었다. 인터뷰를 위해 질의서를 받아 보면 90% 이상이 과거에 받았던 질문이다. 그런 인터뷰에 익숙한 내게 꽤나 신선한 질문이었고, 바로 대답하기가 망설여졌다.

그때 내가 했던 대답은 "나의 콘셉은 옆집 여자"였다. 기자는 의외였는지 어떤 의미인지 되물었다. 내 대답은 그저 누구에게나 있을 수 있는 옆집 누나, 옆집 언니, 옆집 여자아이, 뭐 그런 것이었다. 누구도 옆집 누나나 언니를 대단한 사람으로 여기지 않으리라 생각한다. 어느 날 내가 TV에서 보고 깜짝 놀란 베이징 올림픽 금메달 리스트인 장미란 선수도 과거에는 누군가에게 운동하는 옆집 누나 정도였다고 생각한다. 나와 나란히 한동네에서 살던 누군가가 전 세계를 들어올리는 영웅이 되리라고 생각하기는 쉽지 않다.

얼마 전 보았던 영화가 나를 펑펑 울게 만들었다. 어두운 영화관에서 나오기가 부끄러울 정도로 눈과 코가 빨갛게 변해 버리도록 울었던 기억이 난다. 더 기가 막힌 사실은 영화가 감동의 서사시나 드라마로 분류되지 않고 코미디라고 쓰인 '굿모닝 프레지던트'였다는 점이다. 누구도 과거나 현재, 그리고 미래의 대통령이 나의 옆집 아저씨나 아줌마라고 생각하진 않는다. 하지만 영화에서 그들 역시도 우리 옆집 아저씨나 아줌마 중 하나임을 느끼게 했다.

내가 대통령처럼 대단한 일을 하는 사람은 아니지만 우주비행을 하던 때, 매일 저녁 TV에서 볼 수 있는 사람이었던 내게, 그 역할은 대통령이어서가 아니라 대한민국에서 많은 사람이 지켜보는 위치에 있는 여자로서 많은 생각을 하게 했다. 영화에서 여성 대통령이 주방장에게 "대통령 자신은 불행해도 국민들을 행복하게는 할 수 있겠죠?"라고 묻자 "국민들은 자신들을 행복하게 해주기 위해 노력하는 대통령 또한 행복하길 바랍니다"라고 대답했다.

비행 이후 수많은 일을 겪으며 문득문득 우주인은 불행해도 지켜보는 사람을 행복하게 할 수는 있겠다고 생각했던 순간이 떠올랐다. 나는 그저 '우주에서 실험을 한다면, 한국에서 최초로 하는 우주실험에 내가 함께할 수 있다면'이라고 생각했다. 그저 공학 공부를 하던 옆집 누나로 나는 우주인에 지원했었다. 그러나 그 후 나는 우주에 있었던 행복감 만큼이나 많은 어려움을 겪었다.

평범한 옆집 누나였던 내가 우주인으로서 부적당한 사람은 아니었는지, 과연 인간 이소연과 우주인 이소연, 둘 다 제대로 감당할 수 있을지 의심스러웠던 것이 사실이다. 그러나 대한민국 과학기술을 위해서, 또 우주인을 지켜보는 국민들의 행복을 위하여 나는 우주인으로서, 또 완벽하지 않은 한 인간으로서 이 소연 역시 행복하기 위해 노력해야 한다는 생각이 들었다.

(출처 : 한국최초의 우주인, 한국항공우주연구원 선임연구원 이 소연)

TỪ MỚI

1. 콘셉 (concept) : hình mẫu lý tưởng (trong tư tưởng), chủ đề, khái niệm (trong đối thoại)
   - 이번 페스티벌 훼의 콘셉은 "아름다운 고도 훼의 재발견"이다.
   Chủ đề chính của lễ hội Huế lần này là " Nhìn lại cố đô Huế xinh đẹp".

2. 질의 : câu hỏi
   - 질의서 : phiếu hỏi
   - 그는 신문을 통하여 공개적으로 질의를 하였다.
   Người đó đã thông qua báo chí công khai câu hỏi.
   - 그는 끝내 나의 질의에 회답하지 않았다.
   Người đó đến cuối cùng cũng không trả lời câu hỏi của tôi.
   - 국회는 국무 총리에게 국회에 출석하여 질의에 답변할 것을 요구하였다.
   Quốc hội yêu cầu thủ tướng xuất hiện trước quốc hội và trả lời câu hỏi.

3. 망설이다 : lưỡng lự
   - 그 감정을 어떻게 표현해야 할 것인지 망설이게 됩니다.
   Thành ra tôi lại lưỡng lự không biết phải thể hiện tình cảm đó thế nào.
   - 지훈 어머니의 말에 문호는 할 말을 잃고 잠시 망설였다.
   Mun-hô quên mất điều phả nói để đáp lại lời mẹ chi-hun và lưỡng lự mất một lát.

4. 의외 : ngoài dự kiến, bất ngờ
   - 의외로 철호는 무표정하고 담담했다.
   Khác với dự kiến, Chơn-hô chẳng biểu lộ gì và rất đủng đỉnh.
   - 아침 일찍 일어난 나를 보고 어머니는 의외라는 표정을 지었다.
   Nhìn bộ dạng tôi thức dậy vào buổi sớm mẹ tôi có vẻ rất nghi ngờ.

5. 나란히 : ngay ngắn, thẳng hàng ngay lối
   - 네 명의 어린이가 한 줄로 나란히 앉아 있다.
   Bốn đứa trẻ ngồi thành một hang.

6. 펑펑 : chảy ra ầm ầm
   - 며칠만에 수도꼭지에서 수돗물이 펑펑 쏟아져 나왔다.
   Mấy ngày trước nước sinh hoạt vẫn chảy ra ầm ầm từ vòi nước.
   - 어머니는 내 손을 잡고 펑펑 울음을 쏟아내었다.
   Mẹ cầm tay tôi và khóc rưng rức.
   - 집에서 나오기가 부끄러울 정도로 눈과 코가 빨갛게 변해버리도록 펑펑 울었다.

Nó khóc nức nở, đỏ hết cả mắt mũi đến mức xấu hổ không thể ra đường.

7. 서사시 : **sử thi, trường thi**
   - 난 지금 어쩌면 조선인을 주제로 한 서사시를 쓸 수 있을 것 같은 기분이야.
   Không hiểu sao tôi có cảm giác như thể mình có thể viết được cả một sử thi với chủ đề người Cho-sơn.

8. 문득문득 : **rõ ràng, sống động**
   - 그때 하신 어머니의 말씀이 지금도 문득문득 생각납니다.
   Ngay lúc này tôi cũng nhớ ra rất rõ ràng lời nó của mẹ đã nói khi đó.

9. 평범하다 : **bình thường, bình dị, không có gì đặc biệt**
   - 그녀의 몸은 허약하고 얼굴은 아무 눈에도 안 띄게 평범했다.
   Cô ấy người thì yếu mà gương mặt cũng bình thường không bắt mắt gì cả.
   - 그저 속인으로 태어난 사람은 평범하게 사는 것이 제일인가 싶었다.
   Người được sinh ra trong hoàn cảnh như thế chắc cuộc sống bình dị là nhất.

10. 감당하다 : **Đảm đương, nhận công việc gì**
    - 입원비를 감당할 능력이 없다. Không trang trải được tiền viện phí.
    - 나를 쳐다보는 시선을 감당하기 어려워 나는 고개를 옆으로 돌렸다.
    Tôi quay đầu đi vì không chịu nổi ánh nhìn của mọi người.

PHÂN TÍCH VÀ LUYỆN TẬP

I. Hãy dịch các cụm từ in đậm được gạch chân dưới đây sang tiếng Việt

① 그때 내가 했던 대답은 "**나의 콘셉은 옆집 여자**"였다. 기자는 의외였는지 어떤 의미인지 되물었다. 내 대답은 그저 누구에게나 있을 수 있는 옆집 누나, 옆집 언니, 옆집 여자아이, **뭐 그런 것이었다.**

1.1 나의 콘셉은 옆집 여자 : _____

1.2 뭐 그런 것이었다 : _____

② 더 **기가 막힌** 사실은 영화가 **감동의 서사시**나 드라마로 분류되지 않고 **코미디**라고 쓰인

'굿모닝 프레지던트'였다는 점이다.

2.1　기가 막힌 사실 :

2.2　감동의 서사시 :

2.3　코미디 :

③ 평범한 옆집 누나였던 내가 우주인으로서 부적당한 사람은 아니었는지, 과연 인간 이소연과 우주인 이소연, 둘 다 **제대로 감당할 수 있을지 의심스러웠던** 것이 사실이다.

3.1　평범한 옆집 누나 :

3.2　로서 부적당한 사람은 아니었는 지 :

3.3　제대로 감당할 수 있을지 의심스러웠다 :

II. Hãy tìm hiểu ý nghĩa các cách diễn đạt sau và tìm phương án dịch phù hợp

① ~ 갑작스러운 ~에 당황하다

1.1　갑작스러운 질문에 당황했다.

1.2　그는 갑작스럽게 벌어진 사태에 당황하고 겁이 나서 부들부들 떨었다.

1.3　일본인들은 갑작스런 쓰나미가 해안과 도로, 집을 덮치자 당황하여 우왕좌왕하였다.

② ~이 되리라고는 생각하기 쉽지 않다

2.1 나와 나란히 한동네에서 살던 누군가가 전 세계를 들어올리는 영웅이 되리라고 생각하기는 쉽지 않다.

2.2 몇 년 전만해도 베트남이 이렇게 빠른 성장으로 동아시아의 중심국가가 되리라고는 생각하기 쉽지 않았다.

③

3.1 초기 우주개발에서 실험동물의 역할은 절대적이었다. 동물들은 우주인이 우주로 가기 전 무중력 상태에서 생체 내에 어떤 변화가 일어나는지 많은 정보를 제공했다.

3.2 이소연씨는 여성으로서 한국 최초의 우주비행사가 되었고, 한국의 많은 젊은이들에게 우주에 대한 꿈을 키워주는 아이콘이 되었다.

BÀI THỰC HÀNH DỊCH

BÀI 15

정보화 사회
(Xã hội thông tin hoá)

인류가 지구상에 등장한 것은 백만년 전의 일이다. 하지만 지금으로부터 일만년 전까지만 해도 사람은 짐승이나 거의 다름없는 생활을 했다. 기나긴 인류 역사에서 사람이 사람답게 살기 시작한 것은 길지 않은 세월이다. 그럼에도 인류가 지니고 있는 저력은 정말로 놀라울 정도이다.

인류의 역사를 세단계로 나누어 보면 농경 사회, 산업화 사회, 정보화 사회이다. 농경사회의 지식은 〈전승의 지식〉이다. 오랜 세월을 살아오는 동안 축적된 지식, 예컨대 농사에 도움이 되는 변화와 절기라든지 병을 치료하는 원시적인 방법 등이 어른에게서 다음 세대로 전승되어 갔던 것이다.

산업사회의 지식은 〈발명과 지식〉이다. 과학이 종교를 극복하고 이미 존재한 지식을 열심히 익혀서 새로운 지식과 정보, 기술을 발명·발견해 낸 것이 그 특징이다.

그러나 정보화 사회의 지식은 근본적으로 차원이 다르다. '조립과 조합의 지식'이 정보화 사회의 지식이며 여기에는 컴퓨터가 필수적인 도구로 전제된다. 다시말해 정보화 사회의 인류는 컴퓨터를 이용하여 존재하는 지식과 정보를 혼합하여 전혀 존재하지 않았던 새로운 지식과 정보를 창조해 낸다.

그렇다면 조합, 조립을 특징으로 삼는 정보화 사회에 가장 요구되는 사항이란 무엇일까?

다름 아닌 아이디어다. 고양이와 쥐의 유전자를 조합하여 〈쥐양이〉를 만든다면 그 첫 출발은 쥐와 고양이를 결합하는 '아이디어'에서 비롯된다. 풍부한 아이디어가 정보화 사회의 경쟁에서 승리할 수 있는 최대의 무기인 것이다. 그러나 아이디어는 결코 하늘에서 저절로 떨어지는 것이 아니다. 보고들은 것이 많아야 조립, 조합의 가능성이 많아지듯 직·간접의 체험이 많은 사람이 아이디어도 풍부하다. 그래서 21세기를 살아가는 젊은이들은 풍부한 삶의 경험을 쌓아야 한다.

정보화사회에서는 모든 벽이 사라진다. 학문, 예술, 기술, 문화... 모든 영역이 하나의 무대 위에 다양하게 뒤섞인다. 넓고 멀리 바라보며 새로운 아이디어를 조합, 조립할 수 있는 사고, 즉 높은 곳에서 전체를 내려다 볼 수 있는 눈이 필요한 것이다.

(출처 : 평론가 이 원복)

TỪ MỚI

1. 기나길다 : quá dài, rất dài
 – 기나긴 겨울도 지나 봄 기운이 언뜻언뜻 느껴질 무렵이었다.
  Mùa đông dài đi qua là lúc cảm nhận thấy từng chút từng chút hơi hướng của mùa xuân.

2. 저력 : Sức mạnh tiềm tàng
 – 이러한 환경 속에서 우리 국민의 저력이 유감없이 발휘될 수 있다.
  Trong hoàn cảnh khó khăn như thế này, sức mạnh tiềm tàng của dân tộc ta có thể phát huy không hối tiếc.

3. 형편
  (1) Trạng thái, tình trạng, tình hình, bối cảnh, hoàn cảnh
   – 형편을 봐서 내가 한 번 그 곳으로 가겠다.
    Xem tình hình, tôi phải đến đó một lần.
   – 그는 가족들 형편도 좀 살펴보고 여러 친구들도 보기 위해 고향에 내려갔다.
    Anh ta về quê để xem tình hình gia đình thế nào và gặp gỡ vài người bạn.
   – 사업이 잘 되서 형편이 작년보다 좋아졌다.
    Công việc làm ăn thuận lợi nên điều kiện sống tốt hơn năm ngoái.
   – 지금의 내 형편으로는 아파트를 살 수 없다.
    Với điều kiện bây giờ tôi không thể mua được nhà chung cư.
  (2) 형편없다 : trạng thái công việc không tốt, không mấy tốt đẹp
   – 얼마 전까지만 해도 정부의 자금 사정은 형편없었다.
    Chỉ cách đây không lâu, tình hình vốn của chính phủ đã không mấy tốt đẹp.
   – 이 카페의 커피맛은 형편없다.
    Vị cà phê ở quán này không ra làm sao cả.

4. 절기 : kỳ, tiết (một năm âm lịch được chia thành 24 kỳ / tiết)
 – 4계절 중 변화가 가장 잘 나타나는 절기는 겨울을 넘기고 맞는 봄이 아닐까 한다.
  Tôi cho là kỳ thay đổi rõ rệt nhất trong 4 mùa là khi vừa qua mùa đông và bắt đầu sang xuân.
 – 오늘은 절기로 춘분이 지났는데도 날이 흐려선지 눈바람이 차게 불었다.
  Hôm nay dù đã qua kỳ xuân phân mà thời tiết vẫn âm u và gió tuyết vẫn thổi rất lạnh.

5. 원시적 : nguyên thuỷ, vốn dĩ
 – 인력에 의지해서 원시적으로 세워 놓았던 대부분의 교각이 홍수에 쓸려 사라졌다.
  Phần lớn các bến cầu tàu được xây dựng nguyên thuỷ bởi con người đã bị hồng thuỷ cuốn trôi mất.

6. 전승 : kế thừa, thừa kế (문화, 풍속, 제도 따위)

– 문화의 발전과 전승에 있어서 글은 필수적인 것이라고 볼 수 있다.
   Trong sự phát triển và kế thừa của văn hoá, có thể nói chữ viết là cái nhất thiết phải có.

7. 근본 : **bản chất**(사물의 본질이나 본바탕), **nền tảng**(자라 온 환경, 혈통)
– 근본원칙 Nguyên tắc cơ bản
– 우리 경제가 불황 상태에 있는 것이 주가하락의 근본원인이다.
   Việc nền kinh tế của chúng ta rơi vào khủng hoảng nguyên nhân căn bản la do rớt giá cổ phiếu.
– 그는 근본이 좋은 사람이다.
   Anh ta là người có bản chất tốt.
– 일부 근본없는 사람들은 돈만이 인생이 전부인 줄 안다.
   Một số người không có căn bản thường tưởng rằng tiền là tất cả.

8. 전제하다 : **chỉ ra, định ra**
– 헌법에서는 모든 인간은 평등하다고 전제한다.
   Hiến pháp chỉ ra rõ rằng mọi người đều bình đẳng.
– 우리는 3년을 임대할 것을 전제하고 전세 계약을 했다.
   Chúng tôi đã định ra và kí hợp đồng cho thuê nhà trong thời hạn 3 năm.

9. 유전자 : **Gen di truyền**
– 그 사람은 아들의 유전자 검사를 의뢰했다.
   Người đó đã yêu cầu xét nghiệm huyết thống DNA cho con trai mình.
– 그 남자는 아버지로부터 좋은 유전자를 물려 받았다.
   Anh ấy được thừa hưởng gen tốt từ cha.

10. 뒤섞다 : **trói , buộc, gom vào**
– 콘크리트는 모래와 시멘트, 그리고 물을 잘 뒤섞어 만든 것이다.
   Bê tông được làm bằng cách trộn đều xi măng, cát và nước với nhau.
– 여러가지 색깔의 물감들이 잘 뒤섞여 독특한 색깔을 만들어 내고 있었다.
   Màu nước các loại trộn với nhau tạo thành một màu sắc rất độc đáo.

PHÂN TÍCH VÀ LUYỆN TẬP

I. Hãy dịch các cụm từ in đậm được gạch chân dưới đây sang tiếng Việt

① 기나긴 인류 역사에서 **사람이 사람답게 살기** 시작한 것은 길지 않은 세월이다. **그럼에도** 인류가 지니고 있는 저력은 정말로 **놀라울 정도이다**.

1.1   사람이 사람답게 살다 : _____

1.2   그럼에도 : _____

1.3   놀라울 정도이다 : _____

② 농경사회의 지식은 〈**전승의 지식**〉이다. 오랜 세월을 살아오는 동안 **축적된 지식**이 어른에게서 다음 세대로 전승되어 갔던 것이다.

2.1   전승의 지식 : _____

2.2   축적된 지식 : _____

2.3   원자핵 속에는 막대한 에너지가 축적되어 있다 : _____

③ '**조립과 조합의 지식**'이 정보화 사회의 지식이며 여기에는 **컴퓨터가 필수적인 도구로 전제된다**.

3.1   '조립과 조합의 지식 : _____

3.2   컴퓨터가 필수적인 도구로 전제된다 : _____

II. Hãy tìm hiểu ý nghĩa các cách diễn đạt sau và tìm phương án dịch phù hợp

① ~ 예컨대 ~라든지

1.1   오랜 세월을 살아오는 동안 축적된 지식, 예컨대 농사에 도움이 되는 변화와 절기라든지 병을 치료하는 원시적인 방법 등이 어른에게서 다음 세대로 전승되어 갔던 것이다.

_____

_____

1.2   아이들은 어린이 보기에 중요하지 않은 질문, 예컨대, '이 꽃은 왜 빨간색이고 저 꽃은 왜 노란색일까?' 라든지 그냥 물어보기 위한 말을 많이한다.

② ~를 혼합하여

2.1 정보화 사회의 인류는 컴퓨터를 이용하여 존재하는 지식과 정보를 혼합하여 전혀 존재하지 않았던 새로운 지식과 정보를 창조해 낸다.

2.2 의약협회는 감기약과 설사약을 혼합하여 전혀 다른기능을 하는 신경통약을 개발하였다고 과대광고하는 일당을 고발하였다.

③ ~ 전혀 다른

3.1 산업화시대에 들어서며 과학이 종교를 극복하고 이미 존재한 지식을 활용하여 기술을 발명해 낸 것이 그 특징이다.

3.2 이번에 발생한 부정부패 사건은 국가 차원에서 조사할 문제입니다.

3.3 고고학자들은 오래 전에 멸종된 동물의 뼈가 묻힌 지층에서 인간이 만든 원시적인 돌도끼를 발견하곤 하였다.

BÀI THỰC HÀNH DỊCH

PHẦN ĐÁP ÁN

PHẦN I : VIỆT - HÀN

BÀI 1

① bao gồm ~ : ~을 포함하는

1.1 공업지역(공단)의 사회기반(인프라시설)은 직원 주택, 아파트 단지, 학교, 병원, 위락시설, 슈퍼마켓, 체육복합시설 등 각 항목을 모두 포함하는 통합 개발이 중점적으로 되었다.

1.2 반앙 소나무숲 관광지역 세부계획은 센터, 문화 및 오락시설 수요 서비스, 소수민족의 민족문화 특징을 재현한 민족문화마을과 생태관광마을 등을 포함하는 건설항목이 포함된다.

1.3 Tax 24-CA3 패키지 상품은 36개월 전자서명 서비스 사용과 CA-Token 전자서명 장비 1대 등의 항목을 포함하고 있다.

② giống như ~ (với) A : A로 ~와 같다 / ~처럼 / ~와/과 마친가지로

2.1 한 연구에서 사람이 회화명작들을 감상할 때 뇌의 활동은 우리가 누구를 좋아할 때와 같이 증가한다고 나타났다.

2.2 모든 것이 전쟁처럼 발생했다. 일본(扶桑) 국민은 역사상 가장 놀랍고 무서운 천재지변의 피해를 극복하기 위해 최선을 다하고 있다.

③ vừa nằm A vừa nằm B : A에 위치하며 B에 위치해 있기도 합니다

3.1 이러한 위치로 인해, 베트남은 동해를 둘러 싸고 있는 섬과 군도들로 동남아 대륙의 부교와 같으며 열대기후대와 동남아 계절풍 지역에 위치해 있습니다.

3.2 가족은 저에게 시험복습할 돈을 줄 수 없었기에 저는 빵도 팔고 선생님의 강의도 듣기 위해 자주 대학교 입시학원에 몰래 들어갔다.

④ gây ra ~ : ~을 일으키다. ~을 야기하다

4.1 복잡한 계절풍은 홍수와 가뭄, 서리와 우박과 같은 많은 재난을 일으킵니다.

4.2 그 회의결과는 권리에 대한 모순과 정치적 모순, 그리고 민족적 모순과 같은 많은 모순점을 야기시켰다.

▶ GỢI Ý ĐÁP ÁN DỊCH

베트남의 지리

베트남 사회주의공화국은 330,991 제곱 킬로미터 면적의 본토와 수천 개의 크고 작은 섬으로 본토에 비해 수배나 넓은 해안을 포함하고 있습니다.

지리적 위치는, 베트남의 북쪽은 중국과 접해 있고, 서쪽은 라오스와 캄보디아, 동쪽과 남쪽은 동해와 접해 있습니다. 세계지도상에는 베트남은 북위 8도 35분에서 23.24도, 그리고 동경 102도에서 109도에 사이에 위치해 있습니다. 이러한 위치로 인해, 베트남은 동해를 둘러 싸고 있는 섬과 군도들로 동남아 대륙의 부교와 같으며 열대기후대와 동남아 계절풍 지역에 위치해 있습니다

베트남 영토는 매우 독특한 모양입니다. 북에서 남의 해변은 위도 15도가 넘는 길이의 "S"자 형태이지만 폭은 매우 좁습니다. 가장 넓은 북부는 약 600km이지만 가장 좁은 곳은 Quảng Bình으로 단 50km입니다.

다음은 베트남 지형의 주요 특성들입니다.

반도의 특성 : 해양은 베트남 사람들의 생활과 자연에 많은 역할을 하고 있습니다.

베트남 지형은 대부분이 언덕과 산으로, 영토면적의 약 80%를 차지하지만 대부분 낮은 언덕과 산입니다. 2,000미터 이상의 산은 단 1%이며 가장 높은 산은 3,143 미터 높이의 판시팡 정상입니다. 산간지대는 베트남의 경제에 중요한 천연자원이 많이 있는 지역입니다

베트남에 있는 두개의 평야는 남부의 40,000 평방킬로미터 넓이의 구룡강 평야와 북부의 15,000 평방 킬로미터 넓이의 홍강 평야입니다. 이 곳은 전국에서 가장 큰 두 벼농사지역입니다.

주요 강 : 강들의 총길이는 41,000킬로미터이며 총 유량은 약 3000억 세제곱 미터이며 수로는 3,100 킬로미터입니다. 홍강은 1,149km의 길이이며 그 중 510km가 베트남 영토를 흐르고 있습니다. 메콩(구룡)강은 4,220km의 길이이며 그 가운데 220km가 베트남을 흐르고 있습니다.

베트남은 열대성 기후이며 덥고 습하며 많은 비가 옵니다. 습도(공기습도)는 온대지역 국가들의 평균 습도가 50%를 넘을 때 언제나 80% 이상입니다. 높은 온도와 많은 습도는 농업과 식물이 일년 내내 싱싱할 수 있는 좋은 조건입니다. 그러나 복잡한 계절풍은 홍수와 가뭄, 이슬과 우박과 같은 많은 재난을 일으킵니다. 재난은 베트남 국민의 생활에 많은 어려움을 초래하고 있습니다.

BÀI 2

I »

    1.1   서로 섞여서 살다, 공존하다

    1.2   서로 엇갈려 눕다, 서로 엇갈려 놓여 있다

    2.1   날이 갈수록 발전되고 완벽해지다

    2.2   날이 갈수록 확대 발전되다

    3.1   날이 갈수록 관심을 모으고 투자가 많아진다

II ⟫

① ~, trong đó ~, còn lại ~ : 그 중에는 ~, 그 외에(는) ~이다

1.1 모든 국제 행사(축제)에는 약 120명의 대학생이 있는데 그 중에 반은 베트남 대학생이며 그 외 중국, 한국 및 다른 나라 대학생이다.

1.2 총 사용면적은 3,000 평방미터(제곱 미터)이며, 그 중에 400 평방미터는 주거용이며 나머지는 장기사용되고 있는 땅이다.

② ~ đồng thời cũng là : ~ 또한, 동시에, ~이며

2.1 베트남어는 공식 언어로, 지식을 전달하는 수단이며 동시에 의사소통 수단입니다.

2.2 그 분은 선생님이며 대 문학가입니다.

2.3 Beyoncé Knowles는 친아버지인 매니저와 헤어졌습니다.

2.4 사기업의 사장은 개별경영의 책임자가 될 수 없으나 유한책임회사를 설립할 자본을 모을 권한이 있다.

2.5 이 국립공원들은 베트남과 전 세계 생물학자들이 연구를 하는 곳이자 매력적인 자연생태 여행지입니다.

▶ GỢI Ý ĐÁP ÁN DỊCH

베트남 민족과 언어

베트남은 인구 9,780만 명으로, 베트남은 세계에서 15번째로 인구가 많은 나라로 그 중에 28%는 도시에 살고 72%는 농촌에 거주합니다. 매년 인구증가율은 1.14퍼센트입니다. 베트남에서 인구가 가장 많은 도시는 890만 명의 호치민시와 수도 하노이의 8백만 명입니다.

전국의 도시들 대부분은 도시화 경향으로 이 지역의 인구는 나날이 빠르게 증가할 것입니다. 베트남은 550만 명이 노동연령으로 젊은 인구구조입니다. 2020년 베트남 사람의 평균수명은 75세입니다.

베트남은 54개 민족이 어울려 같이 살고 있는 나라이며 그 중에 Kinh 족은 86%를 차지하며, 그 외 53개 민족에는 Tày, Nùng, Thái, Mường, Khmer와 같이 백만 명 정도로 많은 인구도 있고 Ơ Đu, Brâu 민족과 같이 몇 백명인 민족도 있습니다. 낀족은 영토 전체에 흩어져 살고 있지만 평야와 강의 델타지역에 제일 많이 모여 살고 있습니다. 그 외 대부분의 민족은 산과 고원지대, 북에서 남에 걸쳐 살고 있으며 그들 중 대부분은 서로 섞여 살고 있으며 특징적인 것은 북부와 북 중부에 있는 소수민족 공동체입니다.

베트남 영토에 살고 있는 54개 민족은 그들의 고유언어와 독특한 전통문화가 있는데, 타이, 몽, 떠이, 눙, 크메르, 쟈라이, 에데, 화, 참 등 24개 민족은 그들의 고유문자가 있습니다. 몇 개의 언어들은 각 학교에서 사용되고 있습니다. 발전을 거치며 베트남어는 각 민족의 공통언어로 선택되었습니다. 유치원부터 대학까지의 교육체계에 베트남어는 공식 언어이며, 지식을 전달하는 수단이자 의사소통과 베트남 영토내의 모든 민족을 관리하는 수단입니다.

현재의 베트남어 문자는 유럽의 선교사들 중 알렉산더 드 로드 선교사가 대표로 라틴 알파벳에 의거한 글자를 소개했던 17세기부터 생겼습니다. 그 후 베트남어 문자는 나날이 발전하고 완성되어 20세기 초 부터 베트남의 공식 문자가 되었습니다. 독립을 쟁취한 후, 베트남 정부는 베트남 사회생활의 모든 분야에 현재의 문자와 베트남어를 사용하였습니다.

BÀI 3

I

① đậm nét truyền thống : 독특한 전통

1.1 남성복 아오자이는 베트남 독특한 전통행사에서나 볼 수 있습니다.
1.2 개량 전통복은 여전히 (그) 전통 특징을 유지하고 있다.
1.3 이 도시의 사람들이 차를 마시는 방법은 여전히 독특한 전통을 유지하고 있다.

② trên cơ sở : 기본으로, 바탕으로, 기초로

2.1 통계자는 발송 및 접수된 보고서를 바탕으로 종합 및 통계를 낼 책임이 있다.
2.2 나는 과학적 논거를 바탕으로, 현재 조건에서 이 방안은 전혀 부합되지 않는다는 결론을 낼 수 있다.
2.3 그것을 바탕으로, 우리는 다음 3개의 문제를 계속해서 같이 연구할 것이다.

II

① Chưa ai rõ, chỉ biết rằng + (동사) : 아직 (동사)를 하고 있는 사람이 없다.

1.1 아오자이 옷의 기원을 정확히 아는 사람이 없습니다.
1.2 어디에서 시작된 이야기인지 아는 사람은 없지만 누구나 이 이야기를 알고 있다.
1.3 진위가 어떻게 된 것인지 알고 있는 사람이 없자 그 여자는 갑자기 땅에 쓰러져 큰소리를 울기 시작했다.

② chỉ biết rằng ~ : 단지 알고 있는 것은 ~이다, 단지 ~만 알고 있다

2.1 누가 맞고 틀렸는지 아직은 사실을 알 수는 없지만, 단지 마을 어디에서 큰 싸움이 일어났다는 것만 알고 있다.
2.2 들으면 들을수록 이해하기 어렵지만, 단지 내가 알고 있는 것은 지난번에 그 사람이 사실대로 정확히 말하지 않았다는 것입니다.

③ **nổi trôi theo ~** : ~에 따라 흘러가다

3.1 1000년 넘는 중국의 지배아래, 아오자이와 아오 뜨턴도 나라의 운명에 따라 흘러갔지만 결코 없어지지 않았습니다.
3.2 꽃잎이 물을 따라 흘러가고 있다.
3.3 둑을 강타한 출렁이는 파도에 소라와 조개 껍질도 같이 떠내려갔다.
3.4 구명복이 출렁이는 파도에 따라 흘러갔다.

④ **dần đã được** : 점점 ~되다

4.1 이 운동은 점점 국민들의 호응을 얻었다.
4.2 이와 같은 한국어과 학생들의 녹색 여름 봉사 활동은 자발적인 활동에서 조직화된 활동으로 점차 표준화(보편화)되었다.
4.3 디지털 신제품 출시를 준비하는 모든 활동은 여전히 비밀이지만 점점 밝혀지고 있다.

▶ **GỢI Ý ĐÁP ÁN DỊCH**

베트남 아오자이

지금까지, 아오자이의 기원을 정확히 알고 있는 사람은 아직 없지만, 조상들은 동물가죽과 새털로 옷을 만들었으며 구리로 만든 북 응옥루의 표면의 조각을 통해서 하이바쭝 시대 이전에 나타났다는 것만 단지 알고 있습니다. 1000년을 넘는 중국의 지배아래, 아오자이와 아오 뜨턴도 나라의 운명에 따라 흘러갔지만 결코 사라지지 않았습니다.

베트남 여성의 전통복장 아오자이는 몸에 꼭 맞고, 목이 높고 무릎 정도의 길이며 옆이 틔여있습니다. 아오자이는 매력적이고 섹시하며 은밀한 옷으로 소녀의 실루엣을 보여줍니다

노란색은 왕과 황족만이 입을 수 있고, 흰색은 상복색이며 그리고 파란색은 고위관리들이 주요행사 때 입었던 옷입니다.

17세기 레 후엔 통 왕은 "부인과 여자의 상의는 허리띠가 없고 하의는 바지 가랑이가 없어야 한다"는 칙령을 내렸습니다. 이처럼 아오 응우 턴은 쟈롱 왕 시대에 나타났다고 말 할 수 있습니다. 1744년에 응우엔 조정의 베트남 북쪽을 통치하는 부 브엉은 중국 스타일을 따라 베트남 복식을 바꿀 것을 요구하였습니다.

응우엔왕조의 2대왕인 민망왕은 여성이 치마를 입는 것을 금지하는 칙령을 반포하였습니다. 민망왕 9년, 훼 조정은 부인이 치마를 입는 것을 금지하고 반드시 바지 가랑이가 있는 옷(바지)을 입을 것을 지시하였습니다. 프랑스 식민시대, 아오자이는 뜨엉이라는 베트남 여성이 처음으로 아오뜨턴을 두 겹의 옷으로 만들어 입은 다음부터 생겨났습니다. 프랑스사람들은 이 아오자이를 레무르라고 하는 데 그 뜻은 영어로 "the wall"입니다.

1947년 베트남 독립선언을 배경으로 "가난과 무지의 적을 물리치자"는 운동이 시작되었습니다. 1947년 3월 20일 호치민은 "새시대 (새로운 생활)"이라는 글을 쓰셨는 데 그 중에 아오자이(긴옷)를 입

는 관습을 버리고 짧은 옷을 입자는 국민운동이 있었습니다. 왜냐하면 아오자이는 걷거나 일하는 데 불편하며, 질질 끌리고 단정하지 않기 때문입니다. 아오자이는 새시대의 베트남 여성에게 어울리지 않았습니다.

베트남 남성의 아오자이는 여성의 아오자이와 같은 행운은 없었습니다. 요즈음은 우리는 전통 남성복 아오자이를 입은 청년은 물론 할아버지 사진을 볼 수 있는 기회도 적습니다. 남성복 아오자이는 베트남 전통행사에서나 볼 수 있습니다. 특히 베트남에서 개최된 APEC 2006 정상회의 주간, 공동선언 발표행사에서 APEC 각국 지도자들은 모두 개최국의 전통 복장을 입었습니다.

최근 아오자이는 세계 어느 곳에서나 볼 수 있습니다. 베트남 교포 여성들은 아오자이를 통해 고향의 정감(그리움)을 나타냅니다. 외국인 관광객들은 베트남 아오자이에 대해 많은 인상을 받습니다. 비행장에서 관광객들은 바람에 흩날리는 아오자이를 볼 때 따뜻한 환영을 느낍니다. 아오자이는 "베트남의 아름다움 (사랑스러움)"이라고 불릴 가치가 있습니다.

BÀI 4

I »

1.1 1년 내내 생활이 바쁘다 (1년 내내 바쁘게 살아간다).
1.2 1년 내내 어렵게 살아가다. 1년 내내 비를 맞고 햇볕에 그을리다.
1.3 1년 내내 생계를 꾸리다.
2.1 등을 충분히 사거나 만든다.
2.2 주제에 대해 충분히 이야기한다.
2.3 살 살찌기 좋은 것을 많이 먹다. 기름진 음식을 많이 먹다.

II »

① **đâu đâu ai cũng ~** : 누구나 어디서든

1.1 집과 거리 어느 곳에서나 사람들은 모두 설을 즐깁니다
1.2 어느 곳에서나 전 국민들은 승리의 소식에 기뻐했다.
1.3 가무단의 공연 소식에 읍내의 모든 사람들은 기대하고 있다.

② **Tuỳ theo / tuỳ vào** : N에 따라

2.1 이것은 부모들이 자신의 형편에 따라 자식을 사랑하는 마음을 표하는 (표현하는) 기회입니다.
2.2 가정 형편에 따라 학부모들은 자녀들의 여름 오락프로그램을 선택할 수 있다.

▶ **GỢI Ý ĐÁP ÁN DỊCH**

베트남의 문화 풍속소개

베트남 문화 풍속에 대해 이야기하자면 무엇보다도 먼저 명절을 말합니다.

설은 베트남 사람의 문화 중 가장 중요한 명절이며 베트남 전국 각 지역의 가장 큰 명절입니다. 베트남 사람은 1년 내내 바쁜 생활로 쉴 수가 없기에 단지 설에만 쉬며 봄을 즐길 수 있는 기회입니다. 설 전에는 어느 집이든지 바인쯩과 설떡을 만들기 위해 찹쌀과 녹두를 삽니다. 또한 사람들은 집을 깨끗이 청소하고, 설날을 위한 집안 장식품과 수리할 물품들을 사러 시장에 갑니다. 집과 거리 어느 곳에서나 사람들은 모두 설을 즐깁니다. 모든 사람들은 만나서 덕담을 주고받습니다.

두번째로는 음력 5월 5일 단오절을 이야기합니다. 이 명절에는 "학생은 선생님께, 사위는 장인장모께 선물을 드리는 날"이라는 말이 있습니다. 단오절은 단양절이라고도 부릅니다. 지금까지 전해 내려오는 풍습으로는 : 이른 새벽 아이들에게 과일이나 찹쌀 술, 삶은 계란을 먹이고 벌레를 죽이기 위해 정수리, 가슴과 배꼽에 웅황(계관석)을 바릅니다. 어른들은 벌레를 없애기 위해 술이나 찹쌀 술을 먹습니다. 아이들은 벌레를 죽인 후 침대 위에서 세수를 하고 나서 (얼굴과 코, 손발을 다 씻고 나면) 손톱과 발톱을 물들이고 다섯 가지 색 (오색)의 실을 감습니다.

초 5일 약초를 따는 풍습은 오시에 시작됩니다. 그것은 1년 중 양기가 가장 좋은 시간이고 그 시간에 따는 식물은 특히 감기 같은 증상을 치료하는 효능이 있습니다. 사람들은 종류에 상관없이 정원이나 주변에 있는 약초를 따는데 100가지 종류 또는 양이 많거나 적거나 상관없습니다.

그 다음으로 기다리는 명절은 추석입니다. 음력 8월 보름 중추절(추석) 풍습은 처음에는 중국사람의 것이라고 말할 수 있지만 베트남 사람의 풍습으로는 중추절을 맞이하여 부모들은 자녀들이 추석을 즐길 수 있도록 잔치를 베풀어 주고, 집안에 걸거나 연등행진을 위해 촛불 등을 만들거나 삽니다. 이것은 부모들이 형편에 따라 자식을 사랑하는 마음을 표하는 (표현하는) 기회입니다. 그로인해 가족의 사랑이 점점 더 굳어집니다. 그리고 추석에는 사람들은 조상에게 제사를 지내거나 할머니 할아버지, 어머니 아버지, 선생님, 친구, 친척에게 드리기 위해 bánh trung thu, 차, 술 등을 삽니다.

외뿔 사자는 행운과 번영의 상징이며 모든 집에 행운(길조)을 줍니다. 어른과 아이들의 놀이의 의미 이외에도 중추절에는 사람들이 달을 바라보며 나라의 운명과 수확을 점칩니다. 만일 가을 달이 노란색일 경우 누에가 풍년이 들고, 파랗거나 녹색이면 자연재해가 발생하고, 밝은 부분이 주황색이면 나라가 평화롭고 풍요로울 것입니다.

BÀI 5

I ≫

    1.1   필수 수속 (절차)

    1.2   필수물품

    1.3   필수서류

2.1　친밀한 분위기의 식사 (편안한 분위기의 가벼운 식사)
2.2　친밀한 분위기의 이야기 (편히 주고받는 대화)
2.3　친밀한 만남

II 》

① chẳng hạn như ~ : 예를 들면

1.1　~ 결혼을 위한 필수 수속들을 준비합니다. 예를 들면 관공서에 혼인신고를 하고 물건들을 사고 초대장을 인쇄하고 보내는 것 등입니다.
1.2　그녀는 (예를 들면) 근면하고 검소함 등의 장점이 있다.
1.3　Ba Bể 호수를 노를 저어가거나 Phan-xi-phăng 산을 오르거나 Sa-pa의 눈을 보는 것처럼 흥미로운 것들을 여러분은 스스로 경험할 수 있다.

② thường là V은/는/을 N은/는 : 보통(일반적으로) ~이다

2.1　결혼식이 열리는 장소는 보통(일반적으로) 집, 호텔 또는 대연회장입니다.
2.2　신부행렬을 주도하는 사람은 보통 신랑의 가족 중 서열이 높고 권위있는 사람입니다.
2.3　예식을 거행하는 시간은 보통 마을회의에서 연장자(어른)들이 정한 시간입니다.

③ ~ được ~ là ~ : (동사) 되는 (주어)은/는 ~이다

3.1　결혼식에 초대되는 손님은 친척과 친구이다.
3.2　소개된 사람은 시의 식품회사 사장이다.
3.3　저 화병에 꽂아있는 큰 꽃 봉우리는 네덜란드에서 수입한 튜울립이다.

▶ GỢI Ý ĐÁP ÁN DỊCH

오늘날의 베트남 결혼식

　베트남에서 가을은 결혼의 계절입니다. 결혼 1달 전쯤 신랑 신부 집안은 약혼식을 거행합니다. 그 후 양가는(두 집안은) 결혼을 위해 필수 수속들을 준비합니다, 예를 들면 관공서에 혼인신고를 하고 물건을 사고 초대장을 인쇄하고 보내는 것 등입니다.
　결혼식에 초대되는 손님은 신랑과 신부 집안의 친척, 친구와 동료들입니다. 천주교를 믿는 사람들을 제외하고 보통 베트남 사람들은 성당에서 결혼식을 거행하지 않습니다. 결혼식이 열리는 장소는 일반적으로 집, 호텔 또는 대연회장입니다.
　결혼식에 참석할 때, 초대손님은 보통 신랑 신부의 결혼축하선물을 가지고 가며 행복을 기원하는 말을 합니다. 선물은 가정에서 사용하는 물건이나 현금입니다. 결혼식은 하루 동안 열립니다. 오전 또는 점심에, 신랑과 신부 집안은 참석한 손님에게 집에서 식사를 대접합니다. (편안하게 식사를 합니다). 오후에 남자집안은 그전에 선택된 좋은 시간에 여자 집에 가서 신부를 청하며 신부와 신랑은 조상에게 예를 드립니다. 그 다음 모든 사람은 다과회 장소 또는 만찬을 위해 식당으로 갑니다.

그러나 최근 베트남 정부의 간소하고 검소한 결혼식 방침으로 최근의 결혼식 다과회만 여는 추세입니다. 연회가 끝나면 신랑신부는 신랑의 집 또는 자신들의 집으로 돌아갑니다. 신혼방은 신부에 대한 존중과 사랑(관심)을 표현하기 위해 아주 예쁘게 장식합니다. 부부는 행복한 신혼과 함께 새로운 생활을 시작합니다.

BÀI 6

I

1.1 무질서하게 짓다 (비좁게 세워졌다)
1.2 말치지 마라
1.3 무질서하게 줄을 서다 (서로 밀치며 줄을 서다)
1.4 문이 열리기를 다투듯이 기다리고 있다

II

① ~ không còn là ~ : 더 이상 ~가 아니다

1.1 하노이 36거리는 베트남 사람에게 더 이상 낯선 이름이 아니며 이제 하노이의 상징이 되었습니다.
1.2 인생의 승패를 경험함으로써 그는 더 이상 희고 말끔한 학생이 아니라 강하고 안정된 남자가 되었다.
1.3 그녀는 더 이상 지난 날 꿈꾸는 소녀가 아니라 경험과 능력을 지닌 여성기업인이다.
1.4 이제 온라인 마케팅은 더 이상 트렌드가 아니라 생존이다.
1.5 국가 증권위원회 국제협력부장인 Nguyễn Ngọc Cảnh은 양해각서(MOU)를 체결하는 것은 참가 또는 불참을 선택하는 것이 아니라 의무적이고 필수적인 요구사항이라고 했다.

② cái hấp dẫn (ai) chính là (cái gì) : ~을 끌어들이는 것은 바로

2.1 하노이의 관광객들을 끌어들이는 것은 바로 역사전통과 그것의 깊이 있는 문화입니다.
2.2 이 영화가 관람객을 끌어들이는 것은 바로 유머러스하고 패기 있고 즐거운 요소들입니다.
2.3 이 제품이 구매자를 끌어들이는 것은 바로 무이자 할부제와 3년간 에프터 서비스제도입니다.

③ bắt nguồn từ ~ : ~ 때부터 시작되었습니다

3.1   "36거리"라는 이름은 레왕조 시대의 대표적인 기본 행정조직 단위 36개를 구성한 때부터 시작되었습니다.

3.2   많은 사람들이 산타 할아버지의 외형적 특징인 붉은 색과 흰색은 음료수 코카콜라 브랜드의 광고에서 시작되었다고 생각한다.

3.3   최근 몇 개 은행의 합병 현상은 어디에서 부터 시작되었습니까?

▶ **GỢI Ý ĐÁP ÁN DỊCH**

하노이 시

하노이는 리타이또 왕에 의해 1010년 경부터 1788년까지 베트남의 수도였습니다. 1902년 부터 1945년까지 하노이는 프랑스식민지의 인도차이나 수도였습니다. 이 기간 동안 프랑스사람들은 대성당과 오페라하우스 같은 유명한 건축과 같은 유럽풍의 도시를 계획했습니다. 1945년 이후, 하노이는 베트남 민주 공화국의 수도였으며, 1976년부터 지금까지 베트남 사회주의 공화국의 수도입니다.

하노이에는 환끼엠호, 서호, 쭉박호수 등과 같은 호수들이 많이 있습니다. 환끼엠호는 도시의 중심입니다. 호수 중앙에는 거북이탑이 있고 호수 아래에는 거북이들이 많이 있습니다. 하노이 사람들은 거북이들을 "거북이신"이라고 믿어서 "거북이"가 아니라 "거북이님"이라고 부릅니다.

환끼엠호수 주변은 전통수공예품을 파는 가게들과 깨끗하고 예쁜 좁은 거리들이 있습니다. 이것은 "36거리"라고 부르는 유명한 오래된 거리들입니다. 하노이 36거리는 베트남 사람에게 더 이상 낯선 이름이 아니며 이제 하노이의 상징이 되었습니다. "36거리"라는 이름은 레왕조 시대의 대표적인 기본 행정조직 단위 36개가 조직된 때부터 시작되었습니다. 레타이또 왕은 탕롱으로 수도를 제정하여 옮기면서, 꽝득현과 빈쓰엉현 2개현이 포함된 중도부를 만들었습니다. 각 현은 18개 구역으로 나뉘어 총 36개 구역이 되었습니다. 같은 일을 하는 사람들이 보통 같은 거리에 모이게 되면서 이 구역들은 지역조합과 비슷한 형태가 되었습니다.

우리는 거리를 다음과 같이 표현하기도 합니다 : 바구니를 파는 항보 거리, 금은을 파는 항박 거리, 신을 파는 항져이 거리, 건어물과 느억맘을 파는 항맘 거리, 항다오 거리는 옷감과 실크를 팔거나 염색하는 일을 하는 데 주로 붉은색 염색을 했습니다. 그래서 거리이름을 붉은 색을 의미하는 다오라고 붙이게 되었습니다. 만일 검은색으로 염색을 하려면 항바이 거리로 가야 합니다.

이곳은 상업지역이라 이 지역의 집들은 매우 좁습니다. 집들은 대부분 짚을 사용해서 빽빽하게 지었습니다. 주로 1층과 2층집이지만 지나가는 관리의 가마보다 높은 집을 허락하지 않았기 때문에 상당히 낮습니다.

시클로를 타고 옛거리를 돌아보며 사람과 차를 바라보는 것은 참 흥미롭습니다. 지나가다가 차에서 내려 좋아하는 기념품 한두개를 사거나 가게에서 그들이 정교하게 만드는 수공예품을 직접 볼 수 있습니다.

그럴 때는 우리는 사람들이 붐비는 거리 속에 있는 것이 아니라 수공예 마을에 있는 것처럼 느껴집

니다. 만일 구 시가지에 갈 기회가 있다면 여러분은 매우 흥미롭고 하노이만의 독특함을 느낄 수 있을 것입니다.

떠이호는 하노이에서 가장 큰 호수입니다. 떠이호 주변에는 아름다운 건축물과 호치민묘, 호치민박물관, 못꼿절(일주사)과 같은 유명한 역사유적들이 있습니다. 떠이호 옆에는 작지만 매우 로맨틱한 쭉박호수가 있습니다. 이곳에는 "바인 똠"이라는 유명한 음식이 있습니다.

하노이는 날이 갈수록 현대화되고 있으나 관광객들을 끌어들이는 것은 바로 역사전통과 그것의 깊이 있는 문화입니다.

BÀI 7

I 》》

① **Trong xu thế ~** : ~의 추세/ ~하는 경향

    1.1   통합(가입)과 발전의 추세 (경향) 속에
    1.2   암담한 하락 추세
    1.3   전환의 추세

② **Với những ~** : ~들에 의해, ~들로 인해

    2.1   이러한 특별한 가치들로 인해
    2.2   그러한 특징들에 의해
    2.3   그러한 힘에 의해, 그러한 강점으로 인해

II 》》

① **Ai / cái gì được ví như ai ~/ cái gì** : 마치 누군가(ai) 가 ~한 것처럼

    1.1   남부해안은 마치 인자한 어머니가 비옥한 남부평야를 껴안은 것처럼 아름다운 해수욕장과 베트남의 사회, 문화 경제발전에 필요한 귀한 광산물이 많이 있습니다.
    1.2   균형있는 체형과 흰피부, 통통한 얼굴로 서현이는 마치 걸어 다니는 인형과 같다.
    1.3   Ly Son은 Quang Ngai 지역의 "보석"에 비유되는 섬 지역이다. 오래전부터 이곳은 관광객들에게 베트남의 제주도 또는 몰디브와 같은 여러 이름으로 불렸다.

② **với những ~** : ~들에 의해 (~들로)

    2.1   하롱은 홍수림 생태계, 산호초 생태계와 같은 형태의 생태계들로 다양하고 가치 있는 생물이 모여있는 지역입니다.

2.2 이러한 가치로 1994년 12월 17일 타일랜드에서 개최된 UNESCO에 소속 세계유산위원회 18차 회의에서 하롱베이는 세계자연유산으로 공인되었습니다.

③ coi như ~ : ~와 같이 여기다, ~와 같이 간주하다, ~으로 생각하다

3.1 20 헥타의 껀져 홍수림은 공기를 조절하여 맑은 폐를 만드는 것처럼 해안침식을 방지합니다.
3.2 그와 나는 한 가족처럼 여기다. (한가족과 같다의 뜻)
3.3 5시가 넘으면 하루가 다 간 것과 같다. (하루가 다 지나간 것으로 생각하다)
3.4 이번 사고로 사람이 교체 된 것으로 생각하고 더 이상 아쉬워 하지마라.

▶ GỢI Ý ĐÁP ÁN DỊCH

베트남의 관광지

1. 호치민시

동남아시아 반도 동쪽에 위치한 베트남은 3,000km가 넘는 길이의 해변이 있습니다.

남부 해안은 바리아 붕따우에서 까마우곶까지 그리고 타일랜드 만의 끼엔쟝 해안까지 연결된 부분으로 길이 730 km입니다.

남부해안은 인자한 어머니가 비옥한 남부평야를 껴안은 것처럼 아름다운 해수욕장과 베트남의 사회, 문화 경제발전에 필요한 귀한 광산물이 많이 있습니다. 호치민시는 국가와 남부 성들의 문화 경제의 중심지입니다. 약 300년 전, 응웬휴까잉은 이곳에 황무지를 개척하여 땅을 만들고 호치민시를 조성하였습니다.

최근에는 현대식 오피스빌딩들과 공원, 식당, 호텔 등이 체계를 갖추었으며 생태림지역도 보존되고 있습니다.

20 헥타의 껀져 홍수림은 공기를 조절하여 맑은 폐를 만드는 것처럼 해안침식을 방지합니다. 숲은 희귀 동물과 새들을 보호하는 곳이고 국내외 관광객들의 이상적인 생태여행지입니다.

통합(가입)과 발전의 추세 속에, 외국 관광객을 위한 신도시계획 지역이 호치민시 1군 팜응우라오 거리에 형성되었습니다.

2. 하롱베이

베트남은 깟바, 꾹프엉, 풍냐 - 깨방 국립공원 등과 같은 귀하고 다양한 생물학 국립공원들이 보존, 유지되고 있습니다. 이 국립공원들은 베트남과 세계의 생물학자들의 연구지이며 매력적인 자연생태 여행지입니다.

위에서 내려다보면 하롱베이는 매우 생동감있고 거대한 수묵화와도 같습니다. 하롱베이는 1969개의 크고 작은 섬을 포함한 총면적 1,553 평방 킬로미터로 베트남 동북부의 하롱시에 위치해 있으며 그 중 989개의 섬은 이름이 있지만 980개의 섬은 아직 이름이 없습니다.

하롱베이의 섬은 석회암섬과 편암섬, 두개의 형태로 되어 있습니다. 또한 하롱은 홍수림 생태계, 산호초 생태계와 같은 형태의 생태계들로 다양하고 가치있는 생물이 모여있는 지역입니다. 이러한 가치로 1994년 12월 17일 타일랜드에서 개최된 UNESCO에 소속 세계유산위원회 18차 회의에서 하롱베이는 세계자연유산으로 공인되었습니다.

3. 사파

베트남의 서북부에 위치한 사파는 라오까이성의 고산지역에 있는 현입니다. 사파의 자연경관은 푸른숲과 산의 지형이 인간의 창조성과 결합되어 만들어졌습니다. 사파에는 황리엔선 산맥의 3143미터 높이의 판시팡정상이 있습니다. 사파에는 읍내 바로 옆에 함종이라는 산이 있는데 모든 관광객들은 읍내 전경과 안개 사이로 살며시 나타나는 므엉화 계곡을 보기 위해 산을 오릅니다.

사파에는 6개의 민족이 함께 살고 있으며 각 민족은 고유 문화를 가지고 있습니다. 몽족의 싸이싼축제와 같은 축제들은 매년 정월에 열립니다. 사파의 장날은 일요일 사파 읍내에서 열립니다. 멀리 있는 사람들은 토요일부터 출발해야 합니다.

BÀI 8

I 》》

1.1 문화 역사 전통을 되새기다.
1.2 찬란한 (자랑스러운) 전통을 회상하다.
1.3 혁명적 전통을 회상하다.
2.1 많은 사람들이 참석
2.2 많은 사람들이 참여
2.3 국민들의 열정적인 옹호
2.4 가족의 적시 적절한 격려

II 》》

① **đã diễn ra ~ : ~이 개최되다, ~열리다**

1.1 2010년 10월 1일 오전 8시, 리타이또 공원에서 탕롱-하노이 1000주년을 환영하는 성대한 의식이 열렸습니다.
1.2 9월 12일 Bushehr 에서 러시아의 참여로 건설된 핵발전소의 공식적인 기공식이 개최되었습니다.
1.3 8월 9일 하노이에서 2011년 전자제품과 미디어, 인터넷-IT에 대한 국제 세미나와 전람회 행사에 대해 발표하는 기자회견이 개최되었습니다.

② **được bắt đầu / được khởi động** : 시작되다

2.1   의식은 1000년 역사의 하늘과 땅, 사람의 신성한 통합을 나타내는 북, 징과 꽹과리 소리와 함께 공연이 시작되었습니다.

2.2   우주왕복선(Space shuttle) 프로그램은 닉슨 대통령이 NASA가 재사용 가능한 우주왕복선 시스템을 개발하겠다고 선언했던 1972년 1월 5일에 공식적으로 시작되었다.

2.3   부란 우주왕복선 프로그램은 미국의 우주선 프로그램에 대항하기 위해 1976년 TsAGI(소련)에서 시작되었다.

③ **đánh giá cao** : 높이 평가하다

3.1   이리나 보코바 사무총장은 국제사회에서 중요한 파트너로 성장한 베트남의 발전을 평가하였습니다.

3.2   이 만남에서 베네딕토 16세는 쿠바에서 종교의 자유를 개선하는 방법들을 높이 평가했습니다.

3.3   주석은 북미의 대 베트남 원조를 높이 평가했으며 특히 베트남이 ODA 원조 수여국 20개 국가에 포함 (유지) 되고 있는 것을 높이 평가하였습니다.

▶ GỢI Ý ĐÁP ÁN DỊCH

탕롱 - 하노이 천년 대행사 개막

   2010년 10월 1일 오전 8시, 리타이또 공원에서 탕롱-하노이 1000 주년을 환영하는 중요한 의식이 열렸습니다. 대행사 개막식에는 전임 당서기장 도므어이, 전임 국가주석 레득아잉, 국회의장 응웬푸쫑, 부수상 응웬티엔년, 당과 국가지도자, 정부 각 부처와 하노이시 대표 그리고 해외 초청단 여러분들이 참석하였습니다.

   의식은 1000년 역사의 하늘과 땅, 사람의 신성한 통합을 나타내는 북, 징과 꽹과리 소리와 함께 공연이 시작되었습니다.

   응웬 푸 쫑 국회의장은 열흘간의 대행사를 시작하는 신성한 불을 붙였습니다. 계속해서 국가와 당, 하노이시 지도자들이 리타이또 동상 앞에서 왕의 위대한 창업을 기리는 헌향의식이 이어졌습니다.

   대행사 개막식의 환영사에서, 팜꽝잉이 정치부위원은 리타이또왕이 탕롱땅을 도읍으로 정할 때부터 탕롱 하노이의 건국과 나라를 지켜온 1000년 역사의 문화역사 전통을 다시 한번 되새겼습니다. 홍강 델타지역에 역사적 천도는 국가의 독립과 통일을 강조하며 다이비엣국의 새로운 발전의 기원을 연 것입니다.

   엄숙한 이 시간에, 베트남 사회주의 조국의 수도 하노이 시민들과 해외에 있는 교포들은, 지혜와 몸을 바친 선조들의 헤아릴 수 없는 업적에 진심으로 존경하고 감사하는 마음을 표합니다. 또한 이

것은 영원한 우정과 평화, 영웅의 문화는 베트남 민족의 탕롱 하노이의 무한하고 귀한 가치들이며 아름다운 전통입니다.

또한 행사에서 이리나보코바 유네스코사무총장과 카트린 뮬러메리 베트남 주재 유네스코 위원장은 하노이 시장에게 탕롱 왕궁 세계문화유산 증서를 전달하였습니다.

이리나 보코바 사무총장은 국제사회에서 중요한 파트너로 성장한 베트남의 발전을 높이 평가하고, 1000년의 역사를 통해 세계유산을 잘 보존한 하노이에 경탄을 표했습니다.

"저는 베트남 민족의 평화에 대한 귀한 상징인 호안끼엠 호수의 Kim Quy 신(거북이신)과 거북이님들도 우리에게 귀를 기울이고 있다고 믿습니다. 그리고 오늘 행사에 많은 사람들이 모인 것은 찬란한 과거에 대한 여러분의 관심의 증거라고 생각합니다. 오늘 저는 베트남 사람의 전통복인 아름다운 아오자이를 입고 여러분들과 함께 탕롱 – 하노이 1000년 행사를 기념하게 된 것을 무한한 영광과 행운으로 생각합니다."

비둘기를 날려보내는 의식이 끝난 후 1000명의 예술인이 참여하는 탕롱 – 하노이 1000주년 행사를 환영하는 춤과 노래 공연의 행사가 열렸습니다. 개막식이 끝나고 난 후 호안끼엠 호수 주변과 8월 혁명광장 등 5곳의 무대에서 동시에 공연이 시작되었고 16시 30분까지 열릴 것입니다. 또한 대행사 개막식도 10일간 서로 다른 50개의 활동이 시작됩니다.

BÀI 9

I 》》》

    1.1   중앙집권제도
    1.2   입헌군주제도
    1.3   자본민주주의/민주주의
    2.1   조화로운 결합
    2.2   능숙한 결합, 숙달된 조합
    2.3   균형잡힌 통합
    3.1   기쁘게 환영합니다 (~을 기뻐하다, 환영하다)
    3.2   환호와 환영
    3.3   기다리는 기쁨, 반갑게 맞이하다

II 》》》

① **Nói đến ~ người ta nghĩ đến ~** : ~에 대해 말할 때(일컬을 때) 사람들은 ~을 쉽게/바로 떠올립니다/생각합니다

    1.1   훼를 말할 때 사람들은 사원과 화려한 궁전과 성곽들을 바로 떠올립니다/생각합니다.

1.2 베네수엘라를 말할 때 사람들은 미인대국이라고 바로 생각합니다.
(사람들은 베네수엘라를 미인강국이라고 생각합니다)
1.3 기업인의 2가지를 말할 때 사람들은 보통 돈이 많고 일로 바쁜 사람들이라고 쉽게 생각합니다.
1.4 카잉호아의 냐짱을 말할 때 사람들은 울창한 숲, 제비들의 해안, 나라에서 가장 먼저 아침 햇살을 맞이하는 곳이라고 쉽게 생각합니다/떠올립니다.

② **phản ánh giá trị** : 가치를 반영하다
2.1 Nguyễn 왕조의 무덤들은 왕들의 삶과 그곳에 묻힌 사람의 삶과 인격을 그대로 반영하고 있습니다.
2.2 경제의 역량은 돈의 가치를 반영합니다.
2.3 냐짱 훼스티벌은 현재와 전통 문화의 가치를 반영합니다/보여줍니다.
2.4 생산방식마다 절대적인 사업규정이 있고 그 규정은 생산방식의 가장 본질적인 경제 관계를 반영합니다.

▶ **GỢI Ý ĐÁP ÁN DỊCH**

고도 훼

약 400년 (1558-1945) 동안, 훼는 Đàng Trong의 Nguyễn 왕조(영주) 9대까지의 중심지였으며 Tây Sơn 왕조의 수도였습니다. 그 후 통일국가인 Nguyễn 왕조시대의 수도였습니다.

'훼'하면 사람들은 찬란한 궁과 성곽, 화려한 사원, 기품있는 왕릉과 조물주의 뛰어난 솜씨로 만들어진 자연 유산들을 떠올립니다.

훼중심부를 가로지르며 서쪽에서 동쪽으로 흐르는 Hương 강의 북쪽에 위치한 Nguyễn 왕조의 중앙집권제의 권위를 상징하는 건축구조는 세월의 수많은 변화에도 여전히 건재합니다.

그것은 경성 훼(성체), 왕궁 훼, 자금성 훼이며 3개의 성채는 남북을 세로축으로 양쪽이 대칭되도록 (똑같은 모양으로) 배치되어 있습니다.

이곳의 성곽구조는 동양과 서양건축의 진수(좋은 점)가 능숙하고 조화롭게 결합된 전형적인 형태로 사람들은 Ngự Bình산과 Hương Giang 강, Nghĩa Viễn언덕, Bộc Thanh 언덕 등이 경성훼의 한 부분들인 것처럼 볼 정도로 자연의 아름다운 요소를 신비롭게 갖춘 경관이 되었습니다

경성의 서쪽 멀리에는 Nguyễn 왕조의 능이 Hương 강 양편에 위치하여 자연건축의 성과물로 보입니다. 일반적으로 왕릉은 그 능의 주인이 살아있을 때는 여유를 즐길 수 있는 낙원의 세계이며 저승에 간 후에는 영원한 세계가 되기도 한다. 그런 뜻에서 이러한 왕릉건축은 베트남만의 독특한 양식을 띠고 있습니다.

Nguyễn 왕조의 무덤들은 왕들의 삶과 그곳에 묻힌 사람의 삶과 인격을 그대로 반영하고 있습니다. Gia Long 왕릉은 소박하지만 숲 사이에 있는 웅장함은 보는 사람으로 하여금 전쟁에서 백전백승의 용

맹함을 느끼게합니다. 숲과 호수 사이에 정연하게 대칭으로 지어진 Minh Mạng 왕능의 위엄은 정교하게 세워져서 시인의 장엄함과 재주있는 정치가의 웅장한 큰 뜻을 느낄 수 있습니다. 서정적이고 낭만적인 Tự Đức 왕릉은 주로 사람들의 섬세함으로 만들어졌으며 이곳의 풍경은 관광객들로 하여금 왕의 열정이 시인의 나약한 성품으로 실현되지 못한 문인의 깊은 연민을 느끼게 합니다.

훼는 민족의 국혼과 민족정신을 간직하고 있는 정신적 물질적 문화유산으로 베트남과 세계의 독특한 문화 (현상)입니다.

1993년 12월 11일 베트남의 전 국민은 고도 구도시 유적물들이 유네스코부터 세계문화 유산으로 공인된 것을 환영하였습니다. 최근 2003년 11월 7일 Nguyễn 왕조의 훼 궁중 음악인 Nhã Nhạc이 인류 무형유산 (걸작품) 명단에 등재되었습니다. 세계유산의 최고 수준의 지침에 따른 전면적인(거대한) 보존사업으로 훼의 문화보고(문화재)는 또 다른 예술작품들도 꽃을 피울 것입니다. '훼는 베트남과 세계에 의해 영원히 보존될 것이며 우리의 영원한 자랑입니다'.

BÀI 10

I 》》

1.1 경쟁하듯이 생기다
1.2 경쟁하듯이 맛(품질)이 개선되다 (향상되다)
1.3 경쟁하듯이 부자가 되다

II 》》

① **~ nào là ~ , nào là ~** : ~하고, ~하고

1.1 ~파 한 묶음, 몇 개의 붉은 고추, 썰어놓은 신선한 쇠고기 조각들, 삶은 닭고기, 구수한 냄새의 김이 오르는 육수를 끓이고 있는 솥
1.2 목욕하고 빨래하고 시장가고 할일이 너무 많아!
1.3 어느 가정의 어머니나 아침에는 가족 모두를 깨우고, 아침을 하고 자녀의 가방을 챙겨 학교에 데려다 주고 나면 일하러 가느라 참으로 바쁘다.

② **Lẽ ra ~, nhưng ~** : ~ 했어야 하는 데 그렇지 못했다

2.1 이렇게 재료가 바뀌면 양념도 바뀌어야 했지만 상인들은 그렇게 하지 못했습니다.
2.2 나는 그 사람의 의견을 물어봤어야 하는 데 그렇게 하지 못했다.
2.3 인생은 단순한 것인데 사람들이 복잡하게 만들고 있다.
2.4 당신은 저를 이해해 줘야 하는 데 왜 이렇게 비난하나요?
2.5 베트남 정유회사(Petrolimex)는 6월 중에 소매 가격을 내려야 했지만 1분기에 2조 동까지 오른 가격에 의한 손실로 아직 결정하지 못했다는 것을 인정했다.

2.6 하노이가 오래 전부터 했어야 하는 일이 이제서야 실현되었다. 그것은 역사적 인물의 이름을 딴 거리에 비로소 표지판을 세운 것이다.
3.1 최근 몇 년 동안 퍼 요리기술은 정상에 도달했습니다.
3.2 연무장의 모든 회원들은 무술이 정상에 도달하기 위해 단계마다 최선의 노력합니다.
3.3 미들필더 Cristiano Ronaldo는 붉은 유니폼의 레알 마드리드에서 132경기에 131개의 골을 넣어 매우 인상적인 경기를 하고 있지만 자신이 아직 정상에 도달하지 못했다고 말했다.

▶ **GỢI Ý ĐÁP ÁN DỊCH**

쌀국수

베트남 사람 중 아직 만두나 미 반탄을 먹어보지 않은 사람이 있을 수는 있겠지만 누구라도 퍼는 먹어보았을 것입니다. 비록 어디 멀리 가더라도 사람들은 구수하고 달콤한 향내가 나는 음식 퍼를 잊을 수는 없을 것입니다. 지나다가 퍼를 파는 음식점에 들러보세요, 무엇을 볼수 있을까요? 여러분은 파 한 묶음, 몇 개의 붉은 고추, 썰어놓은 신선한 쇠고기 조각들, 삶은 닭고기, 구수한 냄새와 김이 오르는 육수를 끓이고 있는 솥 등을 볼 수 있습니다. 추운 날씨에 사람들은 이런 풍경을 보면 언제나 따뜻함을 느낍니다.

퍼는 20세기 초에 널리 생겨났습니다. 퍼가 생기기 전에도 퍼와 비슷한 음식이 있었습니다. 그것은 국수와 같이 먹는 물소고기 국이었습니다. 후에 상인들은 물소고기를 소고기를 바꾸고, 분 대신에 쌀국수로 바꾸었습니다. 이렇게 재료가 바뀌면 양념도 바뀌어야 했지만 상인들은 그렇게 하지 못했습니다.

그래서 초기에는 물소 쌀국수와 마찬가지로 쌀국수는 항구나 많은 일꾼들이 일하는 곳에서만 인기가 있었습니다. 그러나 쌀국수는 점점 도시로 퍼져나갔습니다. 그 때부터 양념을 조절하거나 뼈를 고는 방법 등이 계속 바뀌었습니다. 이것은 서민음식이라서 길거리 쌀국수집이 많습니다.

쌀국수식당은 매우 간단하고 평범하며 가난을 상징하는 것으로 1918-1919년 사이에 쌀국수는 모든 사람의 음식이 되기 시작했습니다. 쌀국수 가게들이 경쟁하듯이 생기기 시작했고 맛(품질)도 향상되었습니다. 초기에는 식당에 익힌 소고기 쌀국수만 있었으나 그 다음에는 데친 소고기 쌀국수, 볶음 쌀국수 등이 생겼고, 소고기 쌀국수만 있었는데 닭고기 쌀국수가 생겼습니다.

최근 몇 년 동안 쌀국수 요리법은 정상에 도달했습니다. 지방마다 쌀국수의 맛은 다르지만 그것은 모든 사람의 주머니 사정(경제)에 맞는 맛있는 음식입니다.

BÀI 11

I ≫

1.1 외국인 직접투자를 통해 베트남은 국가의 일부 첨단산업에 다양한 분야의 현대적기술 (첨단기술)을 도입하고, 국내 원자재와 노동력을 많이 필요로 하는 산업들을 발전시켰다.

1.2 향후 5년 동안 어떤 분야들이 베트남의 핵심공업분야가 될 것입니까?

1.3 베트남은 어떤 분야가 핵심공업분야가 될 가능성이 있는 지 반드시 조사 및 평가를 해야 하고 그것을 통해 "선택과 집중" 지표에 따른 분야의 발전을 위해 적시적이고 적절한 지원을 해야만 한다.

II 》

① **nhờ ~** : ~에 의한/의해

1.1 1986년, 개방개혁정책에 의한 외교노선 확대는 국가가 점차 경제위기를 벗어나 나날이 발전하도록 이끌었다.

1.2 부동산은 은행의 긴급구조에 의한 해빙을 기다리고 있다.

1.3 미국 증권시장은 중국 경제의 낙관적인 GDP 전망에 의해 제2 장에서 강하게 상승했다.

② **góp phần tích cực vào ~** : ~에 적극적으로 기여하다

2.1 1987년, 제정된 투자법은 국가의 개방개혁사업에 긍정적으로 기여하였습니다.

2.2 베트남은 아시아의 발전에 적극 기여하였다.

2.3 부정부패방지는 국가발전에 적극적으로 기여하였다.

2.4 공업을 권장하는 활동은 농촌의 공업화 발전에 적극적으로 기여하였다.

2.5 연구는 대학 강사들의 강의 수준을 향상시키는 데 기여했다.

③ **chứng tỏ rằng ~** : ~을 증명하는 것이다

3.1 우리가 WTO 회원이 된 것은, 베트남의 성과들이 국제사회에서 베트남의 역할과 위상을 향상시킨 것을 증명하는 것입니다.

3.2 그 이야기는 사랑에는 나이가 없다는 것을 다시 한번 증명한 것입니다.

3.3 디자이너는 아름다움에는 어떠한 규범과 경계도 있을 수 없다는 것을 증명하였다.

▶ GỢI Ý ĐÁP ÁN DỊCH

베트남의 경제발전

최근 몇 년, 베트남은 효과적인 경제개발정책에 의해 GDP 성장 7% 정도 수준을 달성했습니다. 세계의 경제전문가들은 베트남은 현재 세계에서 가장 성장속도가 높으며 역동적 경제구조를 가지고 있는 나라들 중 하나로 평가합니다.

20년 전 베트남은 세계에서 가장 가난한 저개발국가에 속하였습니다. 1986년 개방개혁정책 (도이모이정책)에 의한 외교노선 확대는 국가가 경제위기를 벗어나 발전할 수 있도록 이끌었습니다. 1987년

공포된 투자법은 국가의 개방개혁에 적극적으로 기여하였습니다.

　기획투자부 투자국장은 "지난 20년간 달성된 결과들은, 외국투자가 국가공동의 성과에 매우 많은 기여를 한 것으로 보입니다. 외국투자는 국가의 경제구조를 공업화, 현대화 방향으로 전환하는 데 도움을 주었습니다. 우리가 WTO 회원이 된 것은, 베트남의 성과들이 국제사회에서 베트남의 역할과 위상을 향상시킨것을 증명하는 것입니다. 그리고 2019년 베트남 경제는 GDP 성장 7.02%라는 좋은 결과를 이루었으며 그 중 외국투자가 20% 이상으로 외국투자의 급성장이 경제 전체의 발전 속도를 도와준 것으로 볼 수 있다."라고 하였습니다.

　개방된 외교노선으로 인해 베트남의 국제적 위상은 더욱 높아지고 있습니다. 전 세계에(세계 각국의 친구들에게) 베트남은 이제 평화롭고 안전하며, 친근하고 우호적이며 협력적인 나라가 되었습니다. 2006년 베트남은 APEC 회의를 성공적으로 개최했고 WTO에 정식으로 가입했습니다. 2007년 베트남은 UN 안보리 비상임이사국 회원이 되었습니다.

　높고 안정적인 GDP 성장은 인프라 구축, 국제 통합과 외국투자 유치 강화를 위해 ODA 자금을 더욱 강력하게 유치하는 데 기여하였습니다. 효율적인 ODA 자금 활용으로 인해 2019년 외국 원조자들은 290억 달러의 대 베트남 ODA 지원을 체결했습니다. 이것은 이전보다 기록적인 수치이기도 합니다.

　외국인 직접투자를 통해 베트남은 국가의 일부 첨단산업에 대한 다양한 분야의 기술을 도입하고, 국내 원자재와 노동력을 많이 필요로 하는 여러 산업들을 발전시켰습니다. 하노이시와 빈푹, 박닝, 하떠이, 하이퐁과 꽝닝성들은 베트남 북부에서 가장 많이 외국 투자자본을 유치한 지역들입니다.

　2019년 외국투자자들은 19개 분야에 투자하였으며 그 중 가공업과 제조업 분야에 가장 많이 집중투자하여 총 자본금 245.6억 달러입니다. 이 가운데 국가 중심사업인 Hoa Lac 첨단기술단지와 한국의 다목적 레저시설인 경마장 사업, 4억1000만 달러로 투자금 상향조정한 한국의 LG 디스플레이 Hai Phong 사업 등이 포함되어 있습니다.

　지금까지 베트남에는 FDI 프로젝트에 의한 수천 개의 외국기업들이 있으며 그 중에는 첨단기술과 자본능력이 있는 다국적 기업과 대기업이 점차 증가하고 있습니다.

BÀI 12

I

 1.1 몇 가지 해법을 실행하다.
 1.2 몇 가지 정책을 실시하다.
 1.3 몇 개 조항을 적용하다.
 2.1 교통상황이 아주 복잡하게 전개되고 있다.
 2.2 8호 태풍은 여전히 복잡하게 전개되고 있다.
 2.3 H5N1 독감은 여전히 복잡하게 전개되고 있다.

II ≫

① không chỉ là ~ mà là~ : ~만이 아니라 ~ 이다

1.1 황쫑 하이 부수상은 지금과 같은 호치민 시의 교통 정체 상태는 이 도시만의 문제가 아니라 전국민이 관심을 가져야 하는 문제라고 강조했습니다.

1.2 단체와 지도자 개인과의 관계는 베트남만의 문제가 아니라 모든 정치체계의 문제이다.

1.3 공업단지의 버려진 토지면적 실태는 토지 낭비일뿐만 아니라 만일 오늘부터라도 관심을 갖지 않는 다면 미래에는 사회를 망칠 것이다.

② làm ảnh hưởng đến ~ : ~에 영향을 미치다

2.1 부수상은 교통정체는 도시의 경제사회 발전에 영향을 미치고, 국가 전체의 발전현상에 영향을 미친다고 말했습니다.

2.2 Nguyễn Hiệp Thống 하노이 교육청 부청장이 VnExpress.net과 나눈 대화에서 오후 학교수업이 끝나는 시간은 정체 감소 효과가 많지 않고 학생들의 생활에 많은 영향을 끼치기 때문에 다시 조정해야 한다고 밝혔습니다.

2.3 일자리(직장)를 선택하는 데 영향을 주는 2번째 요소는 일자리(직장) 환경입니다.

2.4 부동산시장은 경제에 많은 영향을 주는 데 현재 부동산기업들은 경제에 기여할 능력이 없고 일자리를 창출할 수도 없으며 파산의 위기를 맞고 있습니다.

③ Đáp ứng nhu cầu ~ : ~의 요구에 답하다 / ~ 요구에 답하다

3.1 주관적 원인은 인프라가 여전히 부족하고 형편없으며, 도시교통의 요구에 부응하는 수준으로 아직 발전되지 않았을 뿐만 아니라 도시 발전이 시내 중심지역에 너무 집중되어 있다는 것입니다.

3.2 DHL 특송회사는 베트남기업들의 증가하는 수출요구에 부응하기 위하여 태국과 호치민 항공노선의 연결편에 Boeing B727-200 기종을 사용하기 시작하였다.

3.3 날이 갈수록 증가하는 에너지 수요에 답할 수 있도록 유전을 최대한 개발라는 것이 매우 필요하다.

3.4 11월 24일 오전 청문회에서 Phạm Vũ Luận 교육부장관은 국가 요구에 부응하는 교육 수준에 못미치는 대학교는 많지만 수준 높은 학교는 부족하다고 밝혔습니다.

▶ **GỢI Ý ĐÁP ÁN DỊCH**

호치민시의 교통정체는 전국의 문제이다

황쫑 하이 부수상은 지금과 같은 호치민 시의 교통정체 상태는 이 도시만의 문제가 아니라 전국민이 관심을 가져야 하는 문제라고 강조했습니다. 12월 28일 호치민시와 하노이시의 교통정체상태에 대한 호치민시 관리자들과의 업무회의에서, 부수상은 교통정체는 도시의 경제사회 발전에 영향을 미치고, 국가 전체의 발전에 영향을 미친다고 말했습니다. 부수상은 시는 교통참가자의 의식을 적극적으로 변화시키기 위한 홍보활동을 더 자주하고 강력한 추진할 것을 당부하였습니다.

그 밖에, 보도와 차도 질서와 주차 관리, 택시 관리를 재조정하고 교통 인프라 발전 프로젝트를 강력히 추진하고 버스의 품질을 향상해야 한다고 했습니다. 시는 교통정체를 줄이기 위하여 몇 가지 해법을 제시하였지만 시의 교통정체현상은 여전히 복잡하게 전개되고 있습니다.

년 초부터 11월까지 시에서는 69건의 대형 교통정체가 일어났고, 2008년 같은 시기에 비해 30분이 더 연장되었고 25건이 늘어났으며, 또한 단시간에 정체되는 건수는 더 많이 발생했으며 많은 곳에서 정체가 더 길어졌습니다.

호치민시 관리자들은 호치민시의 교통정체 감소에는 많은 한계가 있다는 것을 인정하였습니다. 객관적 원인은 빠른 시간에 인구와 교통수단이 증가한 것입니다. 주관적 원인으로는 인프라가 여전히 부족하고 형편없으며, 도시교통의 요구에 부응하는 수준으로 발전되지 않았을 뿐만 아니라 도시의 발전이 시내에 너무 집중되어 있다는 것입니다.

BÀI 13

I »

    1.1 빈곤을 줄이다
    1.2 빈곤을 없애다, 빈곤퇴치
    1.3 인플레이션을 줄이다
    2.1 최상의 방법(해법)
    2.2 최고의 방법
    2.3 최고(최상)의 방식

II »

① **phụ thuộc vào ~** : ~를 바탕으로 / ~에 의존하다

    1.1 시민과 노동자의 창조성과 재능을 바탕으로 하는 국가의 발전은 성공할 것으로 전망하였습니다.
    1.2 투자효과는 경영 예술(기술)에 달려있다.
    1.3 그 여자는 그 남자에 지나치게 의존한다.
    1.4 베트남 리포트의 통계에 의하면 부동산 투자자금의 약 80% 정도가 은행과 연관이 없다고 한다.
    2.1 세계은행의 "새 10년 교육전략"은 교육에 대한 천년 발전 목표의 실현을 목적으로 국가와 국제적 교육전략에서 얻은 경험들을 바탕으로 세워졌습니다.

2.2 모든 정상들은 어려움을 해결할 방안을 모색하기 위해 회의에 소집되었다.
2.3 표적을 똑바로 겨누고 쏴라.
2.4 영국은 리비아전략을 강화했다.
2.5 파키스탄에서 미국 영사관차를 겨냥한 폭탄이 투하되어 1명이 죽고 3명이 부상을 당했다.

③ **trên cơ sở ~ : ~을 바탕으로**

3.1 "새 10년 교육전략"은 국가 교육전략에서 얻은 경험들을 바탕으로 세워졌습니다.
3.2 2010년 5월부터 2011년 4월까지 실시한 조사결과를 바탕으로 우리는 다음과 같은 결론을 내릴 수 있다.
3.3 그러므로 협상을 바탕으로 계약이 이루어지는 것은 지나칠 수 없는 중요한 단계이다.

④ **cũng như ~ : ~와 마찬가지로 (có thể tham khảo thêm trang 238)**

4.1 자녀들을 건강하고 교육을 잘 시키고 행복하게 만드는 부모들의 양육능력은 지도층의 지적 정도와 인성과 마찬가지로 그 나라의 발전에 영향을 끼칩니다.
4.2 나도 그 사람과 마찬가지로 이 문제에 관심이 있다.
4.3 그들도 우리와 마찬가지로 이윤을 기대한다.

▶ GỢI Ý ĐÁP ÁN DỊCH

월드뱅크의 교육원조 전략 강화

3월29일 세계은행은 빈곤퇴치(빈곤감소)를 지원하고 지식과 첨단기술 주도, 장기적인 사회경제 성장 잠재력을 제고(발휘)하기 위한 2010-2020 교육실천 전략을 발표했습니다.

월드뱅크의 교육 부장에 의하면, 시민과 노동자의 창조성과 재능을 바탕으로 하는 국가의 발전은 성공할 것으로 전망하였습니다. 또한 자녀들을 건강하고 교육을 잘 시키고 행복하게 만드는 부모의 양육능력은 지도층의 지적 정도와 인성과 마찬가지로 그 나라의 발전에 영향을 끼친다고 합니다. 그러므로 교육에 투자하는 것은 발전 과정에서 성공을 달성하기 위한 최상의 방법입니다.

세계은행의 '새로운 십년 교육전략'은 '천년 교육발전 목표'의 실현을 추진하기위해 국가 및 국제 교육전략에서 도출한 교훈들을 바탕으로 구축되었습니다. 2010-2015년간 교육에 대한 세계은행의 원조는 44억 달러에 달합니다. 그 중 21억 달러는 최빈국인 아프리카와 그 외 지역에 무이자 신용기금으로 지원하였습니다. 세계에서 평균소득이하인 나라에 23억 달러를 지원하였습니다.

2020년 6월 3일 세계은행은 Vinh Long 시의 기후변화에 대한 대응력 강화 및 베트남 국립대학 3개 대학의 교육의 질 향상을 지원하기 위해 4억22만 달러의 재정 지원을 승인하였습니다.

BÀI 14

I ⫸

1.1 높은 지위
1.2 풍족한 (쩔렁 쩔렁 소리가 날만큼 돈이 많다)
2.1 물질적 재산의 증가
2.2 잉여가치의 증가
2.3 자본금의 증가

II ⫸

① xem ra : ~것처럼 보이다, ~한 경향이 있다

1.1 새 시대에서는 많은 사람들이 행복 추구를 위해 높은 지위를 오르고자, (짤랑짤랑 소리가 날만큼) 많은 돈을 벌고자 하는 것 같다.
1.2 사람들이 외국의 새 영화를 감상할 때는 기분이 좋은 정도가 아니라 영화에 중독된 것처럼 보인다.
1.3 여성의 패션이라면 옷과 화장품, 신발을 생각한다. 그러나 최근 여성의 패션은 그 이상이다. (그런 것에 한하지 않는다)

② phải chăng : ~이 아닐까

2.1 그렇다면 행복이란 무엇일까? 중요한 것은 이상적이고, 사회적인 인간관계 속에서, 가족이 편안하고, 한결같은 우정, 동지애 등이 있어야 하는 것이 아닐까?
2.2 여러분은 성공이 무엇이기에 그것을 쫓다가 자신의 일생을 버린 사람이 얼마나 많은지 스스로 물어 본적이 있습니까? 그것은 업무 중에 세부적인 것까지 정확하고 업무를 완벽하게 한 결과가 아닐까?
2.3 수요를 초과하는 공급상황에 소비는 어렵고 대부분의 시멘트 기업은 적자인데, 이 분야의 계획에 문제가 있는 것이 아닐까라는 질문을 하게 됩니다.

▶ **Anh ta có tất cả, trừ...**

그는 …을 빼고 모든 것을 갖고 있다.

사람들은 누구나 이 세상을 살면서 행복을 누리고 싶어한다. 또한 행복은 우리나라가 새 시대로 나아가기 위한 목표인 독립, 자유, 행복 중 하나이다. 그러나 행복이 무엇인가에 대해서는 사람들마다 다양하게 해석한다. 누군가 말하기를 행복에 대한 400개의 정의가 있는 데 그 어떤 정의든 일정 부분만 맞는다고 하였다.

독립과 자유를 얻지 못한다면 행복할 수 없지만 독립과 자유를 얻었어도 여전히 궁핍하고 사랑이 부족하고 화목함이 부족하다면 역시 행복하다고 할 수 없다.

새 시대에서는 많은 사람들이 행복 추구를 위해 높은 지위를 오르고자, 쩔렁쩔렁 소리가 날만큼 많은 돈을 벌고자 한다. 그러나 다시 보면 절대 그런 것도 아니다.

높은 사회적 지위와 차와 고층집을 갖고 있는 사람이라도 타락하고 나쁜 버릇과 게으른 자식이 있다면 그에겐 하루 종일 고통만있을 뿐 행복하다고 말할 수 있는 그 어떤 좋은 것도 없다. 지위나 금전적 목표를 달성한 사람이라도 의심스러운 삶을 살면서 친구와 직장 동료, 특히 동포에게 경멸을 당한다면 그 역시 좋은 것도 없고 행복에 대해 어떤 말도 할 수 없을 듯하다.

오늘날의 관념에서 뿐만아니라 옛날에도 La Phong Ten은 "돈이나 권력이 행복을 가져다 주는 것은 아니다"라고 말했다.

미국 캘리포니아 Richard Estin교수는 28년 동안 내내 1,500명의 인물들을 조사, 관찰, 분석한 연구를 통해 결론에 이르렀다 : "물질적 재산의 증가와 명성, 사회 권력이 가져다 주는 행복한 느낌은 단지 아주 짧은 순간이다.

그렇다면 행복이란 무엇일까? 중요한 것은 이상적이고, 사회적인 인간관계 속에서 가족이 편안하고, 한결같은 우정, 동지애 등이 있어야 하지 않을까? 만질 수 없는 것들이지만 느낄 수 있다는 뜻이다. 그래서 러시아 작가 Bermontov는 어떤 사람에게 "그는 행복을 제외하고 모든 것을 가지고 있다…"라고 평가했다.

BÀI 15

I »

1.1 얼마 후에 곧 ('오는 시간에'는 틀린 표현임), 잠시 후
1.2 가까운 미래에
1.3 가까운 시간에
2.1 전에 없이 증가하다, 그 어느때 보다 증가하다
2.2 전에 없이 줄어들다, 그 어느때 보다 감소하다
2.3 전에 없이 커지다, 그 어느때 보다 강력한

II »

① **đối mặt với tình trạng** : ~한 상황/상태에 직면하다. ~ 상태를 맞이하다

1.1 전국은 비가 부족하여 가뭄(상황)에 직면했습니다.
1.2 남중부와 떠이응웬의 일반 계절별 총 강수량이 낮아 극심한 가뭄과 물 부족 상태를 맞이했

1.3   태국의 수도 방콕은 조수범람에 처해 있으며 홍수는 갈수록 복잡하게 전개되고 있어 최악의 상황으로 가고 있다.

1.4   시멘트 생산분야는 석탄과 전기, 대량의 석유를 사용하여 생산하는 분야로 원료가격이 상승하면 모든 것이 동반 상승하는 긴박한 상황을 맞고 있다.

② **gây ra bởi ~** : ~에 의해/때문에 발생하다/야기하다

2.1   교통정체는 나날이 증가하는 교통(참가) 수단들이 많아지기 때문에 생기는 현상 중 하나이다.

2.2   해일이 우리나라에 미치는 영향력은 지진에 의해 야기되는 파도와 동해지역의 산사태 정도이다.

③ **Hướng trực tiếp tác động đến ~** : 직접적인 영향은 ~

3.1   감염율과 사망율은 전염병에 감염되는 사람수에 직접적인 영향을 끼칩니다.

▶ **GỢI Ý ĐÁP ÁN DỊCH**

환경오염을 막기 위해 우리는 무엇을 해야 합니까?

엘리뇨는 지속적으로 이상 기후 현상을 일으킬 것입니다.

2009-2010년 겨울과 봄철에는, 폭풍우 계절이 길어지고, 북부는 겨울 내내 따뜻하고, 전국에는 비가 부족해서 가뭄을 겪는 등 이상변화가 있을 것입니다. 그것은 엘리뇨가 2009년 11월부터 2010년 4월까지 활발한 활동시기에 들어서기 때문이라고 중앙 해운 기상예보센터는 판단했습니다.

중앙 해운 기상예보센터의 부소장에 따르면 10개의 태풍과 2개의 열대성 저기압이 있었지만, 조만간 동해에는 계속해서 한두차례 태풍을 더 견뎌야 하는 데 주로 중부 각 성에 집중될 것이라고 말했습니다. 또한 엘리뇨에 의해 전국의 온도는 다른 해 평균보다 높을 것입니다. 북부에서는 전반기 겨울동안 추운 시기는 거의 없을 것이라고 예보했습니다. 후반기에는 다른 해에 비해 짧은 약 2~3번의 추위가 있을 것입니다.

특히 올해 북부, 남중부와 떠이응웬의 봄 겨울은 보통 계절의 총 강우량보다 낮은 까닭으로 극심한 가뭄과 물 부족 상태를 맞이할 것입니다. 8월 중순 빨리 끝난 북부 강들의 범람에 의해 10월 중순이 되자, 이 지역의 강의 수원은 다른 해에 비해 매우 부족하게 되었습니다. 기상전문가들도 올해 남부의 우기는 일찍 끝날 가능성이 있다고 예보했습니다.

엘리뇨는 전세계에 나타나고 있는 기후변화로 인한 현상들 중 하나입니다. 기후변화와 관련된 국제회의에서, 지구가 섭씨 2~3도 오르는 것은 수십억 사람들의 건강에 영향을 미치는 데 저개발 국가들이 제일 많이 영향을 받을 것이라고 전문가들 모두 강조하였습니다.

지구 온난화는 건강에 직간접적으로 영향을 줍니다. 전염병에 감염되는 사람의 수에 영향을 주어 감

염률과 사망률에 직접적인 영향을 줍니다. 그리고 출혈열, 말라리아 같은 곤충에 의해 감염되는 전염병이 증가합니다. 한 예로 호주에서는 전래 없이 출혈열이 증가하였습니다.

 더구나 기후변화는 가뭄과 대형태풍 등과 같은 심각한 결과를 초래합니다. 그러나, 기후 변화에 의한 간접적인 영향들은 실질적인 심각함을 일으키는데, 기후변화는 식량공급과 바닷물, 위생조건에 영향을 끼쳐 설사와 영양실조를 일으킵니다. 이것은 수백만 명의 사람들을 이주하게 하고 빈곤을 더 증가시키기도 합니다.

PHẦN II : HÀN - VIỆT

BÀI 1

I ⟫

1.1 kiểu trung gian giữa khí hậu lục địa và khí hậu biển
1.2 kiểu trung gian giữa khí hậu nhiệt đới ẩm và khí hậu nhiệt đới Xavan (kiểu khí hậu ẩm và khô nhiệt đới)
1.3 kiểu trung gian giữa loài lưỡng cư và loài bò sát
2.1 hiện tượng Trái Đất ấm dần lên
2.2 nhiệt độ biến đổi bất thường
3.1 Bán đảo Hàn Quốc
3.2 33~43 vĩ độ Bắc
3.3 124~132 kinh độ Đông
3.4 Đường kinh tuyến chia đôi bán đảo Hàn

II ⟫

① ~(하)지도 않고 ~(하)지도 않다 / ~하거나 ~지도 않다 : **Không ~ cũng không ~**

1.1 Mùa xuân và mùa hè là mùa lí tưởng với việc đi du lịch bởi nó là những mùa đẹp nhất và thời tiết cũng không nóng, không lạnh.
1.2 Ngôi nhà đó không nhỏ cũng không to, là một ngôi nhà vừa phải có diện tích đủ để một gia đình sinh sống.

② 전체의 ~%를 차지한다 : **chiếm ~ % tổng ~**

2.1 Tổng diện tích của bán đảo Hàn Quốc là 222,300km^2, nhưng diện tích của HQ là 99,600km^2, chỉ chiếm 45% tổng diện tích.
2.2 Trong khi dân số toàn Việt Nam là 86 triệu người thì riêng dân số của Hà nội là 5 triệu người, chiếm 5,9% tổng dân số cả nước

③ ~이 아닌 ~에 의한 : **là ~ chính ~ gây ra do ~ / ~ không phải là ~ mà là**

3.1 Hiện tượng nóng lên của trái đất là thảm họa chính con người gây ra do phá hoại môi trường.

3.2 Việc băng ở Bắc cực tan chảy không phải là hiện tượng tự nhiên mà là kết quả của ô nhiễm môi trường bởi bàn tay con người.

3.3 Sự cố lật tàu xảy ra hôm qua không phải là vấn đề của tàu hay của đường sắt mà là sự cố phát sinh bởi sự thiếu chú ý của người lái tàu.

④ ~을 가져오는 (야기하는 /초래하는) : ~ **kéo theo** / ~ **gây ra**

4.1 Hàng năm có khoảng 28 trận bão xảy ra ở vùng bờ biển Thái Bình Dương nhưng có trường hợp 2, 3 trận bão đi qua cả bán đảo Hàn Quốc, kéo theo nhiều thiệt hại.

4.2 Hàng năm có khoảng 28 cơn bão xảy ra ở bờ Thái Bình Dương , trong đó 5 đến 6 cơn bão đi qua Việt Nam và gây ra nhiều thiệt hại cho người dân và hoa màu ở Trung Bộ.

4.3 Học tập bằng việc sử dụng máy tính làm tăng chuẩn trị thức của học sinh nhưng việc nhìn màn hình trong thời gian dài hoặc là chơi game lại đưa đến nhiều vấn đề.

▶ GỢI Ý ĐÁP ÁN DỊCH

Địa lý và khí hậu Hàn Quốc

Hàn Quốc là một bán đảo nằm ở Đông Bắc lục địa châu Á, có khoảng 3200 hòn đảo lớn nhỏ. Biên giới trên bộ phía bắc là sông ApRok giáp với Trung Quốc, sông DuMan giáp với Nga. Ba mặt còn lại giáp biển. Phía đông đối diện với Nhật Bản ngăn cách bởi biển Đông. Phía Tây đối diện với Trung Quốc ngăn cách bởi biển Tây. Phía Nam nhìn ra Thái Bình Dương.

Bán đảo Hàn Quốc nằm ở 33~43 vĩ độ Bắc, 124~132 kinh độ Đông. Bán đảo Hàn Quốc được chia đôi bởi đường kinh tuyến 127 độ 30 phút, vĩ tuyến 38 độ. Tổng diện tích của bán đảo Hàn Quốc là 222,300km^2, nhưng diện tích của Hàn Quốc chỉ chiếm 45% tổng diện tích, tương đương với 996000km.

Đặc điểm địa hình của bán đảo Hàn Quốc là trải dài theo trục Nam Bắc, nhưng nếu tính cả các đảo trực thuộc thì trục Đông Tây lại dài hơn trục Nam Bắc. Khoảng cách từ Bắc xuống Nam xấp xỉ 840 km, Đông sang Tây xấp xỉ 1200km. Nhưng 75% lãnh thổ là vùng núi. Đông cao Tây thấp, Bắc cao Nam thấp, tức là phía Bắc địa hình cao còn phía Tây và phía Nam địa hình thấp. Theo đó, phía Đông và phía Bắc có nhiều núi, phía Tây và phía Nam có nhiều vùng đồng bằng.

Baek Du San là ngọn núi cao nhất ở bán đảo Hàn Quốc với độ cao 2.744m, còn ngọn núi cao nhất ở Hàn Quốc là núi Halla San với độ cao 1950m. Sông ngòi chủ yếu chảy từ Đông sang Tây. Nak Dong Gang là sông dài nhất với chiều dài 525,15 km còn sông Hàn dài 514,4 km, sông Geum Gang dài 401,4 km. Khí hậu là kiểu trung gian giữa khí hậu lục địa và khí hậu biển, 4 mùa biến đổi rõ rệt. Đặc trưng của khí hậu này là mùa hè nóng ẩm, mùa đông khô lạnh. Mùa hè từ tháng 6~tháng 8, là thời gian nóng nhất trong năm. Nhiệt độ trung bình vào tháng 8 là 25,40C nhưng có nhiều ngày nhiệt độ vượt quá 300C. Mùa đông là thời điểm lạnh nhất trong năm, kéo dài từ tháng

12 đến tháng 2 với nhiệt độ trung bình ở phía Bắc là −80C, vùng duyên hải phía Nam là 00C. Tuyết rơi nhiều ở vùng núi phía Đông nên khắp nơi trong khu vực này đều có các bãi trượt tuyết và bãi xe trượt tuyết. Vì thế, tại đây tổ chức nhiều lễ hội tuyết và các môn thể thao mùa đông, thu hút nhiều khách tham quan. Mùa xuân và mùa thu thời tiết không nóng và cũng không lạnh, là hai mùa đẹp nhất trong năm, lý tưởng cho các hoạt động ngoài trời.

Lượng mưa trung bình năm là 1,260mm. 50% lượng mưa rơi tập trung vào khoảng thời gian từ tháng 6 đến đầu tháng 9. Đặc biệt, mưa rơi tập trung vào mùa mưa từ hạ tuần tháng 6 đến trung tuần tháng 7. Ở Hàn Quốc hiếm xảy ra động đất nhưng có các kiểu thiên tai như bão, bão tuyết, lạnh v.v. Hàng năm có khoảng 28 trận bão xảy ra ở vùng bờ biển Thái Bình Dương nhưng có trường hợp 2, 3 trận bão đi qua cả bán đảo Triều Tiên, kéo theo nhiều thiệt hại. Gần đây, do ảnh hưởng của hiện tượng Trái Đất ấm dần lên dẫn đến hiện tượng nhiệt độ biến đổi bất thường, thiên tai bất ngờ hay xảy ra.

BÀI 2

I »

1.1 giải thưởng Xóa mù chữ

1.2 được thành lập nhằm mục đích khích lệ và nêu cao tinh thần

2.1 chữ cái mang tính khoa học và sáng tạo

2.2 bảng chữ cái biểu âm

II »

① ~로 개량되다 : được cải thiện bằng ~

1.1 Môi trường không thuận tiện ở nông thôn đang được cải thiện bằng những tiện nghi hợp thời.

1.2 Hanbok không tiện mặc trong sinh hoạt hàng ngày nên trừ những dịp đặc biệt thì hầu như người ta không mặc nó. Tuy nhiên, gần đây Hanbok đã được cách tân để tiện cho hoạt động nên nhiều người lại đang bắt đầu mặc.

② ~가 중요한 것은 ~점이다 : Tầm quan trọng của ~ là ~

2.1 Tầm quan trọng của chữ viết là có thể ghi lại suy nghĩ, ý kiến của con người và để lại cho thế hệ sau.

2.2 Vai trò quan trọng của Hàn Quốc trong phát triển Đông Bắc Á là nó là khu vực trung tâm đầu nối trong hệ thống thương mại với Thái Bình Dương, thông qua Nhật bản và Trung quốc.

③ ~을 기리다 : **nhằm tôn vinh, khen ngợi, nhằm vinh danh ~**

3.1 Ở Hàn Quốc, để tôn vinh công trạng này của Vua SeJong, người ta đã chọn ngày 15 tháng 5, ngày sinh của ông làm ngày Nhà giáo Hàn Quốc.

3.2 Đây là giải thưởng được lập ra vào tháng 6 năm 1989 nhằm vinh danh tinh thần cao cả của vua Vua SeJong trong việc sáng chế ra bảng chữ cái Hangul.

3.3 Hôm nay là ngày sinh thứ 122 của Chủ tịch Hồ Chí Minh, tất cả chúng ta làm lễ tưởng niệm tôn vinh tinh thần cao cả của Chủ tịch Hồ Chí Minh.

3.4 Ở Hàn Quốc, để tôn vinh sự nghiệp của các vị anh hùng có công với đất nước như tướng quân Lee Sun Shin, hoàng đế Sejong người ta in hình gương mặt của những vị này lên tờ tiền.

④ ~점이다 : **Điểm ~ là ~ / Vấn đề ~ là ~**

4.1 Dễ viết, dễ đọc, dễ học là đặc điểm của chữ viết biểu âm.

4.2 Điểm ưu việt của Việt Nam là nhiều di sản thiên nhiên và người dân thì chăm chỉ, cần cù.

4.3 Vấn đề của thế hệ trẻ là thiếu sự tự lập và không có tầm nhìn, chỉ biết đến hiện tại.

4.4 Ảnh hưởng của biến đổi khí hậu là tầng ô-zôn bị phá huỷ kéo theo sự nóng lên của trái đất.

⑤ ~해서 어려움에 처해 있다 : **~ nên gặp nhiều khó khăn**

5.1 Tộc Chiachia với dân số khoảng 60000 người mặc dù có ngôn ngữ của riêng mình nhưng lại không có chữ việt để ghi chép lại nên gặp nhiều khó khăn.

5.2 Những đứa trẻ ở Afrika đang phải đương đầu với những khó khăn không chỉ bởi nghèo không thôi mà còn cả ở sự lan rộng của những căn bệnh truyền nhiễm do nước bị ô nhiễm và đất bị hoan phế bởi biến đổi khí hậu.

▶ **GỢI Ý ĐÁP ÁN DỊCH**

Vua Se Jong và sự ưu tú của bảng chữ cái Hangul

"Điểm quan trọng của bảng chữ cái Hangul đó là vì tất cả các bảng chữ cái trong suốt hàng trăm năm, qua bàn tay của nhiều dân tộc mà từ từ thay đổi, cải biến mà thành nhưng Hangul lại là một bảng chữ cái được phát minh ra. Hangul là một phát minh mang tầm cỡ thế giới." Nhà ngôn ngữ học Robert Remz, giáo sư trường đại học Merlin của Mĩ đã có dịp hết lời khen ngợi sự ưu tú của bảng chữ cái Hangul và gọi đó là bảng chữ cái mang tầm thế giới.

Ngày nay Hangul, bảng chữ cái cổ truyền của Hàn Quốc vẫn đang thu hút sự quan tâm của cả thế giới bởi tính khoa học và sáng tạo của nó. Tất cả nằm ở chỗ đây là 'bảng chữ cái ký âm', dễ viết, dễ đọc, đồng thời cũng dễ học. Và một đặc điểm độc đáo mà chỉ Hangul mới có được đó là chỉ bằng 24 nguyên âm và phụ âm của bảng chữ cái này mà lại có khả năng ký âm vô hạn.

Khi Vua SeJong sáng chế ra Hangul thì Hàn Quốc vẫn là vùng văn hoá Hán Tự. Vua SeJong thấy thương cho bá tính không thể đọc và viết chữ nên đã quyết định làm ra bảng chữ cái này. Hangul là bảng chữ cái do một vị vua thương yêu bách tính làm ra vì bách tính. Tháng 12 năm 1443, Vua Se-Jong đã tạo ra các chữ cái dựa trên khẩu hình khi nói. Và ông thêm vào mỗi chữ một nét để ban bố HunminJeongEum (Huấn Dân Chính Âm) gồm 28 chữ cái.

Tổ chức UNESCO đã thành lập 'Giải Vua SeJong – giải thưởng Xóa mù chữ (King SeJong Literacy Prize)'. Đây là giải thưởng được lập ra vào tháng 6 năm 1989 nhằm vinh danh tinh thần cao cả của vua Vua SeJong trong việc sáng chế ra bảng chữ cái Hangul. Giải thưởng này được thành lập nhằm mục đích khích lệ và nêu cao tinh thần của các tổ chức, cá nhân đang nỗ lực quên mình để xóa bỏ nạn mù chữ trên toàn thế giới. Vậy tại sao UNESCO lại lấy tên của vua SeJong để đặt cho giải thưởng này? Lý do là vì cả thế giới đều công nhận một sự thật là bảng chữ cái Hangul mà vua SeJong tạo là bảng chữ cái rất dễ học nên đã xóa được nạn mù chữ. Ở Hàn Quốc, để tôn vinh công trạng này của Vua SeJong, người ta đã chọn ngày 15 tháng 5, ngày sinh của ông làm ngày Nhà giáo Hàn Quốc.

Ngôn ngữ của một quốc gia là ngôn ngữ mà chỉ riêng quốc gia đó sử dụng. Ngôn ngữ đã tồn tại từ trước khi có chữ viết. Trên toàn thế giới, không có nhiều quốc gia có được ngôn ngữ của riêng mình. Và dù có ngôn ngữ của riêng dân tộc mình đi chăng nữa thì cũng có nhiều quốc gia không có chữ viết. Nhìn vào đó thì thấy Đại Hàn dân quốc lại nằm trong số ít ỏi các quốc gia có cả ngôn ngữ và chữ viết của riêng mình.

Gần đây, một dân tộc thiểu số cách Hàn Quốc 3500 dặm đã du nhập Hangul làm chữ viết chính thức của dân tộc mình. Đó chính là tộc "ChiaChia" ở thành phố Baubau Indonesia. Người của dân tộc này đã chọn Hangul làm chữ viết, ghi chép ngôn ngữ bản địa của họ là "tiếng Chiachia". Tộc Chiachia với dân số khoảng 60000 người mặc dù có ngôn ngữ của riêng mình nhưng lại không có chữ việt để ghi chép lại nên gặp nhiều khó khăn. Họ chọn Hangul làm chữ viết chính thức vì họ hiểu rằng Hangul có thể giúp họ viết ra ngôn ngữ của mình để gìn giữ và bảo tồn tiếng Chiachia bản địa.

Việc tộc Chiachia chọn Hangul làm chữ viết chính thức mới chỉ là sự khởi đầu. Chúng ta hy vọng rằng các nhà ngôn ngữ học trên thế giới sẽ tiếp tục nghiên cứu Hangul và đến một ngày nào đó Hangul sẽ trở thành thứ tiếng chung của thế giới.

Nguồn: nhà báo Park Seon Hye, nhật báo CheonJi.

BÀI 3

I ⟫

1.1 thắp hương trước linh cữu người chết rồi vái 2 vái
1.2 người ta tới chào và an ủi tang gia chủ
1.3 đám ma 3 ngày hoặc đám ma 5 ngày
2.1 lễ trăm ngày sau sinh cho em bé
2.2 lễ sinh nhất 1 tuổi
2.3 lễ mừng thọ 60 tuổi

II ⟫

① ~ 어긋나는 것이다 : **bị coi là hành động vô lễ**

1.1 Khi người lớn đưa cho cái gì cũng không được nhận bằng một tay. Đi lướt qua người lớn cũng được coi là hành động vô lễ.

~ 어긋나다 : **không thành, Vượt ra, vượt quá,**

1.2 Ngay từ ngày đầu tiên đặt chân đến bãi biển, dự định dành thời gian vừa ngắm biển vừa suy ngẫm của tôi đã không thành.

1.3 Hai người đó đã rất yêu nhau nhưng bởi vì cách nghĩa của hai người khác nhau nên đã bắt đầu nảy sinh mâu thuẫn từ những vấn đề nhỏ nhất và quan hệ của hai người đã bắt đầu rạn vỡ.

② ~할 때는 반드시 ~을 받아야 한다 : **Khi ~ nhất định phải được ~**

2.1 Khi đến thăm nhà người khác nhất định phải được sự đồng ý trước của chủ nhà.
2.2 Người lao động trong khi làm việc mà phải đi ra ngoài thì nhất thiết phải được sự đồng ý của cấp trên.

③ ~하는 것은 버릇없다 : **~ là vô lễ**

3.1 Trong khi ăn cơm, ai ăn cơm trước cả khi người lớn tuổi chưa cầm đũa lên thì bị coi là người vô lễ.

~하는 것은 실례이다 : ~ **là thất lễ**

3.2 Người Hàn Quốc rất ghét các câu hỏi mang tính riêng tư như về tuổi tác hoặc thu nhập. Đặc biệt sẽ là thất lễ nếu hỏi tuổi của phụ nữ.

3.3 Việc nói chuyện to tiếng hay nói điện thoại lớn tiếng ở nơi công cộng là không lịch sự.

4.1 Khi ăn không được cầm mà phải đặt bát xuống bàn, trong khi ăn không được nhai thức ăn để phát ra tiếng động mạnh, là những phép tắc trong việc ăn uống của người Hàn Quốc.

5.1 Khi đã hẹn thì nhất định phải đến sớm hơn giờ hẹn, nếu muộn phải gọi điện báo sẽ muộn khoảng bao lâu và xin được sự thông cảm của đối phương, đó mới đúng phép lịch sự.

▶ GỢI Ý ĐÁP ÁN DỊCH

LỄ GIÁO HÀN QUỐC

Ở Hàn Quốc – đất nước từ xa xưa đã được gọi là "quốc gia lễ giáo" vẫn còn có nhiều nghi thức thể hiện vẻ đẹp trong tâm hồn của con người. Các nghi thức với người bề trên, nghi thức với người dưới, nghi thức trong gia đình, giữa hàng xóm láng giềng hay các nghi thức trong hôn nhân, tang lễ, v.v… chính là những vẻ đẹp đó.

Trước kia, người ta không được nói chuyện to tiếng hay tức giận trước mặt người lớn. Trẻ con có mắc lỗi thì bố mẹ chúng cũng không được mắng nhiếc trước mặt ông bà. Người ta không được cười lớn tiếng hay ngoác miệng ra cười. Vì thế mà đến tận bây giờ, ta còn thấy nhiều phụ nữ khi cười lấy tay che miệng. Đang hút thuốc mà gặp người lớn là phải tắt thuốc ngay hay như việc ngồi doãi chân, nằm bò toài trước mặt người lớn là không được. Khi chào hỏi cũng không được chào trong tư thế tay đút túi. Khi người lớn đưa cho cái gì cũng không được nhận bằng một tay. Đi lướt qua người lớn cũng được coi là hành động vô lễ.

Khi mới gặp nhau lần đầu, người Hàn Quốc chào nhau bằng cách cả hai người đều cúi thấp đầu. Bất kể tuổi tác, người ta dùng lời nói tôn kính khi trao đổi, và cố gắng không hỏi những câu hỏi mang tính chất riêng tư. Khi đến thăm nhà người khác, người ta gọi điện thoại hoặc nói chuyện trước để hẹn và được phép đến nhà. Khi đến thăm mà có người cao tuổi ở nhà, người ta phải chào hỏi trước rồi mới làm việc của mình. Sau khi được chủ nhà đồng ý người ta mới ngắm xem các đồ vật trong nhà hay thăm quan ngôi nhà, như thế mới phải phép. Bên cạnh đó, không phải dịp đặc biệt nhưng lại được ai đó mời đến nhà, người ta thường chuẩn bị mang đến một món quà đơn giản như hoa hay hoa quả, bánh kẹo, v.v…

Trong khi ăn cơm, ai ăn cơm trước cả khi người lớn tuổi chưa cầm đũa lên thì bị coi là người vô lễ. Ngày xưa trong lúc ăn cơm cũng không được nói chuyện nhiều. Nhưng hiện nay vì các thành viên trong gia đình ai cũng bận rộn nên chỉ có thời gian dùng bữa là thời gian sum họp. Do đó mà việc nói chuyện trong bữa ăn đã trở thành phổ biến.

Ở Hàn Quốc, vào những ngày lễ như lễ trăm ngày sau sinh em bé, sinh nhật 1 tuổi, sinh nhật, đám cưới, mừng thọ 60 tuổi, người ta tổ chức nấu cỗ tại gia. Nhưng hiện nay cũng có người thuê làm ở nhà hàng. Khi đến gia đình mời cỗ, để cho phải phép, người ta thường mang theo một món đồ vừa phải với ý nghĩa chúc mừng gia chủ. Vào những ngày đặc biệt như sinh nhật người lớn tuổi hay chúc lên lão 60, chúc thọ 61 tuổi, xưa người ta hay mang thịt hoặc rượu tới chúc mừng. Tuy nhiên, bây giờ thì người ta thường tặng món đồ vừa phải mà người lớn tuổi thích. Vào những ngày như 100 ngày sau sinh cho em bé hay sinh nhật 1 tuổi thì nên mua đồ chơi hay quần áo cho trẻ.

Khi tới thăm tang gia, người ta thường mang theo vòng hoa hoặc tiền phúng viếng, tiền phúng viếng được để trong phong bì màu trắng, trên viết chữ "부의(賻儀 phụ nghi) - Kính viếng." Về trang phục thì thông thường để giữ ý người ta mặc áo màu trắng chứ không mặc đồ màu mè. Khi đến gia đình có tang, người ta thắp hương trước linh cữu người chết rồi vái 2 vái. Với người là tín đồ Công giáo thì có thể ngồi trước linh cữu để cầu nguyện. Sau khi thắp hương và vái, người ta tới chào và an ủi tang gia chủ. Ở Hàn Quốc, thông thường đám ma được tổ chức 3 ngày hoặc 5 ngày. Ngoài ra người Hàn Quốc không nói to nơi công cộng, giữ trật tự và theo trật tự. Không làm các hành động hay việc khiến người khác cảm thấy bất tiện là phép xã giao của người hiện đại.

Gần đây có nhiều phong tục và nghi lễ của nước ngoài du nhập vào Hàn Quốc đã tạo ra sự hỗn loạn về lễ giáo, làm các phong tục xưa bị mai một dần. Thế nhưng về cơ bản, các lễ giáo cư xử vẫn được duy trì như cũ dù thời đại có thay đổi ít nhiều.

BÀI 4

I ≫

1.1 Sự hài hoà giữa màu vải với các đường nét

1.2 cảm nhận về thẩm mỹ

1.3 đường nét uyển chuyển

2.1 vẻ đẹp vừa lộng lẫy vừa duyên dáng

2.2 Nhìn từ khía cạnh màu sắc của vải

2.3 dân tộc của màu trắng

3.1 áo hình dáng phẳng

3.2 Phải để phía trên ngực lạnh và phía dưới bụng ấm

4.1 che giấu được những hổ thẹn về thân thể

5.1 vẻ đẹp của hình dạng và thiết kế

5.2 tự hào về đặc trưng nổi bật trên phương diện

5.3 Trang phục bắt mắt

II 》》

① ~의 ~하면서도 ~인 아름다움 : **vẻ đẹp vừa ~ vừa ~ của ~**

1.1 Vẻ đẹp cao quý và những đường nét mềm mại của Han-Ok đã cho thấy tinh thần vừa khiêm tốn vừa dẻo dai của người Hàn xưa.

1.2 Mọi người trên thế giới đều công nhận vẻ đẹp đơn giản nhưng đầy quyến rũ của Áo dài.

1.3 Hạ Long, với vẻ đẹp vừa thần bí vừa xanh thẳm của biển khơi đã được lựa chọn là một trong 7 kỳ quan thế giới.

② ~ 뜻으로 숭상하다 : **sùng / trọng / thích ~ với nghĩa ~**

2.1 Từ thời xa xưa, người Hàn Quốc luôn quý trọng màu trắng vì họ quan niệm rằng màu trắng mang lại nhân duyên tốt đẹp, do vậy họ thường thích mặc quần áo màu trắng.

2.2 Người Trung Quốc từ xưa đã thích màu đỏ bởi họ coi màu đỏ là màu mang lại hạnh phúc và may mắn, do đó màu đỏ được sử dụng nhiều trong trang phục cũng như các đồ dùng sinh hoạt.

③ 대표적인 ~이다 : **~ là biểu tượng cho ~/ tiêu biểu cho**

3.1 Hàn phục và nhà mái cong truyền thống là biểu tượng cho vẻ đẹp của Hàn Quốc.

3.2 Những nữ sinh mặc áo dài và đội nón trắng đi lại nhẹ nhàng trên đường phố là hình ảnh tiêu biểu cho vẻ đẹp của phụ nữ Việt Nam.

★★★★★★★
▶ **GỢI Ý ĐÁP ÁN DỊCH**

NÉT ĐẸP CỦA HANBOK

Hanbok (Hàn phục) là trang phục truyền thống của dân tộc Hàn. Phụ nữ mặc áo jeogori ngắn và váy dài (chima), nam giới cũng mặc áo jeogori và quần ống rộng. Vào những dịp lễ tết hay lễ sinh nhật như lễ sinh nhất 1 tuổi, lễ mừng thọ sinh nhật lần thứ 60, sinh nhật lần thứ 70, gia đình và người có sinh nhật vào ngày đó đều mặc Hanbok. Hanbok là trang phục có đôi chút bất tiện khi mặc trong cuộc sống thường nhật. Vì thế, những bộ Hanbok cải tiến để có thể mặc thoải mái bất kỳ lúc nào cũng đã trở nên phổ biến.

Với tính ưu việt của Hanbok,

Thứ nhất, Hanbok rất đẹp.

Sự hài hoà giữa màu vải với các đường nét của Hanbok thật là đẹp. Từ trong sự hài hoà của những đường nét, chúng ta có thể cảm nhận được những giá trị thẩm mỹ vượt trội của tổ tiên. Mặc Hanbok, những đường nét uyển chuyển khi cử động làm cho Hanbok càng đẹp hơn. Người nước ngoài cũng phải công nhận vẻ đẹp vừa lộng lẫy vừa duyên dáng của Hanbok. Nhìn từ khía cạnh màu sắc của vải, người ta còn gọi dân tộc Hàn là "dân tộc của màu trắng". Từ thời xa xưa, người Hàn Quốc luôn quý trọng màu trắng vì họ quan niệm rằng màu trắng mang lại nhân duyên tốt đẹp, do vậy họ thường thích mặc quần áo màu trắng.

Thứ hai, Hanbok là trang phục giúp chúng ta giữ được sức khoẻ.

Với hình dáng phẳng, Hanbok được làm một cách rộng rãi không thắt chặt vào cơ thể nên rất tốt cho sức khoẻ. Nó rất hợp với nguyên lý của Đông Y là "Phải để phía trên ngực lạnh và phía dưới bụng ấm thì mới khoẻ mạnh được". Ngoài ra, Vì Hanbok rất rộng nên có thể che giấu được thân hình gầy hoặc béo, do vậy có thể che giấu được những ngại ngần về thân thể.

Thứ ba, Hanbok là trang phục có thể mua chung cùng nhau.

Hanbok là trang phục có kích thước và eo rộng nên chỉ cần người mặc có chiều cao như nhau thì có thể đổi cho nhau hoặc mượn nhau mặc cũng được. Do đó, Hanbok là trang phục không chỉ một người mặc mà có thể mặc chung với nhau.

Như vậy, Hanbok luôn tự hào về vẻ đẹp của hình dạng và thiết kế, chất liệu vải, và giá trị với sức khoẻ. Trang phục bắt mắt chúng ta vào những ngày đặc biệt chính là hình dáng chin chu trong bộ Hanbok rực rỡ. Bộ trang phục làm cho ra dáng cô dâu, ra dáng chú rể nhất cũng chính là Hanbok. Cũng như lúc làm cô dâu là xinh đẹp nhất. Hình ảnh cô dâu di chuyển nhẹ nhàng trong chiếc áo jeogori màu xanh và chiếc váy màu đỏ rất dễ thương và đáng yêu.

Cho dù là người rất buông tuồng nhưng nếu mặc Hanbok vào thì tự nhiên tư thế sẽ trở nên chỉnh tề hơn. Vì thế, Hanbok còn có thể tạo ấn tượng tốt với người lớn tuổi. Cho dù thời đại có nhiều đổi thay, nhưng sau lễ đính hôn hoặc lễ cưới, cô dâu và chú rể nhất định phải mặc Hanbok chỉnh tề khi về nhà chồng hay nhà bố mẹ đẻ. Như thế, Hanbok tượng trưng cho vẻ đẹp và phong tục truyền thống của Hàn Quốc.

BÀI 5

I »

    1.1   Hallyu hay còn gọi là làn sóng Hàn

    1.2   văn hóa đại chúng

    1.3   cái được số đông hòa theo

    1.4   cơn sốt làn sóng Hàn

    2.1   lòng tự tôn / lòng tự hào dân tộc trong dân

    2.2   lòng tự hào về văn hóa quốc gia

    2.3   coi là cơ hội để thay đổi vị thế quốc gia

    3.1   bản sao của ~

    3.2   Quy hoạch xây dựng khu công nghiệp biểu diễn với các hạng mục kỹ thuật số

    3.3   do chính phủ chỉ đạo tiến hành

    4.1   12 vấn đề trọng tâm lớn nhất của nền chính trị quốc gia.

    4.2   xây dựng một cường quốc về công nghiệp văn hóa

II »

① ~이/가 ~ 고민거리로 떠오르다 : ~ là nỗi lo / là nỗi đau đầu ~

    1.1   Để không có kết cục giống như làn sóng Hồng Kông hay làn sóng Nhật Bản, các nhà hoạch định chính sách và các học giả đang đau đầu tìm đối sách.

    1.2   Ở Hàn Quốc, phương án để làn sóng Hàn Quốc có thể vượt ra ngoài Châu Á đến với toàn thế giới đang là nỗi lo của các nhà chính sách văn hóa.

② 쌍방향으로 진화하고 있다. : **theo hướng song phương để Hallyu được phát triển rộng rãi hơn.**

    2.1   Thông qua các hoạt động văn hoá ở nước sở tại, việc chuyển tải thông điệp Làn sóng Hàn quốc (Hallyu) đang chuyển đổi theo hướng "song phương" gặp gỡ với khán giả và Làn sóng Hàn Quốc sẽ mở rộng hơn nữa.

    2.2   Gần đây các phương tiện thông tin đại chúng đều đang phát triển hai chiều.

    2.3   Kỹ thuật điều trị của Hàn Quốc gần đây đã phát triển theo hướng trao đổi hai chiều, điều trị qua màn hình trực tuyến giữa bệnh nhân ở các địa phương với bệnh viện tuyến trung ương.

③ ~가 지배적이다 : **nặng về ~ / nghiêng về ~, phủ đầy / phủ kín ~**

    3.1   Thực ra, cũng có nhiều đánh giá cho rằng trước khi xuất hiện một tân Hallyu thì hiện nay Hallyu chủ yếu tập trung vào các ngôi sao phim truyền hình và đang tiến gần đến thời kỳ trì trệ.

3.2 Mô hình gia đình hiện đại đã nghiêng về mô hình gia đình hạt nhân với ít thành viên hơn là kiểu gia đình lớn.

3.3 Khả năng đang nghiêng về vấn đề sang năm việc thống nhất bán đảo Hàn Quốc sẽ trở thành một nội dung chính trên thế giới.

4.1 Các chuyên gia văn hóa phán đoán rằng công nghiệp phim ảnh có thể bước vào thời kì trì trệ do sự phát triển của công nghiệp internet.

5.1 Hàn Quốc đang lên kế hoạch cho nhiều chính sách phát triển quốc gia bằng cách tận dụng ảnh hưởng của làn sóng Hàn Quốc.

▶ GỢI Ý ĐÁP ÁN DỊCH

Hallyu - Văn hóa đại chúng của Đại hàn dân quốc

Hallyu hay còn gọi là Korean wave, Korean fever là khái niệm đề cập đến hiện tượng văn hóa đại chúng Đại hàn dân quốc được phổ biến ở nước ngoài, tập trung trong khu vực châu Á. Từ năm 1997, Hàn Quốc đã triển khai chính sách với mục tiêu đưa Hàn Quốc trở thành một quốc gia xuất khẩu văn hóa. Theo đó, từ năm 2000, phim truyền hình Hàn Quốc đã được trình chiếu ở một số nước trong khu vực châu Á. Sau đó, sự yêu mến với các diễn viên hay sự hấp dẫn về văn hóa Hàn Quốc đã tăng lên. Các cơ quan ngôn luận ở Trung Quốc và Đài Loan dùng thuật ngữ cơn sốt làn sóng Hàn (Korea wave fever) để chỉ hiện tượng này. Sau đó, thuật ngữ này cũng bắt đầu được sử dụng rộng rãi ở Nhật Bản. Và thuật ngữ này được du nhập ngược lại Hàn Quốc và được sử dụng rộng rãi trên báo chí hay truyền hình.

Thành công của Hallyu tại Nhật Bản bắt đầu thấy rõ kể từ lúc bộ phim truyền hình "Bản tình ca mùa đông" được phát sóng trên đài truyền hình NHK của Nhật Bản vào năm 2004 với diễn xuất của hai diễn viên chính là Bae Yong Jun và Choi Ji Woo. Sau đó, từ sự quan tâm dành cho Hàn Quốc ở lĩnh vực âm nhạc và phim truyền hình cơn sốt làn sóng Hàn bắt đầu bùng lên.

Ở trong đất nước Hàn Quốc, cơn sốt làn sóng Hàn trở thành cơ hội để nâng cao lòng tự hào về văn hóa quốc gia cùng lòng tự tôn dân tộc của người dân. Hallyu giờ không chỉ dừng lại ở sự phổ biến văn hóa mà đang dần được coi như là một cơ hội làm thay đổi vị thế dân tộc. Về phía chính phủ đã bắt đầu có những nỗ lực về mặt chính sách nhằm hỗ trợ cho hoạt động này.

Chính quyền của tổng thống Noh Mu Hyun đã đề ra việc xây dựng một cường quốc về công nghiệp văn hóa là một trong 12 vấn đề trọng tâm lớn nhất của nền chính trị quốc gia. Quy hoạch xây dựng khu công nghiệp biểu diễn với các hạng mục kỹ thuật số như việc xây dựng bản sao của Hollywood là Hallyuwood, khu SongDo, InCheon, DMC (Digital Media City) ở SangAmDong cũng đều do chính phủ chỉ đạo tiến hành.

Hallyu xuất hiện như một làn sóng chủ đạo mang tính thời đại, làm lan tỏa sức hấp dẫn của văn hóa Hàn Quốc tiếp nối làn sóng Hồng Kông vào những năm 1980 và làn sóng Nhật Bản trong những thập niên 90 của thế kỷ XX trong phạm vi lãnh thổ các nước Đông Á. Làn sóng Hồng Kông và làn sóng Nhật Bản theo thời gian đã đánh mất sức ảnh hưởng của nó trong khu vực.

Thực ra, cũng có nhiều đánh giá cho rằng trước khi xuất hiện một tân Hallyu thì Hallyu đang quá nghiêng về các ngôi sao phim truyền hình và đang tiến gần đến thời kỳ trì trệ. Theo đó, để không có một kết cục giống như làn sóng Hồng Kông hay Nhật Bản thì các nhà hoạch định chính sách và các học giả cũng đang đau đầu để tìm ra đối sách.

Cán bộ viện chính sách công nghiệp văn hóa thuộc Bộ văn hóa thể thao du lịch Hàn Quốc đã nói rằng: "Trước đây, Hàn Quốc có Hallyu là xuất khẩu các hạng mục văn hóa một chiều. Nhưng gần đây, giữa ca sĩ của các nước cũng đang giao lưu văn hóa. Thông qua nội dung văn hóa bản địa, gặp gỡ với khán giả chúng ta sẽ chuyển đổi Làn sóng Hàn Quốc (Hallyu) theo hướng song phương để Hallyu được phát triển rộng rãi hơn."

Ngoài ra, viện cũng hy vọng rằng kỹ thuật CG (computer graphic) đang ngày càng được hoàn thiện sẽ giúp Hallyu tăng tốc.

Văn hóa Hàn Quốc xuất khẩu sang Nhật Bản giờ không chỉ đơn thuần dừng lại ở phim truyền hình hay âm nhạc mà đã tiến tới xuất khẩu thức ăn, mĩ phẩm. Gần đây, cùng với tác động của Hallyu, các hạng mục truyền hình, mĩ phẩm Hàn Quốc cũng đang ở trong thời kỳ phát triển tốt. Ngày 6 vừa qua, Cục thuế Hàn Quốc đã công bố sự thay đổi trong doanh thu xuất khẩu mĩ phẩm sáu tháng đầu năm và xuất khẩu mĩ phẩm đã tăng 38,7% so với năm ngoái. Cục thuế phân tích sở dĩ có hiện tượng này là nhờ sự nâng cao chất lượng mĩ phẩm trong nước và cơn sốt làn sóng Hàn.

BÀI 6

I »

1.1 được mọi người công nhận

1.2 kéo theo những vấn đề nghiêm trọng về ~

2.1 vẻ đẹp của bố cục hài hòa giữa các tòa điện và thiên nhiên

2.2 được công nhận là di sản văn hóa thế giới của tổ chức UNESCO.

3.1 nghi lễ giỗ tổ

3.2 Tông miếu tế lễ nhạc

3.3 được đăng ký là di sản phi vật thể của thế giới

II »

① ~과 조화되다 : **Hài hoà, hoà hợp**

1.1 Hội An đang được du khách trong nước và nước ngoài quan tâm bởi vẻ hài hoà lưu giữa những ngôi nhà cổ bên sông được xây dựng từ thế kỷ 17 và giá trị lịch sử của khu vực kinh tế mậu dịch của thời kỳ đó.

1.2 Có thể nói rằng chìa khoá thành bại phụ thuộc vào việc làm thế nào để hài hoà được vẻ đẹp văn hoá bản sắc dân tộc với hình ảnh Hàn Quốc một quốc gia tiêu biểu của các nước đang pháp triển.

1.3 Việc dạy cho con người ta để hòa hợp và thích ứng tốt trong xã hội đang biến động là (việc) vô cùng quan trọng.

② ~부터이다 : **là từ ~**

2.1 Seoul ngày nay từ năm 1394 đã được triều đình Joseon định làm thủ đô gọi là HanYang.

~에 들어서 : **bước vào ~**

2.2 Dân số của Hà Nội tăng nhanh chóng là từ đầu những năm 2000, khi nền kinh tế, xã hội Việt Nam bước vào hàng ngũ các nước đang phát triển.

③ ~위치해 있어 ~가 유명한 지역이 되었다 : **ở vị trí ~ đã trở thành địa danh nổi tiếng, nơi ~**

3.1 Khu phố Dae Hak Noh ở vị trí có nhiều trường đại học, đã trở thành địa danh nổi tiếng, nơi vào bất cứ lúc nào người ta cũng có thể xem những lễ hội của giới trẻ .

3.2 Hồ Hoàn Kiếm ở vị trí trung tâm của Hà nội – thủ đô nước Việt nam, đã trở thành địa danh nổi tiếng tượng trưng cho Việt Nam với không chỉ người dân Việt Nam mà cả với khách tham quan người nước ngoài.

3.3 Broadway của Mỹ – nơi có nhiều nhà hát Opera đã trở thành địa danh nổi tiếng được những diễn viên nhà hát và những người yêu nhạc trên toàn thế giới ưa thích.

④ ~에 번지고 있다 : **Nở ra ~ / mở ra ~ / lan ra ~**

4.1 Thời gian gần, từ trong chính những người dân thành phố Seoul đã mở ra cuộc vận động yêu quý và giữ gìn thành phố.

4.2 Phong trào vận động vì an toàn giao thông và thành phố xanh do các bạn trẻ yêu Việt Nam khởi xướng đã lan rộng trong toàn dân.

▶ GỢI Ý ĐÁP ÁN DỊCH

THỦ ĐÔ CỦA ĐẠI HÀN DÂN QUỐC – BẢO KHỐ VĂN HÓA SEOUL

Thủ đô của một quốc gia là trung tâm các hoạt động chính trị của nước đó. Trong nhiều trường hợp, thủ đô đó còn trở thành trung tâm của mọi lĩnh vực như kinh tế, xã hội, văn hóa, giáo dục, v.v...

Tính chất của thủ đô sẽ khác theo từng thời đại và quốc gia đó nhưng cũng có thể thay đổi tùy thuộc vào chức năng và nguồn gốc của thủ đô đó. Ví dụ các thủ đô như Roma, Paris, Bắc Kinh đều là những đô thị trung tâm, có lịch sử lâu đời của các nước tương ứng. Thế nhưng các thủ đô như Washington, Canberra lại là trung tâm của các hoạt động chính trị mặc dù lịch sử của các đô thị này chưa dài.

Seoul ngày nay từ năm 1394 đã được triều đình Joseon định làm thủ đô gọi là HanYang. Trong vòng 600 năm, nơi đây là trung tâm chính trị, kinh tế, văn hóa nên có nhiều di sản văn hóa quan trọng. Chính vì thế Seoul được gọi là Bảo Khố (寶庫) của lịch sử, văn hóa Hàn Quốc. Bạn có thể tới thăm các cung điện cổ hay bảo tàng quốc gia trung tâm tại nhiều nơi trong thành phố hoặc thưởng ngoạn các di sản văn hóa và cảm nhận nhịp thở lịch sử năm ngàn năm của Hàn Quốc.

Hơn 80% khách du lịch nước ngoài tới thăm Hàn Quốc đều đến tham quan Seoul. Tại Seoul có các ngọn núi như núi Buk – Ak, núi In – Wang, núi Nam và bức tường thành nối liền các ngọn núi ấy vẫn còn tồn tại. Trong đô thị này còn bảo tồn được 4 trong số 5 đại cung điện của triều đại Joseon. Điển hình là cung Chang – Deok – di sản văn hóa thế giới, đây là cung điện được sử dụng trong vòng 270 năm từ thời quận công Kwang Hae triều đại Joseon. Cung Chang – Deok với vẻ đẹp của bố cục hài hòa giữa các tòa điện và thiên nhiên, đã được công nhận là di sản văn hóa thế giới của tổ chức UNESCO.

Tông miếu là nơi thờ 27 đời vua và hoàng hậu của vương triều Joseon. Được công nhận bởi vẻ đẹp kiến trúc và giá trị của mình, năm 1995, Tông miếu đã được đăng ký làm di sản văn hóa thế giới của tổ chức UNESCO. "Tông miếu tế lễ nhạc" – âm nhạc được sử dụng trong nghi lễ giỗ tổ tại Tông miếu cũng được đăng ký là di sản phi vật thể của thế giới năm 2001.

Khu phố In Sa Dong nơi triển lãm và buôn bán các sản phẩm văn hóa truyền thống mang bản sắc của Hàn Quốc, cũng là điểm du lịch lớn nhất cho người nước ngoài. Còn khu phố Dae Hak Noh nằm trong khu vực có nhiều trường đại học là địa danh nổi tiếng nơi có thể xem các lễ hội của thanh niên vào bất cứ thời gian nào.

Seoul nơi dân số chỉ có 100.000 người vào thời vua SeJong đầu thời đại Joseon xưa, nay đã tăng lên đến 10 triệu người. Sau khi trở thành thủ đô, dân số của Seoul đã tăng lên đều. Việc dân số của Seoul tăng mạnh bắt đầu từ những năm 60 khi xã hội Hàn Quốc bước vào con đường công nghiệp hóa. Cùng với sự phát triển của kinh tế, Seoul dần dần trở thành trung tâm của công nghiệp. Những công ăn việc làm mới phát sinh đã khiến nhiều người từ nông thôn kéo về thành phố. Bên cạnh đó, môi trường sinh hoạt và môi trường của các tổ chức giáo dục có chất lượng cao cũng đã lôi kéo nhiều người nông thôn lên thủ đô Seoul.

Những ai muốn ngắm toàn cảnh Seoul hiện đại thường thích đi lên núi Namsan, ngọn núi ở giữa thủ đô Seoul. Từ tòa tháp được dựng trên đỉnh núi, bạn có thể quan sát cả thành phố trong tầm mắt.

Giờ đây Seoul đã trở thành đô thị quốc tế lớn được mọi người công nhận. Nhưng theo sự phát triển đó, sự tập trung dân số và sự gia tăng số lượng xe oto kéo theo những vấn đề nghiêm trọng về nhà ở và vấn đề giao thông. Do đó trong thời gian gần đây đã có mở ra cuộc vận động yêu quý và giữ gìn Seoul trong chính các thị dân Seoul. Rất nhiều người dân mong muốn thành phố Seoul với 600 năm lịch sử thêm tươi sáng và trở thành không gian sống tốt đẹp hơn hiện nay.

BÀI 7

I

- 1.1 Địa điểm thăm quan, cái để xem
- 1.2 Địa điểm ăn uống, cái để ăn
- 1.3 Địa điểm giải trí vui chơi, cái để giải trí vui chơi
- 1.4 Địa điểm vui chơi hoặc làm việc, cái để chơi hoặc để làm
- 2.1 ngôi chùa Phật giáo mang đậm giá trị lịch sử
- 2.2 những ngôi đình nơi có thể cảm nhận được tinh thần của các học giả xưa
- 2.3 chúng ta có thể cảm nhận được hương vị nghệ thuật
- 3.1 các môn thể thao trên biển
- 3.2 các hoạt động leo núi
- 3.3 những hoạt động thể thao lúc rỗi rãi

II »

① ~에서 ~으로 공인되다 : **đã được ~ công nhận là ~**

1.1 Với những di sản văn hoá thế giới của Hàn Quốc, có 10 địa điểm như Hang Seokguram, Changdeokgung ở Seoul, lăng mộ hoàng gia Joseon, đảo núi lửa Jeju và động dung nham đã được UNESCO công nhận là di sản văn hoá thế giới.

1.2 Đà Nẵng được công nhận là một trong những bãi biển đẹp nhất thế giới với đường bờ biển đẹp và làn nước trong xanh.

1.3 Trong số các sản phẩm của 4 công ty do hiệp hội Tennis DaeHan công nhận, có một số không đạt tiêu chuẩn nên các vận động viên và trọng tài đang phàn nàn.

② ~뿐만 아니라 ~도 : **không chỉ ~ mà còn ~**

2.1 Không chỉ các món ăn Hàn Quốc, mà du khách còn có thể thưởng thức tất cả các món ăn trên toàn thế giới.

2.2 Với những danh lam thắng cảnh trên, Hàn Quốc đang thu hút sự chú ý không chỉ của các quốc gia Đông Nam Á mà còn cả các quốc gia trên toàn thế giới.

2.3 Quyển sách đó là quyển sách truyền tải thông điệp của giáo huấn và hy vọng, không chỉ dành cho trẻ em mà cho cả người lớn.

3.1 Rất nhiều chùa ở Hàn Quốc có chương trình "Temple stay"

4.1 Hàn Quốc là đất nước còn phân cắt duy nhất trên thế giới, do đó ở Bàn Môn Điếm có cả quân đội Mỹ, Hàn Quốc và Triều Tiên đang đóng quân.

▶ **GỢI Ý ĐÁP ÁN DỊCH**

DU LỊCH HÀN QUỐC

Ở Hàn Quốc có rất nhiều địa điểm vui chơi, giải trí, ẩm thực, danh lam thắng cảnh. Với 4 mùa rõ rệt, có núi, biển và những cánh đồng rộng nên thiên nhiên nơi đây rất đẹp, ngoài ra còn có những di sản văn hoá độc đáo được lưu giữ từ nền tảng lịch sử lâu đời.

Với những di sản văn hoá thế giới của Hàn Quốc, có 10 địa điểm như Hang Seokguram, Changdeokgung ở Seoul, lăng mộ hoàng gia Joseon, đảo núi lửa Jeju và động dung nham đã được UNESCO công nhận là di sản văn hoá thế giới. Và Hàn Quốc có 7 thư tịch bao gồm Huấn dân chính âm, Đông y bảo giám... được công nhận là "ký ức thế giới". Như vậy, tuy nhỏ bé, nhưng Hàn Quốc là một quốc gia đẹp và vẫn bảo tồn được tất cả các di tích lịch sử. Các cung điện cổ, cố cung tập trung chủ yếu ở Seoul, thành phố 600 năm lịch sử.

Ngoài ra, ở bất cứ nơi đâu trên lãnh thổ Hàn Quốc, du khách cũng có thể bắt gặp những ngôi chùa Phật giáo mang đậm giá trị lịch sử hay những ngôi đình nơi có thể cảm nhận được tinh thần của học giả xưa, nơi chúng ta có thể cảm nhận được hương vị nghệ thuật cùng những toà kiến trúc cổ của Hàn Quốc.

Với những danh lam thắng cảnh thiên nhiên, đảo Jeju là hòn ngọc nổi lên giữa vùng biển rộng lớn trải dài hướng ra Thái Bình Dương với những khối đá đầy kỳ bí. Ngoài ra, bãi biển Nam và công viên biển Hanryo nổi tiếng với dải cát tuyệt đẹp và miền duyên hải trong lành, biển Đông nước trong và xanh. Đặc biệt, với ba mặt giáp biển, Hàn Quốc phô diễn nhiều cảnh quan độc đáo với những loài sinh vật phong phú sống trong những vùng đầm phá.

Các hoạt động thể thao giải trí ở Hàn Quốc rất đa dạng, từ các môn thể thao trên biển mùa hè, thể thao mùa đông, các hoạt động leo núi đến những hoạt động thể thao lúc rỗi rãi. Cùng với sự phát triển của kinh tế và môi trường thiên nhiên, Hàn Quốc đã đăng cai tổ chức Olympic vào năm 1988, Worldcup năm 2002, và giải vô địch điền kinh thế giới năm 2010. Quốc gia này đang tiến hành những chiến dịch để đăng cai Olympic mùa đông năm 2018.

Ngoài ra, thông qua những lễ hội đặc sắc ở từng khu vực như lễ hội bươm bướm, lễ hội tắm bùn, lễ hội nhân sâm..., du khách có thể trải nghiệm thực tế thiên nhiên, ẩm thực, văn hoá và sinh hoạt của Hàn Quốc.

Trong những hoạt động trải nghiệm văn hoá, có chương trình "Temple stay – du lịch ở Chùa", du khách có thể ăn nghỉ và ngồi thiền tại chùa. Chính phủ Hàn Quốc đang không ngừng mở rộng và đa dạng các chương trình để du khách quốc tế có thể trải nghiệm lịch sử và văn hoá truyền thống của Hàn Quốc. Hơn nữa, là một quốc gia duy nhất trên thế giới vẫn đang bị chia cắt, chuyến thăm quan Bàn môn điếm (Banmunjeom), nơi du khách có thể cảm nhận được tầm quan trọng của hoà bình, cũng là một tour rất hấp dẫn.

Gần đây, những loại ẩm thực đa dạng của Hàn Quốc dưới dạng thức ăn bổ dưỡng đang được yêu thích trên toàn thế giới. Bất cứ nơi nào và bất kể nơi đâu, dù không đặt trước hay đã quá nửa đêm nhưng du khách đều có thể thưởng thức các món ăn ưa thích. Không chỉ các món ăn Hàn Quốc, mà du khách còn có thể thưởng thức tất cả các món ăn trên toàn thế giới.

Các thành phố của Hàn Quốc luôn náo nhiệt, sôi động suốt 24 giờ. Là một dân tộc vốn rất yêu thích âm nhạc và múa hát nên cuộc sống về đêm ở đây rất phát triển. Dù là ở phòng Karaoke hay vũ trường, tất cả mọi người từ ca sĩ đến vũ công đều thể hiện hết mình.

Với những danh lam thắng cảnh như trên, Hàn Quốc đang thu hút sự chú ý không chỉ của các quốc gia Đông Nam Á mà còn cả các quốc gia trên toàn thế giới.

BÀI 8

I »

    1.1   ngâm ~ với muối

    1.2   gừng và nước mắm, trộn đều lên rồi bảo quản trong lọ.

    2.1   ~ trở thành món ăn phổ biến có lợi cho sức khoẻ

2.2 nếu sử dụng ớt làm gia vị thì có thể giảm một chút muối
3.1 khuẩn sữa
3.2 tăng cường khả năng miễn dịch
3.3 sức để chống các bệnh

II

① ~과 ~이 합쳐진/어우러진 : Kết hợp giữa ~ / đi cùng với ~ / cùng với ~

1.1 Các món ăn Hàn Quốc có nhiều thực phẩm lên men được kết hợp bởi thời gian và những công dụng tự nhiên nên món ăn Hàn Quốc là thực phẩm bổ dưỡng trên toàn thế giới.

1.2 Món ăn Pháp, với sự kết hợp giữa vị ngon và vẻ đẹp mắt, là món ăn được những người yêu ẩm thực trên toàn thế giới yêu thích.

1.3 Roma ,với sự kết hợp hài hòa giữa lịch sử cổ đại và kiến trúc đô thị hiện đại, luôn khiến du khách cảm thấy thần bí.

② ~가/이 들어있어/함유되어 ~에 탁월하다/우수하다 : Vì có / chứa / bao hàm ~ nên ~ kiệt xuất / vượt trội / ưu tú

2.1 Trong các món rau thập cẩm của Hàn Quốc, có nhiều thành phần dinh dưỡng mà mỗi loại rau mang theo nên món rau thập cẩm này có công dụng vượt trội trong phòng ngừa ung thư và chống lão hoá.

2.2 Vừng đen chứa nhiều chất béo thực vật nên có hiệu quả vượt trội trong chống lão hóa và giúp cải thiện chức năng thận.

2.3 Nhân sâm chứa thành phần Saponin, là thực phẩm vượt trội trong việc phòng bệnh ung thư cũng như chống lão hóa.

③ ~것은 효능이다 : có tính năng ~
~것으로 효능때문이다 : Vì có hiệu quả / tính năng ~ với vai trò / tư cách là ~

3.1 Tỉ lệ nhiễm các bệnh truyền nhiễm như cúm gà ở Hàn Quốc thấp hơn hẳn so với các nước khác là nhờ vào tính năng của kimchi.

3.2 Những sản phẩm lên men của Châu Âu là pho mát và sữa chua, còn kim chi của Hàn Quốc được làm bằng cách lên men các loại rau vì thế có rất nhiều công dụng.

4.1 Đôi lúc, những người thỉnh thoảng hay mắc bệnh lặt vặt, họ có khả năng miễn dịch và có ý thức thường xuyên chú ý đến sức khoẻ nên có khả năng miễn dịch còn cao hơn.

4.2 Để có được những tri thức khoa học, chúng ta cần phải kiên nhẫn cho đến khi sự thật được phát hiện, chứng minh.

4.3 Tỉ lệ tử vong trẻ nhỏ giảm một cách đáng kể và tuổi thọ trung bình của con người ngày càng tăng lên.

▶ GỢI Ý ĐÁP ÁN DỊCH

CÔNG DỤNG CỦA KIMCHI - THỰC PHẨM LÊN MEN

Tiến sĩ Sam Rehnborg, viện trưởng viện sức khoẻ dinh dưỡng Nutrilite, nơi phổ biến "Phong trào thực phẩm là thứ quan trọng nhất để duy trì sức khoẻ" đã nói về ẩm thực Hàn Quốc như thế này. "Do các món ăn Hàn Quốc có nhiều thực phẩm lên men được kết hợp bởi thời gian và những công dụng tự nhiên nên món ăn Hàn Quốc là thực phẩm bổ dưỡng trên toàn thế giới. Trong các món rau thập cẩm của Hàn Quốc, có nhiều thành phần dinh dưỡng mà mỗi loại rau mang theo nên món rau thập cẩm này có công dụng vượt trội trong phòng ngừa ung thư và chống lão hoá."

Phương pháp làm Kim chi là sau khi ngâm cải thảo và củ cải với muối xong thì để ráo nước. Rồi cho ớt bột, hành, tỏi, gừng và nước mắm vào trộn đều lên rồi bảo quản trong lọ. Người Hàn Quốc thưởng thức Kimchi trong suốt cả năm. Gần đây, khi công dụng của kimchi – thực phẩm lên men được biết đến thì Kim chi trở thành món ăn cho sức khoẻ phổ biến trên nhiều quốc gia khác.

Khi làm Kimchi, nếu sử dụng ớt làm gia vị thì có thể giảm một chút muối. Theo văn hiến cổ của Hàn Quốc thì nếu sử dụng ớt sẽ có thể bảo quản được củ cải trong thời gian dài. Hơn nữa, vị cay nồng của ớt cùng muối sẽ kích thích sự ngon miệng và thúc đẩy tiêu hoá chất hữu cơ hydro carbon.

Nếu ăn Kimchi thì có hiệu quả trong việc tăng cường miễn dịch, chống lão hoá, ngăn ngừa các bệnh ung thư trong đó có cả việc phòng tránh bệnh tim mạch. Khi những công dụng này đang được chứng minh, tạp chí sức khoẻ của Mỹ đã bình chọn Kimchi là 1 trong 5 thực phẩm bổ dưỡng nhất thế giới, trong đó có Yogert – sữa chua và Nat – tô.

Theo tiến sĩ Kim Young Jin và các đồng nghiệp trong viện nghiên cứu thực phẩm Hàn Quốc, 80% bệnh nhân mắc Dịch cúm A H1N1 tại Hàn Quốc năm 2009 là tầng lớp trẻ dưới 30 tuổi không thường xuyên ăn Kimchi. Và họ cũng công bố rằng tỷ lệ nhiễm bệnh của Hàn Quốc thấp hơn đáng kể so với các quốc gia khác là do công dụng của Kimchi. Tiến sĩ Kim Young Jin đã đưa ra quan điểm rằng có thể phòng chống Dịch cúm AH1N1 bằng Kimchi.

Viện trưởng viện nghiên cứu ẩm thực truyền thống Hàn Quốc, bà Yoon Suk Ja cho biết "do có nhiều khuẩn sữa nên Kimchi có hiệu quả vượt trội trong việc chống ung thư như thúc đẩy tiêu hoá." và "nếu ăn đủ lượng Kimchi chua đều thì có thể tăng cường tính miễn dịch và có sức để chống tất cả các bệnh tật."

Các nhà nghiên cứu ẩm thực thế giới tham gia vào lễ hội ẩm thực "Seoul Gourmet 2010" đã thể hiện mối quan tâm rất lớn đến thực phẩm lên men của Hàn Quốc. Họ cho biết "Trước khi sang Hàn Quốc, lần đầu tiên họ được biết về thực phẩm lên men của Hàn Quốc thông qua các loại thực phẩm như Kimchi, tương ớt kochujang, tương toenjang, xì dầu mà phía ban tổ chức gửi cho." và "Ở Châu Âu, thực phẩm lên men chỉ có sữa chua và phomát. Tuy nhiên, họ rất hứng thú khi thấy thực phẩm lên men từ các loại rau giống kimchi." Như vậy, Kimchi là thực phẩm đặc trưng cho khẩu vị của người Hàn Quốc và là thực phẩm quan trọng có trách nhiệm giữ sức khoẻ cho người Hàn Quốc.

BÀI 9

I

1.1 tăng cường chức năng của vắc xin cúm.
1.2 Khả năng miễn dịch của nhân sâm có thể đề phòng được bệnh ung thư
2.1 cải thiện chức năng gan
2.2 pha khoảng 1 rễ sâm khô (4~8g) vào lượng nước gấp 5 lần rồi uống
3.1 vi sinh vật trong ruột
3.2 khả năng phân huỷ thành phần saponin của nhân sâm
4.1 thể chất ruột yếu và dạ dày nóng
4.2 thể chất không thích ứng được với nhân sâm
5.1 chất beta−glucosidase sẽ được hoạt tính hoá

II

① ~을 밝히다 : Làm sáng tỏ ~

1.1 Gần đây các nhà khoa học trong và ngoài nước đang liên tục làm sáng tỏ công dụng mới của nhân sâm.
1.2 Điều này có mục đích là để hiểu đúng về quá khứ, hiện tại và trên nền tảng đó làm sáng tỏ tương lai.

② 아무리 ~이라도 : cho dù là ~ đến đâu / đến mức nào chăng nữa ~

2.1 Người ta cũng nhấn mạnh rằng cho dù là bổ dược tốt đến đâu đi chăng nữa thì cũng phải sử dụng sau khi có sự chẩn đoán chính xác.
2.2 Dù là thuốc bổ đến mấy cũng phải uống đều đặn đúng phương pháp thì mới phát huy tác dụng.
2.3 Dù cảnh có đẹp thế nào mà bụng đói và mệt thì cũng không thể thưởng thức được.
2.4 Dù áo có đẹp thế nào mà dáng người không đẹp thì cũng chẳng ích lợi gì.
3.1 Đội ngũ nghiên cứu Đông y Hàn Quốc đã đưa ra kết quả nghiên cứu rằng hồng sâm có khả năng chống lão hóa da cho phụ nữ tuổi trung niên cũng như phòng ngừa ung thư.
3.2 Những người sử dụng sâm và nấm linh chi có tỉ lệ mắc bệnh cao huyết áp và tiểu đường thấp hơn người bình thường. Đó là vì hồng sâm và linh chi có khả năng làm tăng khả năng miễn dịch, từ đó tăng cường sức khỏe cho con người.
3.3 Nếu ăn nhiều rau và khoai lang, chất sơ có trong chúng sẽ thúc đẩy hoạt động của ruột, ngừa táo bón và giảm sự phát sinh của bệnh ung thư đại tràng.

▶ GỢI Ý ĐÁP ÁN DỊCH

CÔNG DỤNG CỦA NHÂN SÂM

Nhân sâm là thứ thuốc bổ quý nhất của người Hàn Quốc. Nhân sâm có rất nhiều công dụng. Nhưng những công dụng của nhân sâm vẫn chưa được chứng minh bằng khoa học. Tuy nhiên, gần đây các nhà khoa học trong và ngoài nước đang liên tục làm sáng tỏ công dụng mới của nhân sâm. Và công dụng y học của các sản phẩm nhân sâm Hàn Quốc đang được làm chứng minh thông qua những nghiên cứu của các nhà khoa học nước ngoài.

Theo công bố của các nhà nghiên cứu, hồng sâm có tác dụng hồi phục chức năng của gan cho các bệnh nhân như xơ gan, ung thư gan. Ngoài ra, các nhà nghiên cứu còn công bố rằng nhân sâm làm tăng công dụng của vắc xin cúm và tăng chức năng gan cho các bệnh nhân bị gan.

Các nhà nghiên cứu Italia cũng đưa ra kết quả nghiên cứu rằng nhân sâm làm tăng công dụng của vắc xin cúm (influenza). Chia 227 người khoẻ mạnh thành hai đội, một đội cho tiêm chủng vắc xin cúm, và đội còn lại cho tiêm chủng vắc xin cùng với hàng ngày cho uống 100mg nước chiết xuất từ nhân sâm trong vòng 8 tuần. Kết quả cho thấy, đội tiêm chủng vắc xin cùng nước chiết xuất từ nhân sâm chỉ có 13% mắc bệnh cúm, và đội chỉ tiêm chủng thì có đến 37% mắc bệnh. Điều này là do nhân sâm làm tăng khả năng miễn dịch và tăng cường chức năng của vắc xin cúm.

Các nhà nghiên cứu đã khuyên rằng để có thể cải thiện chức năng gan và tăng cường khả năng miễn dịch, hàng ngày phải pha khoảng 1 rễ sâm khô (4~8g) vào lượng nước gấp 5 lần rồi uống. Tuy nhiên, những người mắc các chứng bệnh như đau đầu, tim đập nhanh, mất ngủ, kinh nguyệt không đều hoặc phụ nữ mang thai không nên sử dụng nhân sâm.

Công dụng của nhân sâm đối với từng người cũng khác nhau. Tuy nhiên, trước đây người ta vẫn chưa tìm ra nguyên nhân vì sao công dụng lại khác nhau nhưng trong lần nghiên cứu này, nguyên nhân đó đã được làm sáng tỏ. Công dụng của nhân sâm khác nhau ở từng người là do sự khác nhau về khả năng vi sinh vật trong ruột phân huỷ thành phần saponin của nhân sâm. Trong nghiên cứu lần này, các nhà nghiên cứu đã chứng minh rằng nếu ăn các loại thực phẩm lên men như kimchi hoặc các loại rau có nhiều chất xơ như cà rốt, cải thảo thì chất beta-glucosidase sẽ được hoạt tính hoá. Do vậy, nếu thường xuyên ăn chay, đồng thời sử dụng nhân sâm thì sẽ làm tăng hiệu quả của nhân sâm.

Kết quả của nghiên cứu lần này cũng đồng nhất với lý thuyết của Đông y. Trong với những người có thể chất ruột yếu, và dạ dày nóng không thích ứng được với nhân sâm, tuy nhiên hồng sâm được lên men từ nhân sâm thì lại có công dụng cao. Đồng thời, nếu liên tục ăn các loại rau quả và các loại thực phẩm lên men làm cải thiện chức năng của ruột thì sẽ càng làm nâng cao hơn công dụng của nhân sâm.

Tuy nhiên, người ta cũng nhấn mạnh rằng cho dù là bổ dược tốt đến đâu đi chăng nữa thì cũng phải sử dụng sau khi có sự chẩn đoán chính xác.

(Nguồn tin: Nhật báo Choson ngày 15/09/2010, Phóng viên Kim Tae Yol)

BÀI 10

I

1.1 trong kho rỗng không
1.2 tổng sản lượng quốc nội
1.3 thu nhập bình quân đầu người
2.1 Chính sách tăng trưởng ưu tiên xuất khẩu
2.2 sức làm việc chăm chỉ trời phú
2.3 chuẩn bị bàn đạp cho sự tăng trưởng kinh tế cao
3.1 sự phân cực thu nhập
3.2 vấn đề tỷ lệ sinh đẻ thấp, dân số già hoá
3.3 bài toán cần giải quyết

II

① ~에 걸맞게 : Khớp với ~ / Vừa với ~

1.1 Hàn Quốc là nước đứng đầu trong sản xuất chất bán dẫn, đứng thứ 2 trong chế tạo tàu thuyền và thứ 5 trong sản xuất ô tô trên thế giới. Khớp với những chỉ số thống kê như thế, các sản phẩm mà chúng ta sản xuất như ô tô, điện thoại di động, v.v… đang có mặt khắp thế giới.

1.2 Trong hôn nhân, khi hai người hợp nhau thì khả năng có một cuộc hôn nhân thành công và hạnh phúc là rất cao.

1.3 Dù nhìn ở phương diện nào tôi cũng không phải là người chồng tương lai tương xứng với cô ấy.

② ~의 (경이로움)에 ~보내다 : bày tỏ ~ với sự đáng kính / đáng nể của ~

2.1 Cộng đồng quốc tế không ngớt bày tỏ sự tán thưởng về thành quả kinh tế mà Hàn Quốc đã gặt hái được trong vòng 65 năm qua.

2.2 Có rất nhiều người bày tỏ sự ca ngợi về vẻ đẹp kì vĩ của vịnh Hạ Long.

2.3 Khán giả xem Olympic dành cho người khuyết tật đã bày tỏ sự cổ vũ đầy cảm động trước hình ảnh các các tuyển thủ Maraton cố gắng vượt qua khuyết tật để thi đấu đến cùng.

③ ~에 ~이 되지 않았나 생각하다 : Cho rằng / nghĩa rằng chính ~ là ~ trong việc ~

3.1 Tôi nghĩ rằng chính những nền tảng cho phát triển như sự quan tâm đến giáo dục, đức tính chăm chỉ nhất trên thế giới của người dân đã trở thành động lực cho sự tăng trưởng kinh tế của nước ta.

3.2 Tôi nghĩ rằng sự đoàn kết của toàn dân, đức tính chăm chỉ và điều kiện tự nhiên chính là nền tảng cho sự phát triển của Việt Nam.

4.1 Với bước đệm là việc gia nhập WTO, tốc độ tăng trưởng kinh tế của Việt Nam đang tăng mạnh.

4.2 Để bảo vệ giá trị đồng Việt Nam lãi suất tiết kiệm tiền đồng của các ngân hàng đã vượt quá 10%.

4.3 Việc nhìn một sinh mệnh lớn lên và đổi khác từng ngày thật thần bí và kỳ diệu, nó khiến tôi phải ngắm nhìn rồi lại ngắm nhìn mãi không thôi.

▶ GỢI Ý ĐÁP ÁN DỊCH

TRỞ THÀNH NƯỚC LỚN VỀ KINH TẾ ĐỨNG THỨ 15 THẾ GIỚI

Ngay sau khi giải phóng, Hàn Quốc là một trong những quốc gia nghèo khó nhất trên thế giới với nền tảng công nghiệp hầu như không có gì. Thế nhưng chỉ trong vòng 65 năm, Hàn Quốc đã đạt sự tăng trưởng cao độ và trở thành một quốc gia kinh tế lớn đứng thứ 15 trên thế giới.

Năm 1945, giấc mơ giải phóng đã trở thành hiện thực nhưng trong kho của Đại Hàn Dân Quốc thì rỗng không. Người ta khó có thể tìm thấy một doanh nghiệp, ngân hàng hay thậm chí các trang thiết bị công nghiệp nào tử tế. Chỉ số kinh tế được công bố lần đầu tiên năm 1953: tổng sản lượng quốc nội – 1,3 tỷ đô la; thu nhập bình quân đầu người – 67 đô la, ở mức độ tiêu chuẩn thấp nhất thế giới.

Hàn Quốc dần từng bước thoát khỏi sự nghèo khó kéo dài kể từ kế hoạch 5 năm phát triển kinh tế vào năm 1962. Chính phủ lâm thời đã đưa ra tầm nhìn và mục tiêu rõ ràng cho phát triển kinh tế đất nước. Và chính phủ cũng công bố những phương tiện chính sách cụ thể theo từng giai đoạn. Có thể nói điều đó đã tập trung được sức lực của toàn dân và trở thành nền tảng tăng trưởng kinh tế liên tục. Chính sách tăng trưởng ưu tiên xuất khẩu cùng sức làm việc chăm chỉ trời phú của người Hàn Quốc đã chuẩn bị bàn đạp cho sự tăng trưởng kinh tế cao độ.

Quy mô kinh tế ở ngưỡng 1,3 tỷ đô la năm 1953 đã tăng lên gấp 640 lần với con số 832,9 tỷ đô la năm 2009. Thu nhập bình quân đầu người năm 1995 cũng đột phá lên tới con số 10.000 đô la, dự đoán sang năm 2010 sẽ vượt mức 20.000 đô la.

Hàn Quốc là nước đứng đầu trong sản xuất chất bán dẫn, đứng thứ 2 trong chế tạo tàu thuyền và thứ 5 trong sản xuất ô tô trong các nước trên thế giới. Cùng với những chỉ số thống kê trên, các sản phẩm mà chúng ta sản xuất như ô tô, điện thoại di động, v.v… đang có mặt khắp thế giới.

Tôi cho rằng nền móng của sự phát triển này trước tiên phải là nhiệt huyết giáo dục, tiếp đó là toàn dân chăm chỉ nhất thế giới đã trở thành nguồn động lực cho sự tăng trưởng kinh tế và phát triển của nước ta.

Cộng đồng quốc tế không ngớt tán thưởng thành quả kinh tế đáng kính trọng mà Hàn Quốc đã gặt hái được trong vòng 65 năm qua. Thế nhưng sự phân cực giàu nghèo hay vấn đề tỷ lệ sinh đẻ thấp, dân số già hoá – cái bóng của tăng trưởng cao độ, là những bài toán mà chúng ta cần giải quyết.

Nguồn: Nhà báo Kim Young Seop, báo YTN (14.08.2010)

BÀI 11

I

1.1 Thế hệ tự chủ hóa
1.2 thế hệ dân chủ hóa
1.3 hưởng thụ sự phồn thịnh
1.4 nổi bật với vai trò nòng cốt nắm giữ vòng quay chuyển động của xã hội Hàn Quốc
2.1 giao tiếp , trao đổi thông tin hai chiều
2.2 so với việc chỉ đơn thuần là người quan sát
2.3 trở thành thành viên thông qua mạng lưới kỹ thuật số
3.1 nền tảng vượt trội thích nghi với sự thay đổi.
3.2 khả năng dẫn dắt toàn cầu.

II

① ~를 이끌며 ~이 되다 : **đóng vai trò chủ đạo dẫn dắt ~ đồng thời đưa ~**

1.1 Những người thuộc thế hệ này đóng vai trò chủ đạo dẫn dắt sự nghiệp công nghiệp hóa thần tốc, đồng thời đưa Hàn Quốc tiến lên thành cường quốc kinh tế đứng thứ 15 trên thế giới.

1.2 Các thành viên của tổ chức Hòa bình xanh đang dẫn dắt và đóng vai trò chủ đạo trong việc bảo vệ môi trường Nam Cực, chống lại hiện tượng nóng lên của trái đất trên toàn thế giới.

1.3 Jeanne d' Arc và quân đội của mình đã giành thắng lợi trong nhiều cuộc chiến, trở thành anh hùng cứu nước Pháp khi đó đang như ngọn đèn trước gió.

② ~이 되기 보다는 ~가 되길 원한다 : **muốn trở thành ~ chứ không chỉ đơn thuần là ~**

2.1 Họ muốn trở thành thành viên tham gia mạng lưới kĩ thuật số chứ không chỉ đơn thuần là người quan sát mạng lưới ấy.

2.2 Tôi muốn trở thành người yêu chứ không chỉ là bạn của cô ấy.

2.3 Giám đốc Kim nói rằng chìa khóa thành công là ở chỗ tạo dựng được hình ảnh cơ bản về các cửa hàng hạ giá theo kiểu Hàn Quốc chứ không phải chỉ đơn thuần là đại lý theo mô hình của Anh.

③ ~에 대한 ~을 ~ 만드는 요인이다 : **Là yếu tố gây ra ~ đối với ~**

3.1 Năng lực khai thác IT vượt trội cũng là một nguyên nhân khiến cho thế hệ N so với thế hệ trước cảm thấy ít lo lắng về những đổi thay và về cái mới.

3.2 Ô nhiễm môi trường, thực phẩm ăn liền, khả năng phóng xạ của xi măng ở các chung cư là những nhân tố làm giảm khả năng miễn dịch đối với bệnh tật của con người.

4.1 Vậy là cuộc vận động nhằm tái thiết xã hội thông qua giáo dục đã trở thành một cuộc vận động giáo dục theo chủ nghĩa tiến bộ.

4.2 Hàn Quốc đã xây dựng văn hóa mới trên nền tảng truyền thống.

4.3 Tôi mong rằng các bạn trẻ của chúng ta sẽ trở thành những người đóng vai trò quyết định trong lịch sử thế giới.

4.4 Đừng tin người chỉ biết gay gắt với lỗi lầm của người khác mà rộng lượng bao che cho sai sót của bản thân.

4.5 Khả năng sử dụng công nghệ thông tin là nhân tố không thể thiếu để nâng cao năng lực chuyên môn tại công sở và giao tiếp qua internet của giới trẻ.

▶ GỢI Ý ĐÁP ÁN DỊCH

Khả năng cạnh tranh, điểm mạnh của thế hệ tương lai Hàn Quốc

Trên báo chí chúng ta vẫn thường bắt gặp những tên gọi gắn với thế hệ như thế hệ Baby boom, thế hệ dân chủ hoá, thế hệ X, thế hệ N... Người ta thường gắn cụm "thế hệ..." cho từng lứa tuổi tùy theo đặc trưng của họ.

Theo lịch sử hiện đại Hàn Quốc sau giải phóng, những tên gọi thế hệ có thể được tóm lược như sau:

'Thế hệ chiến tranh Hàn Quốc (lứa tuổi khoảng 60)' đã trải qua chiến tranh và tạo ra nền móng tái thiết đất nước. Trong bối cảnh đổ nát của cuộc nội chiến, nhân dân Hàn Quốc cho rằng cần ưu tiên cho việc sinh con đẻ cái. Sau đó đã xảy ra hiện tượng tăng trưởng dân số đột biến. Người ta gọi đó là 'Thế hệ Baby boom'. Có khoảng 7 triệu 120 nghìn người thuộc thế hệ Baby boom được sinh ra trong giai đoạn từ năm 1955 đến năm 1963. Con số này chiếm 14,6% tổng dân số Hàn Quốc. Những người thuộc thế hệ này đóng vai trò chủ đạo dẫn dắt sự nghiệp công nghiệp hóa thần tốc, đồng thời đưa Hàn Quốc tiến lên thành cường quốc kinh tế đứng thứ 15 trên thế giới.

Tiếp sau đó là 'Thế hệ dân chủ hóa'. Thế hệ dân chủ hóa sinh ra vào những năm 1960 và đã dẫn dắt cuộc cải cách dân chủ trong xã hội Hàn Quốc diễn ra sau thập niên 80 của thế kỷ XX.

'Thế hệ tự chủ hóa' được sinh ra vào những năm 1970. Thế hệ này được hưởng thụ sự phồn thịnh về mặt kinh tế do thế hệ công nghiệp hóa tạo ra cùng những lợi ích của chủ nghĩa dân chủ được thế hệ dân chủ hóa đặt nền xây móng.

'Thế hệ dân chủ hóa' cùng 'Thế hệ tự chủ hóa' là những người thuộc lứa tuổi 30, 40 đang nổi bật với vai trò nòng cốt nắm giữ vòng quay chuyển động của xã hội Hàn Quốc hiện tại.

Những người thuộc lứa tuổi 20 ở Hàn Quốc được gọi là thế hệ N (net generation). Sở dĩ có tên gọi này là bởi họ đã trưởng thành song hành với sự phát triển của mạng lưới kĩ thuật số mà tiêu biểu là mạng internet. Máy tính kết nối internet luôn luôn hiện diện trong không gian sinh hoạt của thế hệ này trong suốt quá trình lớn lên của họ. Vì thế, những người thuộc thế hệ này đã quen với giao tiếp, trao đổi hai chiều thông qua mạng internet. Họ muốn trở thành thành viên tham gia mạng lưới kĩ thuật số chứ không chỉ đơn thuần là người quan sát mạng lưới ấy.

Smart phone, một thiết bị kĩ thuật số mới mẻ đã tăng cường thêm khả năng giao tiếp trao đổi thông tin hai chiều cho thế hệ N. Thế hệ N đang tích cực bày tỏ chính kiến của mình, đồng thời giao tiếp với những người xung quanh thông qua mạng internet và smart phone. Tuy nhiên, thực trạng kinh tế đang hiện ra trước mắt thế hệ N khốc liệt hơn hẳn so với những thế hệ đi trước. Đây chính là thực tế mà họ phải đón nhận. Nhiều người thuộc thế hệ N đang phải tự hài lòng với mức thu nhập 880 nghìn won một tháng từ những công việc không ổn định/ công việc tạm thời. Vì vậy mà thế hệ này còn sở hữu một biệt danh mới là 'Thế hệ 880 nghìn won'.

Thế hệ N có khả năng khai thác /sử dụng IT (công nghệ thông tin) vượt trội, xứng đáng với danh hiệu thế hệ kĩ thuật số. Đó là nhờ họ được tiếp cận thường xuyên với những thiết bị công nghệ thông tin như máy tính và điện thoại di động từ bé. Khả năng này của họ được phát huy trong cả quá trình tiếp nhận những tri thức và nguồn thông tin mới phục vụ cho công tác doanh nghiệp .

Năng lực khai thác / sử dụng IT vượt trội cũng là một nguyên nhân khiến cho thế hệ N so với thế hệ trước cảm thấy ít lo lắng về những đổi thay và về cái mới.

Ngay cả việc nhiều thanh niên trẻ tuổi đời mới chỉ đôi mươi đã tích lũy kinh nghiệm ở nước ngoài thông qua những chuyến du lịch ba lô hay các khóa học ngoại ngữ cũng là nền tảng vượt trội giúp thích nghi với sự thay đổi. Những thanh niên trẻ của chúng ta tự tin ngay cả ở nước ngoài và có thể nuôi dưỡng khả năng dẫn dắt toàn cầu.

Thế hệ N ấy chính là thế hệ tương lai chịu trách nhiệm với xã hội Hàn Quốc sau này. Mong rằng, khả năng thích ứng nhạy bén cùng sức mạnh ung dung đón đầu cạnh tranh của thế hệ N sẽ trở thành nguồn động lực thắp sáng xã hội Hàn Quốc trong tương lai.

Nguồn tin: Jang Kyung Yung, Ủy viên nghiên cứu Thời báo Kinh tế Hàn Quốc. (1/10/2010)

BÀI 12

I

1.1 tạo môi trường thuận lợi cho việc sinh đẻ và nuôi dạy
1.2 hỗ trợ chi phí giáo dục mầm non cho những trẻ có bố mẹ đều đi làm.
2.1 miễn giảm thuế
2.2 xây dựng các nhà trẻ tại công ty
3.1 mở rộng tuyển dụng lao động già
3.2 người nghỉ hưu được ưu tiên tuyển dụng

II

① ~이 대두되다 : đưa đến ~ / làm nảy sinh ~ / dẫn đến ~

1.1 Theo tài liệu thống kê, vấn đề tỉ lệ sinh thấp của Hàn Quốc đã đưa đến nhiều vấn đề xã hội từ 10 năm trước đây.

1.2 Vì càng ngày tai nạn giao thông càng tăng nên đã đưa đến nhiều ý kiến cho rằng cần phải cải thiện ý thức tham gia giao thông của người dân.

1.3 Việc ô nhiễm chất lượng nước của chất tẩy tổng hợp đang dẫn đến những vấn đề nguy hại nghiêm trọng.

1.4 Hiện tại, các nước phát triển đang rất lo lắng tìm đối sách cho tỉ lệ sinh thấp và tình trạng dân số già. Ngược lại Việt Nam đang áp dụng chính sách hạn chế sinh đẻ, tuy nhiên có lẽ trong tương lai không xa, cùng với quá trình công nghiệp hóa và sự phát triển kinh tế, chúng ta cũng sẽ phải đối mặt với những vấn đề này.

② ~명/개/국가당 ~명/개/국가 : Với mỗi người /cái/quốc gia là ~ người /cái / quốc gia

2.1 Trên thống kê, mỗi phụ nữ sinh 2.1 trẻ là lý tưởng nhất.

2.2 Theo tư liệu phân tích của Bộ y tế, bệnh tay chân miệng đang diễn biến nghiêm trọng với tỉ lệ phát bệnh là 1.26 trên 1000 học sinh.

2.3 Từ năm 1983, Hàn Quốc đã bước vào hàng ngũ các nước có tỉ lệ sinh thấp và hiện tại, vào năm 2012 với tỉ lệ sinh là 1.0 với 1 phụ nữ , dân số Hàn Quốc đang giảm dần.

3.1 Những người có thẩm quyền trong chính phủ đang lo ngại rằng tình trạng phá sản của các doanh nghiệp sẽ lan rộng.

3.2 Cô ấy lương thiện đến nỗi tránh không giẫm lên dù chỉ một ngọn cỏ.

> **GỢI Ý ĐÁP ÁN DỊCH**

NGUY CƠ CỦA XÃ HỘI CÓ TỈ LỆ SINH THẤP – DÂN SỐ LÃO HOÁ

"Vấn đề tỉ lệ sinh thấp và dân số lão hoá sẽ làm phát sinh nhiều vấn đề trong việc phát triển của xã hội Hàn Quốc." Lee Sam Sik , chuyên gia nghiên cứu về xã hội có tỉ lệ sinh thấp và dân số lão hoá đã làm sáng tỏ vấn đề này trong chương trình giáo dục CEO vào ngày 14 tháng 10 vừa qua.

Năm 1983, Hàn Quốc bắt đầu bước vào xã hội có tỉ lệ sinh sản thấp. Trong 27 năm vừa qua, tỉ lệ sinh sản thấp vẫn được duy trì. Trên thống kê, mỗi phụ nữ sinh 2.1 trẻ em là lý tưởng nhất. Tuy nhiên, từ năm 1983, tỉ lệ sinh ở Hàn Quốc liên tục giảm, và đây là quốc gia có tỉ lệ sinh thấp nhất trong các nước OECD. Tỉ lệ sinh là 1 phụ nữ / 1 trẻ em.

Trong quá khứ từ năm 1955~1974, hàng năm có khoảng 1 triệu trẻ sơ sinh trào đời. Tuy nhiên, từ năm 1983, tỉ lệ sinh giảm dần. Gần đây, tỉ lệ sinh cũng chỉ đạt tới 400.000 trẻ sơ sinh, không bằng một nửa so với thời trước.

Theo tài liệu thống kê, vấn đề tỉ lệ sinh thấp của Hàn Quốc đã làm nảy sinh nhiều vấn đề xã hội từ 10 năm trước đây. Vấn đề tỉ lệ sinh sản thấp của Hàn Quốc còn nghiêm trọng hơn rất nhiều so với Mỹ – Châu Âu – Nhật Bản. Tỉ lệ sinh của các quốc gia như Mỹ và Pháp gần đây cũng có xu thế tăng. Ở Nhật Bản, tỉ lệ sinh sản cũng tương đối thấp, nhưng ở Hàn Quốc còn nghiêm trọng hơn. Đặc biệt, ở giữa Trung Quốc với dân số 1,5 tỉ dân, và Nhật Bản với dân số 180 triệu dân, Hàn Quốc đang rơi vào tình trạng trở thành quốc gia nhỏ và yếu.

Nguyên nhân của tỉ lệ sinh thấp là do gánh nặng chi phí giáo dục con cái quá lớn. Ngoài việc giáo dục chính quy ở trường, chi phí giáo dục đầu tư cho con cái tăng cao cũng là nguyên nhân đó. Và văn hoá đặc thù của Hàn Quốc cũng là nguyên nhân chính của tỉ lệ sinh sản thấp. Ở Hàn Quốc, các ông bố, bà mẹ thường phải chăm sóc con cái cho đến khi chúng lập gia đình. Hơn nữa, tình trạng thất nghiệp của thanh niên tăng lên nên có nhiều trường hợp sau khi con cái lập gia đình, bố mẹ vẫn chăm sóc. Bởi vậy, trên lập trường của người làm bố, làm mẹ, việc nuôi dạy một con cái là vô cùng khó khăn, vất vả.

Hơn nữa, số lượng phụ nữ có học vấn cao tăng lên cũng kéo theo tỉ lệ tìm việc theo chuyên môn đang tăng. Họ lo sợ rằng việc kết hôn sẽ trở thành trở ngại trong công việc của họ, nên có khuynh hướng trì hoãn hôn nhân. Và cũng có nhiều trường hợp cho dù đã kết hôn rồi nhưng vẫn tránh sinh con để có thể tiếp tục công việc.

Do một vài điều kiện hạn chế này, quy mô dân số Hàn Quốc đang giảm nhanh chóng. Theo đó, dân số lao động cũng đang giảm dần. Mặt khác, với sự phát triển của y tế, dân số già đang ngày càng tăng lên.

Vậy thì chúng ta phải làm thế nào với vấn đề tỉ lệ sinh sản thấp và lão hoá dân số?

Hiện nay, chính phủ Hàn Quốc đang tạo ra môi trường thuận lợi cho việc sinh đẻ và nuôi dạy. Hàn Quốc đang hỗ trợ chi phí giáo dục mầm non cho những trẻ có bố mẹ đều đi làm. Đối với những gia đình có 2 con trở lên sẽ được miễn giảm thuế. Đồng thời, chính phủ Hàn Quốc cũng hỗ trợ cho các công ty thiết lập các nhà trẻ tại công ty.

 Do dân số già tăng lên, nên Hàn Quốc đang mở rộng tuyển dụng lao động già. Những người nghỉ hưu được ưu tiên tuyển dụng. Thực tế, tình trạng thanh niên thất nghiệp và việc tuyển dụng lao động già là chính sách đối lập nhau nhưng chính phủ Hàn Quốc đang bàn bạc tích cực để tiến hành thành công hai chính sách này.

 Tỉ lệ sinh sản thấp - dân số lão hóa không chỉ là vấn đề của Hàn Quốc mà còn là xu thế mang tính toàn cầu. Do đó, một số chuyên gia đưa ra ý kiến hãy coi tình trạng mang tính toàn cầu này là một cơ hội.

BÀI 13

I »

1.1 cổ vũ đường phố
1.2 cuộc vận động "Kỳ tích áo phông đỏ"
2.1 vốn chủ yếu tập trung vào giới thiệu, quảng cáo
2.2 Có mục tiêu dẫn dắt văn hóa cổ vũ lành mạnh.
3.1 chữ ký hứa sẽ tặng
3.2 kết quả / thành quả của sự nhiệt tình
3.3 tinh thần Worldcup vì hoà bình có thể được tái hiện
4.1 quốc gia bị chia cắt
4.2 thông điệp cùng chung sống hoà bình

II »

① ~ 흐르다 보니 : Trôi đi, chảy, chạy theo, theo đuổi

1.1 Tôi cứ mải theo đuổi các doanh nghiệp lớn ủng hộ cho wordcup, mới thấy sau khi kết thúc cổ động tâm trạng trống vắng vô cùng.
1.2 Thời gian trôi qua, vì nhớ bạn bè nên đã lập cà phê internet.
1.3 Giảng dạy ở cấp 3 chỉ chạy theo kỳ thi đại học nên rất khó để có được nền giáo dục chân chính.

② **~로 확산되기를 바란다는 ~ 밝혔다 : Nói / công bố / cho biết / làm rõ rằng muốn ~ được lan rộng đến**

2.1 Tổ chức 'for you & for me' cho biết là cuộc vận động ủng hộ "gửi áo phông" đã được bắt đầu ở Hàn Quốc cũng có hoài bão sẽ được mở rộng trên toàn thế giới.

2.2 Trưởng ban bầu cử đã nói rằng mong muốn tính công bằng và chính đáng của lần bầu cử này được lan rộng trong ngôn luận.

③ **~이 되어 ~를 지켜주다 : Trở thành ~ để bảo vệ cho ~**

3.1 Những chiếc áo chúng ta gửi đi sẽ là những chiếc áo, cái mũ che chở cho sinh mệnh của trẻ em Nam phi.

3.2 Khả năng làm sạch tự nhiên của bãi lầy giúp bảo vệ biển và đất liền, cũng là bảo vệ sinh mạng của chúng ta.

④ **~에 동참하다 : Đồng tham gia vào ~ / Cùng tham gia vào ~**

4.1 Toàn dân Việt Nam đã cùng tham gia vào công cuộc đổi mới.

4.2 Các tổ chức NGO đang kêu gọi mọi người tham gia vào việc giúp đỡ cho người dân đang chịu cảnh nghèo đói khốn cùng ở các nước thứ 3.

▶ GỢI Ý ĐÁP ÁN DỊCH

Kỳ tích áo phông đỏ

"Hãy ngừng chiến dù chỉ trong một tuần diễn ra Worldcup"

Đó là thổ lộ của vận động viên quốc gia đội bóng đá Didier Drogba vào năm 2005 khi quốc gia Bờ Biển Ngà từ khi thành lập lần đầu tiên xuất hiện trong thi đấu Worldcup. Tháng 6 năm 2006, trong một tháng diễn ra Worldcup, chuyện như bịa nhưng đấu súng đã được ngừng trong một tháng, năm 2007 đã kết thúc cuộc nội chiến kéo dài hơn 10 năm. Rốt cục thì Didier Drogba, anh ta đã thay đổi được thế giới bằng "bóng đá".

Những con ma đỏ của Đại Hàn Dân Quốc cũng có thể thay đổi thế giới.

Có những người chuẩn bị cho kỳ tích chỉ bằng một tấm áo phông màu đỏ. Họ là 4 anh em Cho Myeng Sub, những người làm công việc xây dựng và thực hiện chiến lược quảng cáo. Những người này đã lập ra tổ chức 'for you & for me' cho cuộc vận động. Và họ bắt đầu cuộc vận động "Kỳ tích áo phông đỏ" gửi những chiếc áo màu đỏ đã dùng trong cổ vũ đường phố sang Nam phi.

Dừng lại những chương trình quảng cáo quy mô lớn, cấp cao trong nước, anh Cho đã đến những cuộc vận động và nói là "Sau đại hội, đừng cho chiếc áo phông vào tủ mà gửi chúng đến cho những đứa trẻ ở Nam phi, đó mới là "làm nên kỳ tích" và "Những chiếc áo chúng ta gửi đi sẽ là những chiếc áo, cái mũ che chở cho sinh mệnh của trẻ em Nam phi".

Cuộc vận động này cũng đã được bắt đầu với phương châm muốn thay đổi bầu không khí vốn chủ yếu là tập trung giới thiệu, quảng cáo ý đồ văn hoá cổ động của các doanh nghiệp trong worldcup. Anh Kim Tô Hiêng, người đã làm công việc chế tác quảng cáo đã nói rằng "chạy theo tập trung vào các doanh nghiệp lớn ủng hộ cho wordcup mới thấy sau khi kết thúc cổ động thì tâm trạng trống vắng rất lớn". Những người này đã tập hợp ý tưởng muốn thông qua cuộc vận động để xây dựng nên một hình thức cổ vũ mới.

Cuộc vận động được dự kiến chủ yếu thực hiện tập trung qua internet. Những người này đã làm đoạn clip "Kỳ tích áo đỏ" và đưa lên trang web, và bắt đầu cả những giới thiệu thông qua 'tweeter'. Ngay trước khi hoạt động này chính thức bắt đầu, có khoảng hơn 40 sinh viên đại học đã xem thông qua 'tweeter' tìm đến và nói sẽ tình nguyện cho hoạt động này. Những bạn trẻ này định ra đường và nhận trước chữ ký hứa sẽ tặng áo phông đỏ. Nhiều người dân nói là "Chiếc áo phông đỏ là tài sản của sự nhiệt tình sẽ được chuyển đến những người nghèo khó ở thế giới thứ ba, tinh thần Worldcup vì hoà bình có thể được tái hiện" và họ cũng đã cam kết cùng tham dự vào cuộc vận động này.

Tổ chức 'for you & for me' cho biết là cuộc vận động ủng hộ "gửi áo phông" đã được bắt đầu ở Hàn Quốc cũng có hoài bão sẽ được mở rộng trên toàn thế giới. Anh Kim San nói "Hy vọng không chỉ riêng áo phông đỏ, mà áo phông màu vàng ở Hà Lan, áo phông màu xanh ở Nhật bản, áo phông màu xanh da trời ở Argentina cũng được chuyển đến những trẻ em ở Nam Phi" và "Thế giới chỉ có Hàn quốc chúng ta là quốc gia đang bị chia cắt duy nhất đã gửi thông điệp cùng chung sống hòa bình sớm nhất đến toàn thế giới".

Những chiếc áo phông được thu thập sau cuộc vận động đã thông qua tổ chức cứu trợ quốc tế và gửi đến Nam Phi.

(Nguồn tin: Báo The Hankyoreh nhà báo Hoang – chun – hoa)

BÀI 14

I »

1.1   Concept của tôi là người phụ nữ nhà bên
1.2   Cái đó là gì chứ!
2.1   Một sự thực đáng tức mình
2.2   trường ca sử thi đầy xúc động
2.3   phim hài
3.1   Người phụ nữ hàng xóm bình dị
3.2   không phải là người không phù hợp với vai trò ~
3.3   nghi ngờ không biết có thể / liệu có thể đảm đương được tốt vai trò ~

II

① ~ 갑작스런 ~에 당황하다 : Bàng hoàng bởi ~ bất ngờ

1.1 Tôi bàng hoàng với câu hỏi bất ngờ như vậy.

1.2 Anh ta bàng hoàng, run lẩy bẩy vì sợ hãi trước sự việc bất ngờ xảy ra.

1.3 Người dân Nhật Bản bàng hoàng chạy loạn khi sóng thần bất ngờ trùm lên bờ biển, đường sá, nhà cửa.

② ~이 되리라고는 생각하기 쉽지 않다 : Thật không dễ để nghĩ rằng ~ trở thành ~

2.1 Thật không dễ để nghĩ rằng một ai đó đang sống ngay bên cạnh ta lại trở thành người anh hùng thế giới.

2.2 Chỉ mấy năm trước thôi người ta không thể nghĩ rằng Việt Nam lại trở thành một quốc gia chiếm vị trí trung tâm của Đông Nam Á với tốc độ tăng trưởng nhanh chóng như thế này.

3.1 Trong thời kì đầu của ngành khoa học vũ trụ, các vật thí nghiệm có vai trò tuyệt đối. Chúng cung cấp thông tin về sự biến đổi của cơ thể sống trong môi trường không trọng lượng cho các nhà du hành trước khi bay vào vũ trụ.

3.2 Lee So – yeon là nhà du hành vũ trụ nữ đầu tiên của Hàn Quốc, người đã trở thành biểu tượng nuôi dưỡng giấc mơ chinh phục vũ trụ cho giới trẻ Hàn Quốc.

▶ GỢI Ý ĐÁP ÁN DỊCH

Giấc mơ về người chị hàng xóm hạnh phúc

Tôi nghĩ về một lần phỏng vấn khi nào đó với phóng viên nước ngoài ở Nga. "Tấm gương của phi hành gia Hàn Quốc như cô là gì?". Tôi bàng hoàng với câu hỏi bất ngờ như vậy. Đó là một câu hỏi tôi chưa từng gặp trong bao nhiêu lần trả lời phỏng vấn suốt thời gian huấn luyện chuẩn bị bay ở Nga. Nếu xem những phiếu hỏi qua phỏng vấn thì có đến trên 90% là những câu hỏi về quá khứ. Với người quen với những kiểu phỏng vấn như vậy thì câu hỏi phỏng vấn này vô cùng mới mẻ và tôi đã hơi lưỡng lự khi trả lời.

Khi đó, câu trả lời của tôi khi đó là "Hình mẫu lý tưởng của tôi là người phụ nữ hàng xóm". Người phóng viên không biết có phải là vì câu trả lời ngoài dự đoán hay không mà đã hỏi lại tôi điều đó có nghĩa là gì. Câu trả lời của tôi đó là gì chứ, là đứa bé gái bên nhà hàng xóm, là người chị hàng xóm mà bất kỳ ai cũng có thể có. Tôi nghĩ chẳng phải bất kỳ ai cũng có thể có một người phụ nữ hàng xóm rất giỏi giang (vĩ đại). Một ngày nọ tôi xem tivi và điều ngạc nhiên là vận động viên Chang – mi – ran đã đạt huy chương vàng trong Olympic Bắc Kinh trong quá khứ cũng đã từng nghĩ mong mình luyện tập được như người chị bên hàng xóm khi tập thể thao. Thật không dễ dàng có thể nghĩ rằng một ai đó đang sống ngay bên cạnh ta lại trở thành người anh hùng thế giới.

Không lâu trước đây, một bộ phim tôi xem đã làm tôi khóc suốt. Tôi nhớ là cả khi đi ra khỏi phòng chiếu phim rất tối thì mình đã khóc đến nỗi mắt và mũi đều đỏ cả lên thật là xấu hổ. Một sự thực đáng tức mình là bộ phim đó không được xếp vào hàng những trường ca lịch sử hay bộ phim cảm động mà nó là phim hài có tên "Chào buổi sáng ông Tổng thống". Bất kỳ ai cũng chẳng bao giờ nghĩ rằng người tổng thống trong quá khứ, của hiện tại hoặc của tương lai có thể là người đàn ông hay người phụ nữ ngay bên cạnh nhà mình. Nhưng trong bộ phim thì có cảm giác những người đó như là người đàn ông hay người phụ nữ bên cạnh nhà mình.

Tôi không phải là một người vĩ đại như tổng thống như khi tôi du hành vũ trụ, mỗi ngày tôi đều xem tivi tôi đã có những suy nghĩ rất phụ nữ rằng vị trí đó không phải là tổng thống nhưng rất nhiều người đang quan sát. Một nữ tổng thống đã hỏi người bếp trưởng "tổng thống bất hạnh nhưng cũng có thể làm cho người dân hạnh phúc phải không?" và nhận được câu trả lời là "Một tổng thống luôn nỗ lực cho hạnh phúc của từng người dân thì cũng mưu cầu hạnh phúc".

Sau khi du hành tôi đã trải qua rất nhiều công việc khác nhưng những giây phút tôi nghĩ rằng dù người du hành vũ trụ có bất hạnh đi chăng nữa thì cũng có thể làm cho những người đang trông ngóng được hạnh phúc. Khi đó, tôi đã nghĩ rằng "nếu thử nghiệm ở vũ trụ ~, nếu tôi có thể cùng làm việc trong thí nghiệm vũ trụ đầu tiên của Hàn quốc ~". Tôi đã đăng ký trở thành phi hành vũ trụ bởi chính người phụ nữ hàng xóm đã từng học ngành kỹ thuật đó. Sau đó tôi cũng phải trải qua rất nhiều những khó khăn, tương xứng với cảm giác hành phúc đã có trong vũ trụ.

Người phụ nữ hàng xóm bình dị như tôi đây không phải là người không phù hợp với vai trò là phi hành gia đấy chứ? Thực ra tôi cũng có lúc nghi ngờ liệu có thể đảm đương được tốt cả hai vai trò là vai trò của người bình thường và vai trò của nhà nữ du hành vũ trụ hay không. Nhưng vì kỹ thuật khoa học của đất nước Hàn quốc, và vì hạnh phúc của những người dân đang hướng về người du hành vũ trụ nên tôi đã trở thành một nhà du hành vũ trụ, và tôi nghĩ rằng tôi cũng phải nỗ lực để hạnh phúc như một người bình thường.

(Nguồn: Lee Sô Yeon, chuyên viên nghiên cứu trung tâm nghiên cứu vũ trụ hàng không Hàn Quốc, nhà du hành vũ trụ đầu tiên của Hàn Quốc)

BÀI 15

I »»

1.1 Con người sống đúng kiểu là người
1.2 Tuy vậy nhưng
1.3 thật là đáng ngạc nhiên
2.1 tri thức kế thừa
2.2 tri thức được tích luỹ
2.3 Trong hạt nhân, nguyên tử được tích lũy năng lượng cực đại
3.1 Tri thức tổng hợp và tri thức lắp ráp
3.2 máy vi tính trở thành những công cụ bắt buộc

II »»

① ~, 예컨대 ~라든지 : **Ví dụ như là ~ hay là ~**

1.1 Những tri thức tích luỹ trong một thời gian dài, ví dụ như việc phân chia các kỳ trong năm, hay những sự thay đổi có lợi cho việc làm nông, hay những phương thức nguyên thuỷ để chữa bệnh .v.v. được những người già truyền lại cho thế hệ sau.

1.2 Trẻ em thường hay hỏi những câu chỉ để hỏi, ví dụ những câu hỏi mà chúng cho là không quan trọng như "Tại sao bông hoa này lại màu đỏ còn bông hoa kia lại là màu vàng".

② ~를 혼합하여 : **Trộn lẫn ~ với ~**

2.1 Con người trong xã hội thông tin hoá sử dụng máy vi tính, trộn lẫn những thông tin và tri thức đã có và làm ra những thông tin tri thức chưa từng có.

~ 전혀 다른 ~ : **~ hoàn toàn khác**

2.2 Hiệp hội Y dược tố cáo một tổ chức quảng cáo phóng đại rằng đã kết hợp thuốc cảm và thuốc tiêu chảy thành một loại thuốc có công dụng hoàn toàn khác có thể trị chứng đau thần kinh.

3.1 Đặc trưng của thời kì công nghiệp hóa là việc khoa học đẩy lùi tôn giáo và phát minh ra các kĩ thuật mới dựa trên nền các tri thức cũ.

3.2 Vụ sai phạm lần này cần được điều tra ở cấp nhà nước.

3.3 Các nhà khảo cổ học thường phát hiện ra rìu đá nguyên thuỷ được con người làm ra trên địa tầng chôn xương của động vật đã bị huỷ diệt từ trước đây rất lâu.

▶ GỢI Ý ĐÁP ÁN DỊCH

Xã hội thông tin hoá

Việc con người xuất hiện trên trái đất này là việc từ hàng triệu năm trước đây. Nhưng cả đến mười ngàn năm trước đây thì con người cũng sống không khác gì lắm với động vật. Trong lịch sử rất dài nhân loại dài thì việc con người bắt đầu sống cuộc sống đúng người cũng chưa lâu. Tuy vậy nhưng những năng lực tiềm tàng của con người đã có (đã cất giữ) thật là đáng ngạc nhiên.

Lịch sử của nhân loại nếu chia thành ba thời kỳ có thể có thời kỳ xã hội nông nghiệp, thời kỳ xã hội công nghiệp và thời kỳ xã hội thông tin hoá. Những tri thức của xã hội nông nghiệp là 'tri thức của sự kế thừa'. Những tri thức tích luỹ trong một thời gian dài, ví dụ như việc phân chia các kỳ trong năm, hay những sự thay đổi có lợi cho việc làm nông, hay những phương thức nguyên thuỷ để chữa bệnh .v.v. được những người già truyền lại cho thế hệ sau.

Tri thức của xã hội công nghiệp là 'tri thức và phát minh'. Khoa học đã chinh phục tôn giáo và nó có đặc trưng là người ta đã quen thuộc với những tri thức đã tồn tại từ trước để từ đó tiếp tục phát minh, tìm ra những kỹ thuật, thông tin và tri thức mới.

Nhưng tri thức của xã hội thông tin hoá có những cơ bản hoàn toàn khác. 'Tri thức tổng hợp và tri thức lắp ráp' là tri thức của xã hội thông tin hoá và nó đã làm cho máy vi tính trở thành những công cụ bắt buộc. Nói khác đi, con người trong xã hội thông tin hoá sử dụng máy vi tính, trộn lẫn những thông tin và tri thức đã có và làm ra những thông tin tri thức chưa từng có.

Thế thì trong xã hội chứa đựng những đặc trưng của xây dựng và lắp ráp như vậy điều gì là cần thiết nhất?

Chính là ý tưởng. Người ta kết hợp gen của con mèo với con chuột và làm thành 'Chuột mèo' thì xuất phát ban đầu nó cũng bắt nguồn từ ý tưởng kết hợp con chuột với con mèo. Sự phong phú về ý tưởng chính là vũ khí tốt nhất có thể chiến thắng cạnh tranh trong xã hội thông tin hoá. Nhưng ý tưởng nhất thiết không phải là thứ từ trên trời rơi xuống. Cũng giống như là phải nghe và nhìn nhiều thì tính khả thi của xây dựng và tổng hợp càng nhiều, con người phải có nhiều những trải nghiệm trực tiếp và gián tiếp thì ý tưởng mới phong phú. Vì thế những người trẻ tuổi đang sống ở thế kỷ 21 cần phải tích luỹ nhiều kinh nghiệm sống.

Trong xã hội thông tin hoá tất cả các bức tường đều biến mất. Tất cả các lĩnh vực như học thuật, nghệ thuật, kỹ thuật, văn hoá..v.v. đều trộn lẫn vào nhau một cách đa dạng trên một sân khấu. Cần có đôi mắt vừa nhìn xa, nhìn rộng vừa tư duy xây dựng, tổng hợp các sang kiến mới, tức là có thể thấy được từ trên cao xuống cái toàn diện.

(Nguồn: Bình luận gia Lee Won Buk)

Tài liệu tham khảo

Tài liệu tiếng Hàn Quốc

1. 연세대학교 발간 "한국어독본 4급"
2. 경희대학교 한국어교재
3. Bài viết trên trang web Thông tấn xã Việt Nam
4. Bài viết trên trang web Bộ Thông tin – văn hoá- du lịch Hàn Quốc

Tài liệu tiếng Việt

1. Sách Thực hành Tiếng Việt trình độ A, NXB Đại học Quốc gia Hà nội
2. Kỷ yếu hội nghị khoa học Việt Nam 20 năm đổi mới , Viện KHXH Việt Nam
3. Kỷ yếu hội nghị Môi trường năm 2010 (website: http://www.yeumoitruong.com)
4. Báo giấy : Báo Nhân dân, Báo Hà nội mới, Thời báo kinh tế Việt Nam, Báo Thanh Niên
5. Bài viết trên trang web Thông tấn xã Việt Nam